அதிகமாகச்
சிந்திப்பதை
நிறுத்துங்கள்!

அதிகமாகச் சிந்திப்பதை நிறுத்துங்கள்!

மனஅழுத்தம், எதிர்மறைச் சிந்தனை, கவனச்சிதறல், பதற்றம் போன்றவற்றிலிருந்து விடுபடுவதற்கான 23 உத்திகள்

நிக் டிரென்டன்

தமிழில்: PSV குமாரசாமி

MANJUL

மஞ்சுள் பப்ளிஷிங் ஹவுஸ்

First published in India by

MANJUL

Manjul Publishing House

Corporate and Editorial Office
• 2nd Floor, Usha Preet Complex,
42 Malviya Nagar, Bhopal 462 003 - India

Sales and Marketing Office
• C-16, Sector 3, Noida, Uttar Pradesh, 201301, India

Website: www.manjulindia.com

Distribution Centres

Ahmedabad, Bengaluru, Chennai, Hyderabad,
Kochi, Kolkata, Mumbai, New Delhi, Pune

Tamil translation rights arranged with PKCS Mind, Inc.
through TLL Literary Agency

Tamil translation of *Stop Overthinking: 23 Techniques to Relieve Stress, Stop Negative Spirals, Declutter Your Mind, and Focus on the Present* © 2021 by Nick Trenton

This edition first published in India in 2023
Eighth impression 2026

ISBN 978-93-5543-295-7

Translator: PSV Kumarasamy
Editing by: Nagalakshmi Shanmugam
Layout by: Manoranjan Kumar

Printed and bound in India by Repro India Ltd.

உள்ளடக்கம்

அத்தியாயம் 1

அதிகமாகச் சிந்தித்தல் என்பது அதிகமாகச் சிந்திப்பதைப் பற்றியது அல்ல

ஜேம்ஸ் என்று ஓர் இளைஞர் இருப்பதாகக் கற்பனை செய்து கொள்ளுங்கள். அவர் அறிவார்ந்தவர், அன்பானவர், சுயபிரக்ஞையுடையவர். அவர் எப்போதுமே ஏதோ ஒன்றைப் பற்றிக் கவலைப்பட்டுக் கொண்டிருப்பார். இன்று அவர் தன்னுடைய உடல்நிலை தொடர்பான மிகச் சாதாரணமான ஒரு பிரச்சனை குறித்துப் பெரும் கவலை கொண்டுள்ளார். அது குறித்து இணையத்தில் கூடுதல் விபரங்களைத் தேடி, அப்பிரச்சனை என்னென்ன விளைவுகளையெல்லாம் உருவாக்கக்கூடும் என்பதைக் கண்டறிந்து அவர் மேலும் பதற்றமடைகிறார். பின்னர் தன்னைக் கட்டுப்படுத்திக் கொண்டு, "ஒருவேளை நான் தேவையில்லாமல் இது குறித்து அதிகமாகச் சிந்தித்துக் கொண்டிருக்கிறேன்போலும்!" என்று நினைக்கிறார்.

அதனால், அவர் தன்னுடைய உடல்நிலை குறித்துக் கவலைப்படுவதை நிறுத்துகிறார். அதற்குப் பதிலாக, தன்னுடைய உடல்நிலை குறித்துத் தான் கொண்டிருக்கின்ற எண்ணங்கள் குறித்து அவர் கவலைப்படத் தொடங்குகிறார். ஒருவேளை அவருக்கு ஏதாவது உளவியல் சிகிச்சை தேவைப்படக்கூடும். ஆனால் எத்தகைய சிகிச்சை? உடனே அவருடைய எண்ணங்கள் தறிகெட்டு ஓடத் தொடங்குகின்றன. தான் எத்தகைய உளவியல் ஆலோசனைக்குச் செல்ல வேண்டும் என்று அவர் தன்னுடனேயே விவாதம் புரியத் தொடங்குகிறார், தன் மனத்திற்குள் தன்னையே குற்றவாளிக் கூண்டில் ஏற்றுகிறார், தன் தரப்பு நியாயம் குறித்து வாதிடுகிறார், தன்னிடமே குறுக்குக் கேள்விகள் கேட்கிறார், பழைய எண்ணங்களை அசைபோடுகிறார், ஊகிக்கிறார், அச்சம் கொள்கிறார். பின்னர் அவற்றையெல்லாம் நிறுத்திவிட்டுத் தன்னைக் கட்டுப்படுத்திக் கொள்கிறார்.

பிறகு அவர் தனக்குள் இவ்வாறு கேட்டுக் கொள்கிறார்: “ஒருவேளை இது பதற்றக் கோளாறா (anxiety)? அல்லது இது பேரச்சத் தாக்குதலாக (panic attack) இருக்குமோ? அல்லது நான் மனஅழற்சி நோயால் (schizophrenia) பாதிக்கப்பட்டு, அது எனக்கு இருப்பதே தெரியாமல் இருக்கிறேனா?” ஒன்றுமில்லாத விஷயத்திற்கெல்லாம் இவ்வுலகில் தன்னைப்போல வேறு எவரும் இந்த அளவு மனவேதனை அடைய மாட்டார்கள் என்று அவர் நினைக்கிறார். அந்த எண்ணம் அவருடைய மனத்திற்குள் தோன்றும் கணத்தில், எண்ணற்ற முறை அவர் பிறரால் கடுமையாக விமர்சிக்கப்பட்ட நேரங்கள் பற்றிய நினைவுகள் அவருடைய மனத்தை முற்றுகையிடுகின்றன.

அதைத் தொடர்ந்து, தன்னிடமுள்ள ஒவ்வொரு குறைபாட்டையும் ஒரு பூதக் கண்ணாடியை வைத்துப் பார்த்து அதை அவர் தன் மனத்திற்குள் அசைபோட்டுப் பார்க்கிறார். தான் ஏன் இப்படி இருக்கிறோம் என்றும், தன்னால் ஏன் எல்லாவற்றையும் உதறித் தள்ள முடியவில்லை என்றும் யோசித்து யோசித்து அவர் தன்னைச் சித்திரவதை செய்து கொள்கிறார். சுமார் ஒரு மணி நேரம் இப்படி அல்லாடிய பிறகு, தான் தன்னுடைய உடல்நிலை குறித்து இன்னும் எந்தவிதமான முடிவுக்கும் வந்திருக்கவில்லை என்பதை உணர்ந்து அவர் விரக்தியடைகிறார். இதனால் அவர் உடனடியாக மனச்சோர்வுக்கு ஆளாகிறார், எதிர்மறை சுயபேச்சு எனும் சுழலில் அவர் மூழ்குகிறார். தனக்கு எப்போதும் இப்படித்தான் நடக்கிறது, தன்னால் ஒருபோதும் தன்னைச் சரி செய்து கொள்ள முடியாது, தனக்கு நரம்புக் கோளாறு ஏற்பட்டுள்ளது என்று அவர் மீண்டும் மீண்டும் தனக்குத் தானே கூறிக் கொள்கிறார்.

ஜேம்ஸ் தன் தோள்பட்டையில் திடீரென்று தோன்றியிருந்த ஒரு வித்தியாசமான மச்சத்தை அவதானித்திருந்ததுதான் களேபரமான இத்தனை எண்ணங்கள் அவருடைய மனத்திற்குள் தோன்றியதற்குக் காரணம்.

நாம் அனைவருமே உணர்ச்சிகள் அதிக அளவில் தூண்டப்படுகின்ற ஓர் உலகில் வாழ்ந்து

கொண்டிருக்கிறோம். நாம் அளவுக்கதிகமாகச் சிந்திப்பது நம்முடைய மூளையை அளவுக்கதிகமாகத் தூண்டுகிறது. நம்முடைய சிந்தனைச் செயல்முறை தன்னுடைய கட்டுப்பாட்டை இழக்கின்றபோது நாம் அளவுக்கதிகமாகச் சிந்திக்கிறோம். வாழ்க்கை குறித்தும் சுயம் குறித்தும் மேற்கொள்ளப்படுகின்ற முடிவற்ற அலசல்கள் பொதுவாகத் தேவையற்றவை, தடுத்து நிறுத்தப்பட முடியாதவை, பயனற்றவை. பொதுவாக நம்முடைய மூளை, பிரச்சனைகளைத் தீர்ப்பதற்கும் விஷயங்களைத் தெளிவாகப் பார்ப்பதற்கும் உதவும். ஆனால், நாம் அளவுக்கதிகமாகச் சிந்திக்கின்றபோது நேரெதிரான விளைவுகளே ஏற்படும்.

அளவுக்கதிகமான சிந்தனையை நீங்கள் கவலை, பதற்றம், மனஅழுத்தம், அசைபோடுதல், மிகைவிருப்பம் போன்ற எந்தப் பெயரில் அழைத்தாலும், அது நமக்கு மோசமான உணர்வைக் கொடுக்கின்ற, நமக்கு எந்த வழியிலும் உதவிகரமாக இருக்காத குணாம்சத்தைக் கொண்டுள்ள ஒன்று என்பதை நீங்கள் புரிந்து கொள்ள வேண்டும். அளவுக்கதிகமான சிந்தனை மேன்மேலும் சிந்தனையைத் தூண்டிவிட்டு, ஒரு முடிவிலா சுழற்சிக்குள் நம்மைத் தள்ளிவிடும்.

நீங்கள் அளவுக்கதிகமான சிந்தனையால் அவதிப்படுகிறீர்களா? சில நேரங்களில் அப்படிப்பட்டப் பிரச்சனை உங்களுக்கு இருப்பதே உங்களுக்குத் தெரியாமல் இருக்கலாம். ஏனெனில், அதிகமாகச் சிந்திப்பவர்கள், தங்களுடைய கவலை, அனைத்தையும் உள்ளடக்கியது என்று தங்களைத் தாங்களே நம்ப வைத்துக் கொள்வர். அனைத்தையும் உள்ளடக்கிய அடுத்தக் கவலை உருவாகின்றவரை தற்போதைய கவலை தொடரும். அளவுக்கதிகமான சிந்தனையானது, பதற்றக் கோளாறு, மனச்சோர்வு போன்ற மனநோய்களுக்கான ஓர் அறிகுறியாக இருக்கலாம் என்றாலும், அப்படிப்பட்ட மனக்கோளாறுகள் எதுவும் இல்லாமலும் நீங்கள் அளவுக்கதிகமாகச் சிந்தித்துக் கொண்டிருக்கக்கூடும்.

அளவுக்கதிகமாகச் சிந்தித்தல் தீங்கு விளைவிக்கின்ற ஒருமனரீதியான நடவடிக்கையாகும். ஜேம்ஸின் விஷயத்தில்

நடைபெற்றதைப்போல, அது அலசுதல், எடைபோடுதல், கண்காணித்தல், சீர்தூக்கிப் பார்த்தல், கட்டுப்படுத்துதல், கவலைப்படுதல் போன்ற எந்த வடிவத்தில் இருந்தாலும் அது தீங்கு விளைவிக்கக்கூடியதுதான்.

உங்கள் விஷயத்தில் கீழ்க்கண்டவை உண்மை என்றால், அளவுக்கதிகமான சிந்தனை உங்களுக்கு ஒரு பிரச்சனையாக உருவெடுத்துள்ளது என்பதை நீங்கள் புரிந்து கொள்ளலாம்:

- நீங்கள் ஒவ்வொரு கணமும் உங்களுடைய எண்ணங்கள் குறித்தப் பிரக்ஞையோடு இருக்கிறீர்கள்.
- நீங்கள் உங்களுடைய எண்ணங்கள் குறித்துச் சிந்திக்கிறீர்கள்.
- உங்களுடைய எண்ணங்களைத் திசைதிருப்பவோ அல்லது கட்டுப்படுத்தவோ நீங்கள் கடுமையாக முயற்சி செய்கிறீர்கள்.
- தானாகத் தோன்றுகின்ற சில எண்ணங்கள் குறித்து நீங்கள் வேதனையடைகிறீர்கள்.
- சிந்தித்தல் என்பது ஒன்றோடொன்று போட்டி போடுகின்ற உணர்ச்சித் தூண்டுதல்களுக்கு இடையேயான போராட்டம் என்று நீங்கள் நினைக்கிறீர்கள்.
- அடிக்கடி உங்களுடைய எண்ணங்களைக் கேள்விக்கு உட்படுத்துகிறீர்கள், அவற்றைச் சந்தேகிக்கிறீர்கள், அலசுகிறீர்கள் அல்லது எடைபோடுகிறீர்கள்.
- நெருக்கடிகளின்போது, நீங்களும் உங்களுடைய எண்ணங்களும்தாம் உங்கள் பிரச்சனைகளின் மூலாதாரம் என்று நீங்கள் கருதுகிறீர்கள்.
- உங்களுடைய எண்ணங்களைப் புரிந்து கொள்வதன்மீதும், உங்களுடைய மனத்தின் அகச்செயல்பாடுகளை ஆழமாக ஆய்வு செய்வதன்மீதும் நீங்கள் உங்கள் கவனத்தைக் குவிக்கிறீர்கள்.

- தீர்மானங்கள் எடுப்பதில் நீங்கள் தடுமாறுகிறீர்கள்; பல சமயங்களில், உங்களுடைய தேர்ந்தெடுப்புகள் குறித்து நீங்கள் சந்தேகம் கொள்கிறீர்கள்.
- நீங்கள் ஏகப்பட்ட விஷயங்கள் குறித்துக் கவலைப்படுகிறீர்கள்.
- மீண்டும் மீண்டும் எதிர்மறை எண்ணங்களில் நீங்கள் உழன்று கொண்டிருப்பதை நீங்கள் உணர்கிறீர்கள்.
- சில சமயங்களில், ஓர் எண்ணம் கடந்தகாலத்தைப் பற்றியது என்பதையும், அது குறித்து இப்போது உங்களால் எதுவும் செய்ய முடியாது என்பதையும் நீங்கள் அறிந்திருந்தும்கூட, மீண்டும் மீண்டும் அந்த எண்ணத்திற்குத் திரும்புவதை உங்களால் தவிர்க்க முடிவதில்லை என்பதை நீங்கள் கவனிக்கிறீர்கள்.

மேலே குறிப்பிடப்பட்டுள்ளவற்றில் சில பண்புகள் நல்ல பண்புகளே என்று நீங்கள் வாதிடக்கூடும். பிரக்ஞையுடன் இருப்பதற்கும் நிகழ்கணத்தில் லயித்திருப்பதற்கும்தானே நாம் ஒவ்வொருவரும் கடுமையாக முயற்சித்துக் கொண்டிருக்கிறோம்! நீங்கள் சரியான தீர்மானங்கள் மேற்கொள்வதற்கு ஏற்ற விதத்தில், உங்களுடைய தன்னிச்சையான எதிர்வினைகள் குறித்து உங்களை நீங்களே கேள்வி கேட்டுக் கொள்வது நல்லதுதானே? ஆனால், எல்லை மீறும்போதுதான் பிரச்சனை வருகிறது.

சிந்தித்தல் நமக்குக் கிடைத்துள்ள ஓர் அருமையான வரம். நம்முடைய சொந்த எண்ணங்களை அலசுதல், அசைபோடுதல், குறுக்கு விசாரணை செய்தல் ஆகியவை மனிதகுலத்திற்கே உரிய தனித்துவமான குணாதிசயம். நம்முடைய பல வெற்றிகளுக்கு அதுதான் அடிப்படை. எண்ணம் நம்முடைய எதிரி அல்ல. நம்முடைய மூளை நமக்கு உதவக்கூடிய ஓர் அசாதாரணமான கருவி. ஆனால், நாம் அளவுக்கதிகமாகச் சிந்திக்கின்றபோது, நம்முடைய மூளையின் ஆற்றலை நாம் மட்டுப்படுத்துகிறோம்.

மனக்குழப்பம் மற்றும் வேதனைக்கான காரணங்கள்

நம்முடைய மூளை ஓர் அருமையான உபகரணமாக இருந்தும், சிந்தித்தல் ஒரு பயனுள்ள காரியமாக இருந்தும், மக்கள் ஏன் அளவுக்கதிகமான சிந்தனையில் தங்களைத் தொலைத்துக் கொண்டிருக்கின்றனர்? காலங்காலமாக இதற்குப் பல விளக்கங்கள் கூறப்பட்டு வந்துள்ளன: அது ஒரு மோசமான பழக்கமாக இருக்கக்கூடும் அல்லது ஆளுமையின் ஓர் அம்சமாகவோ, மருந்துகள் மூலம் குணப்படுத்தத்தக்க ஒரு மனநோயாகவோகூட இருக்கக்கூடும். இன்னும் சொல்லப் போனால், அளவுக்கதிகமாகச் சிந்திக்கின்றவர்கள், "நான் ஏன் இப்படி அளவுக்கதிகமாகச் சிந்திக்கிறேன்?" என்ற கேள்வியைத் தங்களைத் தாங்களே கேட்டுக் கொண்டு, அதிலேயே தீவிரமாக மூழ்கிவிடவும்கூடும்.

உங்களுடைய மூளை தறிகெட்டு ஓடுவதைக் கண்டு பரிதவிப்பு அடைந்து, அதை எப்படிக் கட்டுப்படுத்துவது என்பதைத் தெரிந்து கொள்வதற்காக நீங்கள் இந்த நூலைக் கையில் எடுத்திருக்கலாம். இதற்குப் பல தீர்வுகள் இருக்கின்றன. மனஅழுத்தத்திலிருந்து விடுபடுவதற்குப் பல வழிகள் இருக்கின்றன. இதில் நீங்கள் உணர்ந்து கொள்ள வேண்டிய முதல் விஷயம் இதுதான்: அளவுக்கதிகமான சிந்தனைக்கான காரணங்கள் அரிதாகவே அளவுக்கதிகமான சிந்தனை கவனம் செலுத்துகின்ற விஷயங்களாக இருக்கின்றன. இதற்கு என்ன அர்த்தம்? முன்பு நாம் பார்த்த ஜேம்ஸின் விஷயத்தில், அவன் அளவுக்கதிகமாகச் சிந்திப்பதற்கும் அவனுடைய தோள்பட்டையில் இருந்த மச்சத்திற்கும் இடையே எந்தத் தொடர்பும் இல்லை. அதேபோல, சரியான உளவியலாளரைத் தேர்ந்தெடுப்பதற்கும் அவனுடைய அளவுக்கதிகமான சிந்தனைக்கும் இடையேயும் எந்தத் தொடர்பும் இல்லை.

ஜேம்ஸின் எண்ணங்கள் அனைத்திற்கும் அவனுடைய அளவுக்கதிகமான சிந்தனைதான் காரணம். நாம் அசைபோடுதலில் சிக்கிக் கொண்டிருக்கின்றபோது, எண்ணங்கள்தாம் பிரச்சனை என்பதுபோலத் தோன்றும். "என்னைத் தொந்தரவு

செய்து கொண்டிருக்கின்ற இந்த விஷயத்தை மட்டும் நான் சரி செய்துவிட்டால், எல்லாம் சரியாகவிடும், அதற்குப் பிறகு என்னால் ஆசுவாசமாக இருக்க முடியும்," என்று நமக்கு நாமே சொல்லிக் கொள்வோம். அப்படி அந்தப் பிரச்சனை தீர்க்கப்பட்டுவிட்டாலும், மிக விரைவில் மற்றொரு பிரச்சனை அதன் இடத்தை எடுத்துக் கொண்டுவிடும். ஏனெனில், அது ஒருபோதும் அதிகமான சிந்தனைக்கான காரணமாக இருக்கவில்லை, மாறாக, அதன் விளைவாகவே இருந்தது.

அளவுக்கதிகமாகச் சிந்திப்பவர்கள் அளவுக்கதிகமாகச் செயல்பட்டுக் கொண்டிருக்கின்ற ஒரு மூளையின் தயவில்தான் உள்ளனர். ஏனெனில், உண்மையில் என்ன நடந்து கொண்டிருக்கிறது என்பதை அவர்கள் உணர்வதில்லை. அவர்கள் 'பிரச்சனையைச்' சரிப்படுத்துவதில் மூழ்கியிருக்கின்றனர். எது பிரச்சனை என்று அவர்கள் மதிப்பிட்டிருந்தார்களோ, அதுதான் உண்மையிலேயே பிரச்சனை என்பதை அவர்கள் கருத்தில் கொள்வதில்லை. அதனால், நீங்கள் எதை அந்தப் பிரச்சனைக்கான தீர்வாகக் கருதுகிறீர்களோ, நீங்கள் அதைப் பிடித்துத் தொங்கிக் கொண்டிருப்பீர்கள், அதில் உங்களுடைய ஆற்றல் முழுவதையும் கொட்டிக் கொண்டிருப்பீர்கள். ஆனால், தொடக்கத்தில் நீங்கள் எவ்வளவு மனஅழுத்தத்தில் இருந்தீர்களோ, முடிவிலும் நீங்கள் அதே அளவு மனஅழுத்தத்தில் இருப்பதைத் தாமதமாகத்தான் நீங்கள் உணர்வீர்கள்.

அளவுக்கதிகமாகச் சிந்திப்பதை நிறுத்த வேண்டுமென்றால், அந்தப் பிரச்சனைக்குள் உழன்று கொண்டிருக்காமல், நீங்கள் அதிலிருந்து விலகி நின்று பார்க்க வேண்டும். இனி வரும் பக்கங்களில் நான் அளவுக்கதிகமான சிந்தனையைப் பற்றிக் குறிப்பிடும்போதெல்லாம், நான் பதற்றத்தைப் பற்றிப் பேசுகிறேன் என்று நீங்கள் எடுத்துக் கொள்ள வேண்டும். பதற்றம்தான் மூலகாரணம் என்பதையும், அளவுக்கதிகமான சிந்தனை வெறும் விளைவு என்பதையும் அப்போது நாம் பார்ப்போம். அப்படியானால், பதற்றம் எங்கிருந்து வருகிறது?

பதற்றத்திற்கு நீங்கள் காரணமா?

பதற்றம் குறித்த ஆய்வுகள் தொடர்ந்து நடைபெற்றுக் கொண்டிருக்கின்றன. சில கோட்பாடுகள், அது உங்களுடைய ஆளுமையோடு தொடர்புடைய விஷயம் என்று கூறுகின்றன. வேறு சில கோட்பாடுகள், அது மரபியல் சார்ந்தது என்று தெரிவிக்கின்றன. அதாவது, பதற்றக் கோளாறால் அவதிப்பட்டுக் கொண்டிருக்கின்ற உங்களுடைய பெற்றோரிடமிருந்து நீங்கள் சீதனமாகப் பெற்றுக் கொண்டது அது என்று பொருள். பதற்றம் பெரும்பாலும் மனச்சோர்வு போன்ற பிற மனநோய்களையோ அல்லது குடல் எரிச்சல் நோய் போன்ற உடல் நோய்களையோ உடன் கொண்டிருக்கும். அதோடு, சில பிரிவினர் (எடுத்துக்காட்டு: பெண்கள்), இதை அதிகமாக அனுபவிக்கின்றனர் என்றும், உணவுப் பழக்கங்கள், மனஅழுத்தம் ஏற்படுத்துகின்ற வாழ்க்கைமுறைகள், கடந்தகாலத் தீவிர மனஅதிர்ச்சிகள், கலாச்சாரம் போன்றவை இதில் முக்கியப் பங்காற்றுகின்றன என்றும் கருதப்படுகிறது.

* * *

மார்கஸ் ரைச்சல் என்ற நரம்பியலாளர், நமது மூளை குறிப்பாக எதுவும் செய்யாமல் இருக்கின்றபோது ஒரு குறிப்பிட்ட விதத்தில் இயங்கிக் கொண்டிருப்பதாகக் கண்டுபிடித்தார். அவர் அதை 'இயல்பிருப்புப் பிணைய நிலை (Default Mode Network)' என்று அழைத்தார். எந்தவொரு முக்கியமான விஷயமும் மூளையை ஆக்கிரமித்திருக்காதபோது, மூளை, இந்த உலகில் தன்னுடைய இடம் எது என்று அசைபோட்டுக் கொண்டிருக்கிறது. தான் உயிர்பிழைத்திருப்பதற்கான வாய்ப்புகளை அதிகரித்துக் கொள்ளும் நோக்கத்தில், கடந்தகால ஞாபகங்களையும் சமூகத் தரவுகளையும் அது மீண்டும் மீண்டும் பரிசீலித்துக் கொண்டிருக்கிறது. இந்தக் கண்ணோட்டத்தில் பார்த்தால், நம் மூளை உயிர்பிழைத்து இருப்பதற்காகவே பரிணாம வளர்ச்சி அடைந்துள்ளது, மகிழ்ச்சியாக இருப்பதற்காக அல்ல என்று கூறுவது

பொருத்தமாக இருக்கும்.

இயற்பியலாளரும் அறிவியல் புனைகதை எழுத்தாளருமான மிச்சியோ காக்கு இவ்வாறு கூறியுள்ளார்: "மனித மூளையில் பத்தாயிரம் கோடி நரம்பணுக்கள் இருக்கின்றன. ஒவ்வொரு நரம்பணுவும் பத்தாயிரம் பிற நரம்பணுக்களுடன் பிணைக்கப்பட்டுள்ளது. உங்களுடைய கழுத்தின்மீது அமர்ந்திருக்கின்ற இந்தப் பொருள்தான் பிரபஞ்சத்திலேயே மிகவும் சிக்கலானது." இவ்வளவு ஆற்றல் வாய்ந்த அதற்கு நாம் தீனி போடாவிட்டால், அது பழைய விஷயங்களை அசைபோடத் தொடங்கிவிடும்.

2010 இல், 'அலைபாய்ந்து கொண்டிருக்கின்ற ஒரு மனம் ஒரு மகிழ்ச்சியற்ற மனம்' என்ற தலைப்பில், ஹார்வர்டு பல்கலைக்கழக ஆய்வாளர்களான மேத்யூ கில்லிங்ஸ்வொர்த்தும் டேனியல் கில்பர்ட்டும் ஓர் ஆய்வுக் கட்டுரையை வெளியிட்டனர். அதன்படி, நம்முடைய மூளை, தன்னைச் சுற்றி நடந்து கொண்டிருக்கும் விஷயங்களில் எவ்வளவு நேரத்தைச் செலவிடுகிறதோ, அதே அளவு நேரத்தை, தன்னைச் சுற்றி நடந்து கொண்டிருக்காத விஷயங்களிலும் செலவிட்டுக் கொண்டிருக்கிறது. அப்படித் தன்னைச் சுற்றி நடந்து கொண்டிருக்காத விஷயங்களில் நேரத்தைச் செலவிடுவது மகிழ்ச்சியின்மைக்கு இட்டுச் செல்கிறது.

2008 இல், சமந்தா பிராய்டும் அவருடைய குழுவினரும் வெளியிட்ட ஓர் ஆய்வறிக்கையில், பதற்றம், மனச்சோர்வு போன்ற மனநோய்களால் அவதிப்பட்டுக் கொண்டிருப்பவர்களிடம் மூளையின் இயல்பிருப்புப் பிணைய நிலையின் செயல்பாடு கூடுதலாக இருப்பதாகத் தெரிவிக்கப்பட்டுள்ளது. அதன் அடிப்படையில், இயல்பிருப்புப் பிணைய நிலையின் அதிகரிப்பு மனச்சோர்வுக்கு இட்டுச் செல்கிறது என்று கருதுவதற்கு இடமிருக்கிறது.

பணம், வேலை, குடும்பம், உறவுகள், மூப்படைதல் ஆகியவை குறித்து மக்கள் எப்போதும் கவலையும் பதற்றமும் கொண்டுள்ளனர். இவை கவலையையும் பதற்றத்தையும் உருவாக்குகின்றனவா அல்லது இவை குறித்த அளவுக்கதிகமான சிந்தனை அந்தக்

கவலையையும் பதற்றத்தையும் உருவாக்குகிறதா? கடும் பண நெருக்கடிகளையும் உறவுப் பிரச்சனைகளையும் எதிர்கொண்டாலும் கவலையும் பதற்றமும் அடையாத எண்ணற்றோர் இருக்கின்ற அதே வேளையில், அப்படிப்பட்ட நெருக்கடிகள் எதுவும் இல்லாத பலர் கவலையும் பதற்றமும் கொண்டிருப்பதையும் நாம் பார்க்கிறோம்.

இது தொடர்பாக மேற்கொள்ளப்பட்டுள்ள எண்ணற்ற ஆய்வுகளைக் கணக்கில் எடுத்துக் கொள்கின்றபோது, பதற்றம் பலதரப்பட்டக் காரணிகளால் உருவாகிறது என்ற முடிவுக்குத்தான் நாம் வர வேண்டியிருக்கிறது. முதல் காரணம் உயிரியல் தொடர்பானதாக இருக்கக்கூடும்.

இப்போது நாம், பதற்றக் கோளாறுக்கான முக்கியக் காரணம் என்று கூறப்படுகின்ற ஒன்றை எடுத்துக் கொள்ளலாம். மரபியல்தான் அது. உண்மையைச் சொல்ல வேண்டுமென்றால், பதற்றத்தை விளைவிக்கின்ற குறிப்பான மரபியல் காரணி எதுவொன்றையும் எந்தவோர் ஆய்வாளரும் இன்றுவரை உறுதியாகக் கண்டுபிடித்திருக்கவில்லை. ஆனால், பதற்றத்தை விளைவிக்கக்கூடிய மரபுக்கூறு ஒன்றை அவர்கள் கண்டுபிடித்துள்ளனர். 2019 இல் கிறிஸ்டீன் பர்வெஸும் அவருடைய குழுவினரும் இது தொடர்பாக மேற்கொண்ட ஓர் ஆய்வில், பதற்றக் கோளாறின் உருவாக்கத்தில் தொடர்புள்ள மரபணுக்களைக் 'குரோமோசோம் 9' சுமந்து கொண்டிருப்பதாகக் கண்டுபிடித்தனர். ஆனால் அதற்காக, அந்த மரபணுவைக் கொண்டிருப்பதாலேயே ஒருவருக்குக் கண்டிப்பாகப் பதற்றக் கோளாறு உருவாகும் என்று அர்த்தமில்லை.

பதற்றக் கோளாறின் உருவாக்கத்தில் வம்சாவளிக் காரணிகளின் பங்கு 26 சதவீதமாக இருப்பதாக அந்த ஆய்வு மேலும் தெரிவிக்கிறது. அப்படியானால், மீதமுள்ள 74 சதவீதம்? சுற்றுச்சூழல் காரணிகள் அதற்குப் பொறுப்பேற்றுக் கொள்கின்றன. குடும்பச் சூழல், கடந்தகால அனுபவங்கள், தற்போதைய வாழ்க்கைமுறை போன்றவை இதில் அடங்கும்.

அதாவது, உங்களால் இரண்டு வழிகளில் பதற்றக் கோளாறை சுவீகரிக்க முடியும். ஒன்று, உங்களால் உங்களுடைய பெற்றோரிடமிருந்து மரபியல்ரீதியாக அதைப் பெற முடியும். மற்றொன்று, பெற்றோரின் வளர்ப்புமுறையால் அதை நீங்கள் பெற முடியும். இந்த வழியில் நோக்கும்போது, மரபியல் காரணிகளையும், நடத்தை தொடர்பான காரணிகளையும் பிரித்தறிவது கடினமானதாக இருக்கும்.

உங்களுடைய பெற்றோரில் ஒருவருக்குப் பதற்றக் கோளாறு இருந்தால், உங்களுக்கும் பதற்றக் கோளாறு வருவதற்கு அதிக வாய்ப்புகள் இருக்கின்றன. ஆனால், இது வெறும் சாத்தியக்கூறுகள் குறித்த விஷயம் மட்டுமே. உங்களால் தப்பிக்கவே முடியாத 'பதற்ற மரபணு' என்ற ஒன்று கிடையாது. நமக்கு வயது ஏற ஏற, நம்முடைய சுற்றுச்சூழல் மாற மாற, நம்முடைய மரபணுக்களின் தாக்கத்தின் வீரியம் குறைந்து கொண்டே வருகிறது என்பதற்கு ஏராளமான சான்றுகள் இருக்கின்றன. மரபியல்ரீதியாக உங்களுக்குப் பதற்றக் கோளாறு ஏற்படுவதற்கு வாய்ப்புகள் இருப்பதை நீங்கள் அறிந்திருக்கும்பட்சத்தில், பதற்றத்தைக் கையாள்வதற்கும், அதைப் பொருட்படுத்தாமல் இருப்பதற்கும், அது இருக்கும்போதும் சிறப்பாக வாழ்வதற்கும் உங்களால் எளிதாகக் கற்றுக் கொள்ள முடியும்.

மேல்மரபியல் (Epigenetics) என்ற, மரபியல் தொடர்பான கிளை அறிவியல் பிரிவு ஒன்று, மரபணுக்கள் ஒரு குறிப்பிட்டப் பங்கு மட்டுமே வகிப்பதாகத் தெரிவிக்கிறது. நம்முடைய இனக்கீற்று அமிலம் (DNA) சுற்றுச்சூழல் காரணிகளாலும் வாழ்க்கை அனுபவங்களாலும் மாற்றமடையக்கூடியது. மூலக்கூறுகளின் இயக்கத்தால் சில மரபணுக்களைக் கிளர்ந்தெழ வைக்கவும் முடியும், செயலிழக்க வைக்கவும் முடியும். அதில் ஒன்று மெத்திலேற்றம் (Methylation). மெத்திலேற்றச் செயல்முறையின் மூலமாக, வாழ்க்கை அனுபவங்களால் மரபியல் பண்புநலக் கடத்தல்கள்மீது தாக்கம் ஏற்படுத்த முடியும் என்பதோடு கூடவே, அந்த மெத்திலேற்ற வடிவமைப்புக்கூட

அடுத்தத் தலைமுறைக்குக் கடத்தப்படக்கூடும் என்று மேல்மரபியலாளர்கள் கண்டுபிடித்துள்ளனர்.

அப்படியானால், அளவுக்கதிகமாகச் சிந்திப்பது மரபியல்ரீதியானதா? ஆமாம். ஆனால், வாழ்க்கைமுறையும் வாழ்க்கை அனுபவங்களும் அதில் 74 சதவீதத் தாக்கம் ஏற்படுத்தவல்லவை. அதாவது, அளவுக்கதிகமாகச் சிந்திப்பதில் சுற்றுச்சூழல் காரணிகள் ஒரு பெரும் பங்கு வகிக்கக்கூடும். நம்மால் நம்முடைய மரபியல் சுவீகரிப்பு குறித்து எதுவும் செய்ய முடியாது என்றாலும், பிற விஷயங்கள் குறித்து எண்ணற்றக் காரியங்களைச் செய்ய முடியும்.

மரபியல் தவிர்த்து, நமக்குள் பதற்றத்தைத் தோற்றுவிக்கின்ற வேறு பல மூலாதாரங்கள் இருக்கின்றன. நம்மில் பலருக்கு அளவுக்கதிகமாகச் சிந்தித்தல் என்பது ஒரு பழக்கமாக ஆகியுள்ளது. ஏனெனில், ஒரு பிரச்சனை குறித்து அளவுக்கதிகமாக நாம் சிந்தித்துக் கொண்டிருக்கின்றபோது, அதைத் தீர்ப்பதற்காக நாம் எதையோ செய்து கொண்டிருக்கிறோம் என்ற மாயையில் நாம் சிக்கியுள்ளோம். ஆனால், அளவுக்கதிகமான சிந்தனை எந்தவிதமான தீர்வுக்கும் வழி வகுப்பதில்லை என்பதுதான் உண்மை. ஏனெனில், பல்வேறு சாத்தியக்கூறுகள் குறித்த அலசல், எடைபோடுதல், மறுதலித்தல் என்ற சுழற்சி வட்டத்திற்குள் அது மாட்டிக் கொண்டுள்ளது. எவ்வளவுதான் சொறிந்தாலும் சரியாகாத அரிப்பைப் போன்றது அது. சொறிவது சுகமாக இருந்தாலும், அது ஒருபோதும் அந்த அரிப்பை நிறுத்தாது.

இந்த நச்சு வட்டத்திலிருந்து வெளியேறுவது கடினமாக இருப்பதற்கு, அளவுக்கதிகமான சிந்தனையைத் தூண்டுகின்ற பதற்றம் சாதுரியமான வழிகளில் வேலை செய்வது ஒரு முக்கியக் காரணம். நாம் கொண்டிருக்கின்ற தீவிர அச்சத்தை அது தனக்குச் சாதகமாகப் பயன்படுத்திக் கொள்கிறது. உங்களுடைய அளவுக்கதிகமான சிந்தனை சில குறிப்பிட்டக் காரணிகளால் தூண்டிவிடப்படுவதை நீங்கள் கவனித்திருக்கக்கூடும். அது, உங்களுடைய திறமை தொடர்பாக, சில குறிப்பிட்ட நபர்களுடன் நீங்கள் வைத்திருக்கின்ற உறவு தொடர்பாக, உங்களுடைய

உடல்ரீதியான மற்றும் மனரீதியான ஆரோக்கியம் தொடர்பாக நீங்கள் கொண்டிருக்கின்ற பாதுகாப்பின்மை உணர்வாக இருக்கலாம். உங்களுடைய எண்ணங்கள் தறிகெட்டு ஓடிக் கொண்டிருக்கின்றபோது அவற்றை அழுத்த முயல்வது நேரெதிரான விளைவையே ஏற்படுத்தும். அப்படிச் செய்யும்போது, நீங்கள் எதைப் பற்றிக் கவலைப்பட்டுக் கொண்டிருக்கிறீர்களோ, அதைப் பற்றி இன்னும் கூடுதலாகச் சிந்திக்கத் தொடங்குவீர்கள். இது நம்பிக்கையற்ற ஒரு சூழலைப்போல உங்களுக்குத் தோன்றலாம். ஆனால், இதிலிருந்து மீள்வதற்கான உத்திகளைப் பற்றி நாம் பின்னர் பார்க்கலாம்.

நம்முடைய அன்றாடப் பழக்கவழக்கங்களால், நுட்பமான விதங்களில் பதற்றத்திற்குத் தீனி போட்டு, அளவுக்கதிகமாகச் சிந்திப்பதற்கு நம்மை இட்டுச் செல்ல முடியும். சமூக ஊடகங்களை அடிக்கொருதரம் சோதிப்பது, சரியாகச் சாப்பிடாமல் இருப்பது, போதுமான அளவு ஊட்டச்சத்தை எடுத்துக் கொள்ளாமல் இருப்பது, தேவையான அளவு தண்ணீர் குடிக்காமல் இருப்பது, நேரங்கெட்ட நேரத்திற்குத் தூங்கி எழுந்திருப்பது போன்றவை அளவுக்கதிகமாகச் சிந்திக்கின்ற போக்கிற்கு மேலும் தீனி போடும். ஆனால், பிறவற்றோடு ஒப்பிடுகையில், இது கட்டுப்படுத்துவதற்கு அதிக எளிதானது. ஆனால், நம்முடைய பதற்றத்திற்கு மூலாதாரமாக விளங்குகின்ற அடுத்தக் காரணியை மன உறுதியால் கட்டுப்படுத்துவது அவ்வளவு எளிதல்ல.

பதற்றத்திற்கு உங்களுடைய சூழல் காரணமா?

உங்களுடைய மரபியல், சூரிய ஒளியில் எளிதாகச் சூடாகின்ற வெள்ளை நிறத் தோலை உங்களுக்குக் கொடுக்கக்கூடும். ஆனால், அது எந்த அளவுக்குச் சூடாகிறது என்பதைத் தீர்மானிப்பது மரபணுக்கள் அல்ல. மாறாக, அதைத் தீர்மானிப்பது சூரியன்தான்! அதேபோலவே, பதற்றத்தைப் பொறுத்தவரையும், மரபணுக்கள் நம்மை இந்தப் பக்கமோ அல்லது அந்தப் பக்கமோ சாய்க்கலாம். ஆனால், பதற்றத்தின்

உருவாக்கத்திலும் அதன் தொடர்ச்சியிலும் அதிக அளவு தாக்கம் ஏற்படுத்துவது வாழ்க்கைமுறைதான். அதாவது, மரபியல் சாபம் + மனஅழுத்தத்தை உருவாக்குகின்ற வாழ்க்கை நிகழ்வுகள் = பதற்றம்.

மனக்கோளாறுகளுக்கு அந்தத் தனிநபர் மட்டுமே பொறுப்பு என்பது வழமையான கண்ணோட்டமாகும். ஒருவருடைய மூளையில் சுரக்கின்ற வேதிப்பொருட்களின் சமநிலையில் ஏற்படுகின்ற மாற்றங்கள் இதற்கு எடுத்துக்காட்டாகக் கூறப்படுவதுண்டு. ஆனால், மிகுந்த மனஅழுத்தத்தை உருவாக்குகின்ற சூழலால் பதற்றத்தையும் பிற மனநோய்களையும் உருவாக்க முடியும் என்பது இப்போது நிரூபிக்கப்பட்டுள்ளது.

அடிப்படையில் மனஅழுத்தம் மோசமானதல்ல. நம்முடைய அன்றாடச் சவால்களைச் சமாளிக்கவும் நாள் முழுவதும் சுறுசுறுப்பாக இருக்க நம்மை ஊக்குவிக்கவும் மனஅழுத்தம் நமக்கு வெகுவாக உதவுகிறது. ஆனால், அது அளவுக்கு மீறி அதிகரிக்கின்றபோது அது நேரெதிரான விளைவையே ஏற்படுத்துகிறது. அப்போது நம்முடைய உளவியல் வளங்கள் முழுமையாகச் சுரண்டப்பட்டு, நம்முடைய ஆற்றல் முழுவதும் உறிஞ்சப்பட்டுவிடுகிறது. அதே நேரத்தில், நம்மை எந்தவிதத்திலும் ஊக்குவிக்காத ஒரு சுற்றுச்சூழலுக்குள் நாம் உலா வருகின்றபோது நாம் தூண்டப்படாமல் இருப்பதால், அதுவும் நமக்கு மனஅழுத்தத்தை உருவாக்குகிறது. இவற்றை வைத்துப் பார்க்கின்றபோது, மனஅழுத்தமே இல்லாத ஒரு சூழல் நமக்குத் தேவையில்லை, மாறாக, சரியான அளவில் மனஅழுத்தம் இருக்கின்ற சூழலே நமக்குத் தேவை என்பது புலனாகிறது.

மனஅழுத்தமும் பதற்றமும் ஒன்றல்ல. அது குறித்து உளவியலாளரான சாரா எடெல்மேன் இவ்வாறு விவரிக்கிறார்: மனஅழுத்தம் என்பது நம்முடைய சூழலிலுள்ள ஒன்று. அது நமக்கு வெளியேயிருந்து வருகின்ற அழுத்தம். ஆனால், அந்த அழுத்தத்தை நாம் அகரீதியாக எவ்வளவு அனுபவிக்கிறோம் என்பதுதான் பதற்றம். ஒரே மாதிரியான அழுத்தமிக்க நிகழ்வுகளை நாம் ஒவ்வொருவரும் ஒவ்வொரு விதமாக எதிர்கொள்கிறோம்.

நம் ஒவ்வொருவரிடமும் இருக்கின்ற அக வளங்களும் தாக்குப்பிடிக்கின்ற திறன்களும் வெவ்வேறானவை என்பதுதான் அதற்குக் காரணம். வெளியேயிருந்து வருகின்ற மனஅழுத்தத்திற்கு நாம் ஆற்றுகின்ற எதிர்வினைகள், கோபம் அல்லது மனச்சோர்வு போன்ற உணர்ச்சிகளாக இருக்கலாம். அல்லது, தூக்கமின்மை, செரிமானச் சிக்கல், கவனம் செலுத்த முடியாமை போன்ற உடல்ரீதியான பிரச்சனைகளாகவும் இருக்கலாம்.

உயிரோடு இருத்தல் என்பதே மனஅழுத்தம் உண்டாக்குகின்ற ஒன்றுதான். மனஅழுத்தம், சவால்கள், அசௌகரிய உணர்வு போன்றவை நம்முடைய அன்றாட வாழ்வில் தவிர்க்கப்பட முடியாத அம்சங்களாகும். நம்முடைய தாக்குப்பிடிக்கின்ற போக்கையும் நம்முடைய திறனையும் பாதிக்கின்ற அளவுக்கு அது தொடர்ந்து இருந்து வந்தால், நாம் அளவுக்கதிகமாகக் களைப்படைவோம், மனச்சோர்வடைவோம் அல்லது பதற்றக் கோளாறால் பாதிக்கப்படுவோம். பரிணாம வளர்ச்சிரீதியாக, நம்முடைய உடலில் தோன்றியுள்ள 'எதிர்த்துச் சண்டையிடுதல் அல்லது தப்பி ஓடுதல்' என்ற எதிர்வினையாக்கம் தற்காலிகமாக நம்மைப் பாதுகாப்பதற்காக உருவான ஒன்று; நாள் முழுவதும் உச்சகட்டப் பதற்ற நிலையில் தொடர்ந்து இருக்கின்ற விதத்தில் நம்முடைய உடல் பரிணாம வளர்ச்சி அடைந்திருக்கவில்லை. உடல்ரீதியாகவோ அல்லது மனரீதியாகவோ பதற்றக் கோளாறைப் பெறுவதற்குச் சாத்தியமுள்ள ஒருவர் தொடர்ந்து மனஅழுத்தத்தை உருவாக்குகின்ற சூழலில் இருந்து வந்தால், கடும் களைப்பையும் திக்குமுக்காடுகின்ற உணர்வையும் அவர் கண்டிப்பாக எதிர்கொள்ள நேரிடும்.

வேலை சார்ந்த அழுத்தங்கள், குழந்தைகள் உருவாக்குகின்ற அழுத்தங்கள், உணர்ச்சிகளை உறிஞ்சுகின்ற உறவுகள், மனஅழுத்தங்களை உருவாக்குகின்ற செய்திகளை இருபத்து நான்கு மணி நேரமும் அளித்துக் கொண்டிருக்கின்ற ஒரு சூழல், அரசியல், உங்களுடைய அண்டை வீட்டார் கொடுக்கின்ற தொந்தரவுகள், தூக்கமின்மை, குப்பை உணவுகளை அதிகமாகச்

சாப்பிடுதல், கடந்த ஆண்டு நாம் எதிர்கொண்டிருந்த மனஅதிர்ச்சிச் சம்பவம், வங்கியில் குறைவான பண இருப்பு போன்றவற்றால் சூழப்பட்டிருக்கின்ற நாம், திக்குமுக்காடிப்போயிருப்பதாக உணர்வதில் வியப்பேதும் இல்லை.

விவாகரத்து, விபத்து, குற்றச் சம்பவங்கள், ஏழ்மை, இனப்பாகுபாட்டுச் சம்பவங்கள் போன்ற, முந்தைய மாதம் ஒருவர் எதிர்கொண்ட அதிர்ச்சிகரமான வாழ்க்கை நிகழ்வுகளுக்கும் அவர் அனுபவிக்கின்ற மனச்சோர்வு மற்றும் பதற்றத்திற்கும் இடையே ஒரு நேரடித் தொடர்பு இருக்கிறது என்று கென்னத் கென்ட்லர் என்ற ஆய்வாளர் கண்டுபிடித்துள்ளார். ஒருவர் தன்னுடைய குழந்தைப்பருவத்தில், மனஅதிர்ச்சிச் சம்பவங்கள், பெரியவர்களால் தவறாக நடத்தப்பட்டிருத்தல் அல்லது அலட்சியப்படுத்தப்பட்டிருத்தல் போன்றவற்றை எதிர்கொண்டிருந்தால், அவர் பிற்காலத்தில் மனநோய்களால் பாதிக்கப்படுவதற்கு அதிக வாய்ப்புகள் இருப்பதைக் கென்னத்திற்கு முன்பாகவே பல ஆய்வுகள் வெளிப்படுத்தியுள்ளன. குழந்தைப்பருவத்தில் பாலியல் துன்புறுத்தல்களுக்கு ஆளான பெண்கள் பிற்காலத்தில் பதற்றத்திற்கு ஆளாவதற்கு அதிக வாய்ப்புகள் இருப்பதாக 2000ல் கிறிஸ்டீன் ஹைம் என்ற ஆய்வாளர் கண்டுபிடித்திருந்தார். அதோடு, பிறரோடு ஒப்பிடுகையில், மனஅழுத்தங்களுக்கு உடல்ரீதியாக அவர்கள் அதிகமாக எதிர்வினையாற்றுகின்றனர் என்றும் அவர் கூறியுள்ளார்.

சுற்றுச்சூழல் காரணிகள் என்று எடுத்துக் கொள்கின்றபோது, பொதுவாக நாம் நம் வாழ்வில் நிகழ்ந்துள்ள முக்கியமான சம்பவங்கள்மீதுதான் அதிகமாக நம்முடைய கவனத்தைக் குவிக்கிறோம். ஆனால் வேறு விதங்களிலும் சுற்றுச்சூழல் காரணிகள் நம்மை பாதிக்கின்றன. நாம் அன்றாடம் நம்முடைய நேரத்தின் பெரும்பகுதியைச் செலவழிக்கின்ற நம்முடைய வீடு மற்றும் அலுவலகங்களும் நம்மீது குறிப்பிடத்தக்கத் தாக்கம் ஏற்படுத்துகின்றன. அவை அமைந்துள்ள விதம் நாம் எந்த அளவு பதற்றமாக உணர்கிறோம் என்பதன்மீது

ஒரு குறிப்பிடத்தக்கத் தாக்கம் ஏற்படுத்துகிறது.

பதற்றத்தைக் கட்டுப்படுத்துவதற்கு ஒருவர் தான் இருக்குமிடத்தைச் சுத்தமாக வைத்துக் கொள்ள வேண்டும் என்று அறிவுறுத்தப்படுவதற்கு இதுதான் காரணம். வீடும் சரி, அலுவலகமும் சரி, அலங்கோலமாக இருத்தல் ஒருவருக்குப் பதற்றத்தைத் தோற்றுவிக்கலாம். ஏனெனில், ஒருவர் தான் இருக்கும் இடம் ஆழ்மனரீதியாகத் தன்னைப் பிரதிபலிப்பதாக உணர்வதுதான் இதற்குக் காரணம். வீடு அல்லது அலுவலகத்தில் இடம்பெற்றுள்ள விளக்குகளின் தரம், அங்குள்ள சத்தம், வாசனை, அந்த இடத்தின் சுவர்களின் நிறம், அங்கு இருக்கின்ற மக்கள் போன்றவை உங்களுடைய பதற்றத்தின் அளவைக் கூட்டவோ அல்லது குறைக்கவோ செய்யலாம். நல்ல வெளிச்சம், நல்ல வாசனை, இதமான வண்ணங்கள் போன்றவை உங்களுடைய பதற்றத்தின் அளவின்மீது எந்த அளவு தாக்கம் ஏற்படுத்துகின்றன என்பதை அறிந்தால் நீங்கள் பெரும் வியப்படைவீர்கள்.

ஆகவே, மரபியல் காரணங்கள் மட்டுமல்லாமல், வாழ்வின் நிகழ்வுகள், சுற்றுச்சூழல் காரணிகள் போன்றவையும் நீங்கள் பதற்றத்தை உணர்வதன்மீது பெரும் தாக்கம் ஏற்படுத்தும். நாம் முன்பு குறிப்பிட்டிருந்த எடுத்துக்காட்டை எடுத்துக் கொண்டால், கருப்புத் தோலுடைய ஒருவர் (வெள்ளைத் தோலோடு ஒப்பிடுகையில் சூரிய ஒளியில் அது அவ்வளவு எளிதில் சூடாகாது என்றாலும்) அதிக நேரம் கடுமையான சூரிய ஒளியில் நின்று கொண்டிருந்தால், அவருடைய தோல் சூடாகி பாதிப்படையும்.

மறுபுறம், வெள்ளைத் தோலுடைய நபர் தன் தோல் சூரிய ஒளியில் எளிதில் சூடாகும் என்பதால், வெளியே செல்லும்போது, சூரிய ஒளியிலிருந்து பாதுகாக்கின்ற களிம்புகளைப் பூசிக் கொள்கின்ற பழக்கத்தை வளர்த்துக் கொள்ளக்கூடும். அதன் மூலம், சுற்றுச்சூழல் தன்மீது ஆதிக்கம் செலுத்துவதை அவர் அனுமதிக்காமல் இருப்பார். இது மூன்றாவது அம்சத்திற்கு நம்மை இட்டுச் செல்கிறது. நம்முடைய நடத்தை மற்றும் மனப்போக்குகள்தாம் அது.

பதற்றத்திற்கு உங்களுடைய நடத்தையும் மனப்போக்குகளும் காரணமா?

எது காரணம்? இயற்கையா அல்லது பராமரிப்பா என்று காலங்காலமாக நடைபெற்றுக் கொண்டிருக்கின்ற விவாதம் ஒருவழியாக முடிவுக்கு வந்துள்ளது. இவை இரண்டுமே காரணம் என்ற முடிவுதான் அது. கீழ்க்கண்டவற்றுக்கு இடையேயான உறவின் காரணமாக நாம் பதற்றத்தை அனுபவிக்கிறோமா என்ற கேள்வி எழுப்பப்படுகிறது:

- ஒருபுறம் நம்முடைய மரபியல்ரீதியான குணாம்சம்
- மறுபுறம் நம்முடைய சுற்றுச்சூழல் நம்மிடம் உருவாக்குகின்ற அழுத்தங்கள்

இந்த இரண்டுக்கும் இடையேயான உறவை ஆராய்ந்து, அதைப் புரிந்து கொண்டு, பிரக்ஞையுடன் அதைக் கட்டுப்படுத்த முயற்சிப்பதில் நாம் ஒருவருக்கொருவர் வெகுவாக வேறுபடுகிறோம்.

கடைசியாக, நாம் பதற்றத்தை அனுபவிக்கிறோமா இல்லையா என்பதைத் தீர்மானிப்பதில் நம்முடைய மனப்போக்குகளும் நம்முடைய நடத்தையும் ஒரு முக்கியப் பங்கு வகிக்கின்றன.

இயற்கைக்கும் பராமரிப்புக்கும் இடையே, நம்மைப் பற்றி நாமே சொல்லிக் கொள்கின்ற கதை, நம்மைச் சுற்றி நடக்கின்ற விஷயங்களை நாம் அர்த்தப்படுத்திக் கொள்கின்ற விதம், நம்முடன் நாம் மேற்கொள்கின்ற உரையாடல்கள், நம்மைக் குறித்து நாம் கொண்டுள்ள பிம்பம் போன்றவை இடம் பெறுகின்றன. "சுமை ஒரு பொருட்டல்ல, அதை நீ எவ்வாறு தூக்கிச் செல்கிறாய் என்பதுதான் முக்கியம்," என்ற கூற்றை நீங்கள் கேள்விப்பட்டிருப்பீர்கள். ஒரு நிகழ்வு உங்களுக்கு மனஅழுத்தத்தை உருவாக்குகிறதா இல்லையா என்பது அந்த நிகழ்வை நீங்கள் எப்படிப் புரிந்து கொள்கிறீர்கள்,

அதை எப்படி அர்த்தப்படுத்திக் கொள்கிறீர்கள் என்பதோடு, அதை நீங்கள் எவ்வாறு கையாள்கிறீர்கள் என்பதைப் பொறுத்தும் இருக்கிறது.

ஒரு நிகழ்வை இரண்டு பேர் வெவ்வேறு விதமாக எடைபோடக்கூடும். அந்த அனுபவத்தை உருவாக்குவது, அது குறித்த அவர்களுடைய எடைபோடுதல்கள்தானே அன்றி அந்தச் சூழ்நிலை அல்ல. வாழ்க்கையின் சில நிகழ்வுகள் குறித்த எடைபோடுதல்கள் கூடுதலான மனஅழுத்தத்தை உருவாக்குவதற்கு இட்டுச் செல்லக்கூடும். எடுத்துக்காட்டாக, வாழ்க்கை என்பது உங்களுடைய கட்டுப்பாட்டில் இல்லாத ஒன்று (அது அதிர்ஷ்டம், எதேச்சையான நிகழ்வு அல்லது பிற மக்களைச் சார்ந்திருக்கின்ற ஒன்று) என்று நம்புகின்ற ஒரு நபராக நீங்கள் இருந்தால், ஒரு புதிய சூழலை நீங்கள் எதிர்கொள்கின்றபோது, நீங்கள் அதை ஒரு சவாலாகப் பார்க்காமல் ஓர் அச்சுறுத்தலாகத்தான் பார்ப்பீர்கள். அது ஓர் அச்சுறுத்தல் என்று உங்களுக்கு நீங்களே சொல்லிக் கொள்கின்றபோது, ஓர் அச்சுறுத்தலை நீங்கள் எப்படி எதிர்கொள்வீர்களோ அப்படித்தான் அதை எதிர்கொள்வீர்கள், அதன் காரணமாகப் பெரும் பதற்றமடைவீர்கள்.

சயாம் ரகப் பூனைகள் அவற்றின் வால்முனை, மூக்கு, காதுகள் மற்றும் கால்களின் தனித்துவமான நிறத்திற்குப் பெயர் போனவை. அதற்குக் காரணம் அவற்றின் மரபணுக்கள். ஆனால், அவை கல்லில் எழுதப்பட்டவை அல்ல. அவை சுற்றுச்சூழலின் தட்பவெப்ப நிலையைப் பொறுத்து மாறக்கூடியவை. ஒப்பீட்டளவில், அப்பூனைகள் குளிரான பகுதிகளில் வசிக்கின்றபோது, அவற்றின் வால்முனை, மூக்கு, காதுகள், கால்கள் ஆகியவை தீவிரமான பழுப்பு நிறத்தில் இருக்கும். அவை வெப்பமான பகுதிகளில் வசிக்கின்றபோது, அவை வெளிறிய பழுப்பு நிறத்தில் இருக்கும். அதாவது, சுற்றுச்சூழல் அவற்றின்மீது தாக்கம் ஏற்படுத்துகிறது.

ஒரு சயாம் பூனையை வளர்க்கின்ற ஒருவர் தன் பூனையின் வால் போன்ற அங்கங்களின் நிறம் வெளிறிய பழுப்பு நிறமாக மாறுவதற்காக ஒரு வெப்பப் பகுதிக்கு

இடம் பெயர்கிறார் என்று வைத்துக் கொள்வோம். அப்போது அதன் நிற மாறுதலுக்கு, மரபியலோ அல்லது சுற்றுச்சூழலோ காரணமாக இருக்காது. மாறாக, சயாம் பூனைகளின் நிறமாற்றம் குறித்து அதை வளர்த்தவர் கொண்டிருந்த அறிவுதான் அதற்குக் காரணமாக அமைந்திருக்கும்.

உங்களுடைய கண்ணோட்டம், உலகப் பார்வை, சுயம் குறித்த உணர்வு போன்றவை சாதாரணமான நிகழ்வுகள் குறித்த உங்களுடைய புரிதலின்மீது தாக்கம் ஏற்படுத்துகின்றன. நாம் மனஅழுத்தத்திற்கு எதிர்வினையாற்றுவதில்லை; மாறாக, மனஅழுத்தம் குறித்த நம்முடைய கண்ணோட்டத்திற்குத்தான் நாம் எதிர்வினையாற்றுகிறோம். அந்தக் கண்ணோட்டங்கள் நம்முடைய செயல்நடவடிக்கைகளால் எதார்த்தமாகின்றன. அந்த எதார்த்தம் நம்முடைய மனப்போக்கையும் நாம் கொண்டிருக்கின்ற உலகப் பார்வையையும் உறுதிப்படுத்துகிறது.

அடுத்து வருகின்ற அத்தியாயங்களில், உங்களுடைய மரபியல் காரணிகளை மாற்றுவதற்கு (அது சாத்தியமற்றது) அல்லது சுற்றுச்சூழலை மாற்றுவதற்கான (அது ஓரளவு சாத்தியம் என்றாலும், ஓரளவுக்கே) அறிவுரைகள் இடம்பெற்றிருக்காது. மாறாக, பதற்றம் மற்றும் அளவுக்கதிகமான சிந்தனையைக் கையாள்வதற்கான உங்களுடைய மனப்போக்கை மாற்றிக் கொள்வதற்கு இப்போது நீங்கள் என்ன செய்ய வேண்டும் என்பதில் நாம் கவனத்தைக் குவிப்போம்.

அளவுக்கதிகமாகச் சிந்திப்பவர்கள், அதற்கு மரபியல் மற்றும் சுற்றுச்சூழல்ரீதியான காரணிகள்மீது பழி போடுவர். ஆனால், இறுதியில், சூழ்நிலையை அவர்கள் எப்படி எடைபோடுகின்றனர் என்பதுதான் பதற்றத்தை வரவழைத்துக் கொள்வதில் மிக முக்கியப் பங்காற்றுகிறது. மனஅழுத்தத்தைத் தடுப்பதில் உங்களுடைய உள்ளார்ந்த ஆற்றல் குறித்து நீங்கள் எந்த மாதிரியான நம்பிக்கை கொண்டிருக்கிறீர்கள்? இந்த உலகையும் அதன் சவால்களையும் நீங்கள் எப்படிப் பார்க்கிறீர்கள்? அவை மலர்கின்ற விதத்தில் உங்களுடைய பங்கு எந்த

அளவுக்கு இருக்கிறது என்று நீங்கள் நினைக்கிறீர்கள்? உங்களுடைய அன்றாடப் பழக்கவழக்கங்கள் என்னென்ன? உங்களுடைய சுயமதிப்பு சிறப்பான நிலையில் இருக்கிறதா? இவற்றையெல்லாம் நம்மால் மாற்றிக் கொள்ள முடியும்.

இனி வரும் அத்தியாயங்களில், உங்களுடைய வாழ்க்கையில் புலனுணர்வுசார் நடத்தை சிகிச்சை (Cognitive Behavioral Therapy) முறைகளை எவ்வாறு புகுத்துவது என்பதைப் பார்க்கலாம். சரியான உத்திகளின் மூலம் உங்களால் உங்களுடைய கண்ணோட்டத்தை மாற்றிக் கொள்ளவும், நடத்தைகளில் மாறுதல்களை ஏற்படுத்திக் கொள்ளவும் முடியும். அதன் மூலம், அளவுக்கதிகமான சிந்தனையை உங்களால் நிறுத்த முடியும், மனஅழுத்தத்தை உங்களுடைய கட்டுப்பாட்டுக்குள் கொண்டு வர முடியும்.

அதற்குள் செல்வதற்கு முன்பாக, அப்படி நாம் செயல்படாவிட்டால் என்ன நடக்கும் என்பதை முதலில் பார்க்கலாம்.

அளவுக்கதிகமாகச் சிந்திப்பதால் ஏற்படும் பின்விளைவுகள்

நம்மில் பெரும்பாலானோர், கவலையும் அளவுக்கதிகமான சிந்தனையும் ஆபத்தானவை என்று கருதுவதில்லை. அவை வெறும் எண்ணங்கள்தானே என்ற அலட்சியப் போக்கு நமக்கு இருக்கிறது.

ஆனால் அது தவறு. பதற்றம் என்பது உடல்ரீதியான, உளரீதியான, இன்னும் சொல்லப் போனால், ஆன்மிகரீதியான விஷயம். பதற்றம் தாக்கம் ஏற்படுத்தாத அம்சம் என்ற ஒன்று நம் வாழ்க்கையில் இல்லை. நீங்கள் அச்சுறுத்தலுக்கு ஆளாகின்றபோது, ஹைபோதலாமஸ், பிட்யூட்டரி சுரப்பி, அட்ரீனல் சுரப்பி ஆகியவை முடுக்கிவிடப்படுகின்றன. அதன் காரணமாக, சில ஹார்மோன்களும் நரம்புணர்வுக் கடத்திகளும் சுரக்கின்றன. அவை உடலியல்ரீதியான தாக்கங்களை ஏற்படுத்தும். எதிர்த்துச் சண்டையிடுதல் அல்லது தப்பி ஓடுதலுக்குத் தேவையான விதத்தில் உடலைத் தயார்

செய்வதற்கான முன்னேற்பாடுகள் அவை.

2020 ஆம் ஆண்டில், கரின் மற்றும் அவருடைய குழுவினர் மேற்கொண்ட ஓர் ஆய்வில், ஹைபோதலாமஸ், பிட்யூட்டரி சுரப்பி, அட்ரீனல் சுரப்பி ஆகியவை கட்டுப்பாடற்ற முறையில் முடுக்கிவிடப்படுவது பல விதமான மனக்கோளாறுகளுக்கு அடித்தளமாக அமைகிறது என்பதைக் கண்டுபிடித்தனர். மனஅழுத்தம் என்பது, அகச்சுரப்பிகள் (Endocrine glands) மற்றும் உடலின் பிற உறுப்புகளின் இயக்கம் மற்றும் ஆரோக்கியம், தகவமைப்பு நடத்தைகள், நம்முடைய மனநிலை ஆகியவற்றை உள்ளடக்கிய ஒரு சிக்கலான விவகாரமாகும்.

உடல்ரீதியான பின்விளைவுகள்

அளவுக்கதிகமாகச் சிந்தித்தல் உடலில் பல குறுகியகால மற்றும் நீண்டகாலத் தாக்கங்களை ஏற்படுத்துகிறது. படபடக்கும் இதயம், தலைவலி, குமட்டல், தசை இறுக்கம், அதீதக் களைப்பு, உலர்ந்த வாய், தலைசுற்றல், சுவாசத் துடிப்பின் அதிகரிப்பு, அதீத வியர்வை, சரியான செரிமானமின்மை, நோய் எதிர்ப்புத்தன்மை கட்டுப்படுத்தப்படுதல், ஞாபகமறதிப் பிரச்சனைகள் போன்றவை அவற்றில் அடங்கும். மிகக் குறுகிய நேரத்திற்கு மனஅழுத்தம் உண்டானால் அதைச் சமாளிக்கின்ற திறன் உங்களுடைய உடலுக்கு உண்டு. ஆனால், நீங்கள் மனஅழுத்தத்தை நீண்டகாலமாகத் தொடர்ந்து அனுபவித்து வந்தால், அது உங்கள் உடலில் நீண்டகாலப் பிரச்சனைகளை உண்டாக்கும், அது உங்களுடைய எஞ்சிய வாழ்நாள் முழுவதும் தொடரும். இதய நோய்கள், தூங்க முடியாமை, ஹார்மோன் கோளாறுகள் போன்றவை அவற்றில் குறிப்பிடத்தக்கவை.

மனரீதியான பின்விளைவுகள்

அளவுக்கதிகமாகச் சிந்தித்தல் பல மனரீதியான தாக்கங்களை ஏற்படுத்துகிறது. அதீதக் களைப்பு, பெரும் சோர்வு, எப்போதும் பதற்றத்துடன் இருக்கின்ற

மனநிலை, கவனம் செலுத்த முடியாமை, ஊக்கமின்மை, பசியுணர்வு மற்றும் பாலுணர்வு நாட்டத்தில் ஏற்படுகின்ற மாற்றங்கள், கொடுங்கனவுகள், மனச்சோர்வு, விட்டேத்தியான மனோபாவம் போன்றவை அவற்றில் அடங்கும். மனஅழுத்தமானது எதிர்மறைச் சிந்தனைப் போக்கையும் தீங்கான சுயபேச்சையும் ஊக்குவிக்கும், நம்முடைய தன்னம்பிக்கையைக் குறைக்கும், நம்முடைய உத்வேகத்திற்கு உலை வைக்கும்.

அது மட்டுமல்லாமல், அளவுக்கதிகமான சிந்தனை உங்களுடைய ஆளுமையின்மீது தாக்கம் ஏற்படுத்தி, உங்களை ஆபத்துக்கு அஞ்சுபவராக, எதிர்மறைகளில் கவனத்தைக் குவிப்பவராக, குறைவான நெகிழ்வுத்தன்மை உடையவராக ஆக்கும். நீங்கள் எப்போதும் பதற்றத்தில் உழன்று கொண்டிருக்கின்றபோது, வாழ்க்கையை அதன் போக்கில் அனுபவிப்பதற்கு வழிசெய்கின்ற நிகழ்கணத்தில் உங்களால் லயிக்க முடியாமல் போய்விடும். தவறாகப் போயுள்ள விஷயங்கள் அல்லது தவறாகப் போகக்கூடிய விஷயங்களின்மீது நீங்கள் கவனத்தைக் குவிப்பதால், மகிழ்ச்சி, நன்றியுணர்வு, பிறருடனான தொடர்பு, படைப்பாற்றல் போன்றவற்றை நீங்கள் உணரத் தவறிவிடுவீர்கள்.

அதன் காரணமாக, உங்களால் பிரச்சனைகளுக்குப் புத்திசாலித்தனமான தீர்வுகளைக் கண்டுபிடிக்கவோ, புதிய வாய்ப்புகளைக் கண்டுணர்ந்து அவற்றை உங்களுக்குச் சாதகமாகப் பயன்படுத்திக் கொள்ளவோ, அல்லது உங்களுடைய வாழ்க்கையில் சிறப்பாகச் சென்று கொண்டிருக்கின்ற விஷயங்களை மெச்சவோ முடியாமல் போய்விடும். நீங்கள் எப்போதுமே கவலையுடனும் பயத்துடனுமே வாழ்ந்து வந்தால், நீங்கள் எதிர்கொள்கின்ற நிகழ்வுகள் அனைத்தும் அந்த நிறக் கண்ணாடி வழியாகவே பார்க்கப்படும் என்பதால், நீங்கள் அந்த நிகழ்வுகளை அவற்றின் உண்மையான எதார்த்தத்தில் பார்க்காமல், உங்களுடைய திரிபுக் கண்ணோட்டத்தில்தான் பார்ப்பீர்கள்.

சமூகரீதியான விளைவுகள்

அளவுக்கதிகமாகச் சிந்தித்தல் பல சமூகரீதியான தாக்கங்களை ஏற்படுத்துகிறது. உறவுச் சிக்கல்கள், அலுவலக வேலைத் திறன் குறைவு, பிறருடன் உறவாடுகின்றபோது பொறுமையிழத்தல், எரிச்சலடைதல், சமூக உறவாடல்களைத் தவிர்த்தல், எரிச்சலூட்டுகின்ற அல்லது தீங்கிழைக்கின்ற நடத்தைகளைக் கொண்டிருத்தல் போன்றவை அவற்றில் அடங்கும். எப்போதும் மனஅழுத்தத்திலேயே உழன்று கொண்டும் பதற்றமாக இருந்து கொண்டும் இருப்பவர்கள் வாழ்க்கையில் மகிழ்ச்சியை இழக்கத் தொடங்குகின்றனர்; அவர்கள் எதுவொன்றையும் திட்டமிடுவதை நிறுத்திவிடுகின்றனர்; அவர்களால் பிறரிடம் பரிவுடன் நடந்து கொள்ள முடியாது. ஒட்டுமொத்தத்தில், வாழ்க்கை குறித்த வேட்கையை அவர்கள் இழந்துவிடுகின்றனர். அனைத்துமே மோசமாகச் சென்று கொண்டிருக்கின்றன என்ற மனநிலையில் மூழ்கியிருக்கின்ற ஒருவரிடம் நகைச்சுவையுணர்வு இருக்காது. அதோடு, அவர்கள் பிறரை மதிப்போடு நடத்துவதில்லை.

உடல்ரீதியான, உளரீதியான மற்றும் சுற்றுச்சூழல்ரீதியான அம்சங்கள் அனைத்தும் ஒன்றிணைந்து பதற்றத்திற்கும் அளவுக்கதிகமான சிந்தனைக்கும் இட்டுச் செல்கின்றன. எடுத்துக்காட்டாக, நீங்கள் அளவுக்கதிகமாகச் சிந்தித்தால், உங்களுடைய உடலில் கார்ட்டிசால் மற்றும் வேறு சில ஹார்மோன்கள் அதிகமாகச் சுரக்கும். அவற்றின் காரணமாக, உங்களுடைய பதற்றம் அதிகரிக்கும், அளவுக்கதிகமாகச் சிந்திப்பது மேலும் அதிகரிக்கும். நேரங்கெட்ட நேரத்தில் தூங்குதல், மோசமான உணவுப் பொருட்களைச் சாப்பிடுதல், தெரிந்தவர்களிடமிருந்து விலகியிருத்தல் போன்ற மோசமான தேர்ந்தெடுப்புகளை நீங்கள் மேற்கொள்ளக்கூடும். அவை, நீங்கள் மாட்டிக் கொண்டிருக்கின்ற மனஅழுத்தச் சுழற்சியிலிருந்து மீள்வதற்கு உங்களை அனுமதிக்காது. அலுவலகத்தில் உங்களுடைய வேலையின் தரம் குறையலாம், சரியான

நேரத்திற்குக்காரியங்களைச்செய்வதைத்தவிர்த்து அவற்றை நீங்கள் தள்ளிப்போட்டுக் கொண்டேயிருக்கலாம். இது உங்களை மேலும் கவலைப்படுதல் என்ற படுகுழிக்குள் மேலும் ஆழமாகப் புதைக்கும்.

சுற்றுச்சூழல் அழுத்தங்களை நாம் மனஅழுத்தங்களாக வரித்துக் கொள்ளாதவரை அவற்றால் நமக்கு எந்தப் பிரச்சனையும் கிடையாது. அளவுக்கதிகமாகச் சிந்திக்கின்றபோது, வாழ்க்கை தொடர்பான சாதாரணமான அழுத்தங்களை எதிர்மறையானவையாகவும் நம்மைத் திக்குமுக்காட வைப்பவையாகவும் நாம் மாற்றிவிடுகிறோம், நாம் பதற்றச் சுழற்சிக்குள் மாட்டிக் கொள்கிறோம்.

அளவுக்கதிகமாகச் சிந்திப்பது உங்களுடைய நீண்டகாலப் பழக்கமாக ஆகின்றபோது, அது உங்களுடைய ஆளுமையின் ஒரு பகுதி என்று நீங்கள் நம்பத் தொடங்கிவிடுவீர்கள். ஆனால், நீங்கள் நம்பிக்கை இழக்கத் தேவையில்லை. அதிலிருந்து மீள்வது சாத்தியம்தான். அளவுக்கதிகமாகச் சிந்திப்பது உங்களுடைய வாழ்க்கையில் எத்தகைய தாக்கம் ஏற்படுத்துகிறது என்பது குறித்தப் பிரக்ஞை அதற்கான தொடக்கப் புள்ளியாக இருக்கும். அளவுக்கதிகமாகச் சிந்திப்பவர்களுக்குச் சாதகமான ஓர் அம்சமும் இருக்கிறது. பொதுவாக அவர்கள் புத்திசாலிகளாக இருப்பர். ஆனால், அளவுக்கதிகமான சிந்தனை தங்களுக்குப் பயனளிக்கின்ற ஒன்றல்ல என்பதை அவர்கள் ஒப்புக் கொள்ளும்போது மட்டுமே அதைச் சரி செய்வதற்கான நடவடிக்கைகளில் அவர்களால் இறங்க முடியும்.

நம் ஒவ்வொருவரிடமும் இருக்கின்ற தனிப்பட்டச் சார்புகளும், நாம் மீண்டெழுகின்ற விதங்களும் வெவ்வேறானவை. சுற்றுச்சூழல் தொடர்பான அழுத்தங்களை நாம் ஒவ்வொருவரும் வெவ்வேறு அளவுகளில் எதிர்கொள்கிறோம். ஆனால், நம்முடைய அனுபவங்களை எடைபோட்டு முன்னே செல்வதற்கான திறன் நம் அனைவருக்கும் பொதுவானது. நாம் மனது வைத்தால், நம்மால் இந்த அழிவுபூர்வமான நடத்தையை மாற்றிக் கொள்ள முடியும். மனஅழுத்தம் என்பது

வாழ்க்கையின் பிரிக்கப்பட முடியாத ஓர் அங்கம். ஆனால், அளவுக்கதிகமாகச் சிந்தித்தல் என்பது கட்டாயமற்றது. விஷயங்களை வித்தியாசமாகப் பார்ப்பதற்கும், பதற்றம் மற்றும் மனஅழுத்தத்தால் ஏற்படுகின்ற தீய விளைவுகளிலிருந்து மீள்வதற்கும் எவரொருவராலும் தங்களுடைய மூளையைப் பயிற்றுவித்துக் கொள்ள முடியும்.

சுருக்கமாக

- *அளவுக்கதிகமாகச் சிந்தித்தல் என்றால் என்ன? நீங்கள் ஒரு விஷயத்தைப் பற்றி, உங்களுடைய மன ஆரோக்கியத்தைக் கெடுக்கின்ற அளவுக்கும், நீங்கள் விரும்பினாலும் உங்களால் நிறுத்த முடியாத அளவுக்கும், அலசுதல், எடைபோடுதல், அசைபோடுதல், கவலையடைதல் போன்றவற்றில் அதீதமாக ஈடுபடுவதுதான் அளவுக்கதிகமாகச் சிந்தித்தலாகும்.*
- *அளவுக்கதிகமாகச் சிந்தித்தல் இரண்டு மூலாதாரங்களைக் கொண்டுள்ளது. அவற்றில் ஒன்று நாம்தான். துரதிர்ஷ்டவசமாக, நம்மில் சிலர், மரபியல்ரீதியாக மற்றவர்களைவிட அதிகப் பதற்றம் அடைகின்ற விதத்தில் வடிவமைக்கப்பட்டிருக்கிறோம். ஒரு பிரச்சனையைப் பற்றி அதிகமாகச் சிந்திப்பதன் மூலம் அதற்கான தீர்வை நம்மால் அடைய முடியும் என்று நாம் நம்புவதால் அது நமக்கு ஒரு பழக்கமாக ஆகிவிடுகிறது. அளவுக்கதிகமாகச் சிந்தித்தல் ஒருபோதும் முடிவுக்கு வராது என்பதால் நமக்குப் பிரச்சனைக்கான தீர்வு கிடைக்காது என்றாலும், நாம் ஓரளவுக்கு அத்திசையில் முன்னேறியிருக்கிறோம் என்று நம்மை நாமே தேற்றிக் கொள்வோம். அதன் காரணமாக, மீள முடியாத விதத்தில் நாம் அந்தச் சுழற்சி வட்டத்திற்குள் சிக்கிக் கொள்வோம்.*

- அளவுக்கதிகமாகச் சிந்தித்தலுக்கான மற்றொரு மூலாதாரம் நம்முடைய சுற்றுச்சூழல். இது இரண்டு அம்சங்களைக் கொண்டுள்ளது. முதலாவது, நாம் அதிகமான நேரத்தைச் செலவிடுகின்ற நம்முடைய வீடு, அலுவலகம் போன்ற இடங்கள். அந்த இடங்களின் அமைப்பு நம்முடைய பதற்றத்தின்மீது தாக்கம் ஏற்படுத்தவல்லவை. அவ்விடங்கள் இரைச்சலாகவும், போதிய வெளிச்சமின்றியும், ஒழுங்கற்றும் இருந்தால் அவற்றால் நம்முடைய பதற்றத்தை அதிகரிக்க முடியும். இரண்டாவது, நம்முடைய சமூகச் சூழல். எடுத்துக்காட்டாக, நம்முடைய சமூகச் சூழலில், இனப் பாகுபாடு, பாலினப் பாகுபாடு போன்றவற்றை நாம் எதிர்கொள்கின்றபோது நம்முடைய பதற்றம் அதிகரிக்கிறது.
- அளவுக்கதிகமாகச் சிந்தித்தல் பல எதிர்மறையான விளைவுகளை ஏற்படுத்துகிறது. அவை நீண்டகால நோக்கில், உடல்ரீதியான, உளரீதியான, மற்றும் சமூகரீதியான பாதிப்புகளை ஏற்படுத்தவல்லவை. இதயப் படபடப்பு, தலைசுற்றல், அதீதக் களைப்பு, எரிச்சல், தலைவலி, நரம்புத்தளர்ச்சி, தசை இறுக்கம் போன்றவை அவற்றில் அடங்கும்.

அத்தியாயம் 2

மனஅழுத்தத்திலிருந்து விடுபடுவதற்கான சூத்திரம்

நாம் இதுவரை, அளவுக்கதிகமாகச் சிந்திப்பது என்றால் என்ன என்பதைப் பற்றியும், அது எந்த அளவுக்கு நம்முடைய வாழ்க்கையை பாதிக்கும் என்பதைப் பற்றியும் பார்த்தோம். அதைச் சரி செய்வதற்கு, இவ்வுலகைப் பற்றிய நம்முடைய கண்ணோட்டத்தையும் மனப்போக்கையும் நாம் மாற்றிக் கொள்ள வேண்டும் என்பதையும் நாம் பார்த்தோம்.

எது எப்படியிருந்தாலும் நாம் மனஅழுத்தத்திலிருந்து விடுபட வேண்டியது அத்தியாவசியமானது என்பதில் இருவேறுபட்டக் கருத்துகள் இருக்க முடியாது. அதை நாம் இப்போது பார்க்கலாம். அதற்காக, இங்கு நான் மாதந்தோறும் 'மசாஜ்' செய்து கொள்ள வேண்டும் என்றோ, அல்லது ஏதாவது ஒரு வகையான தியானத்தில் ஈடுபட வேண்டும் என்றோ அறிவுரை வழங்கப் போவதில்லை. அளவுக்கதிகமாகச் சிந்திப்பவர்களுக்கு, வழக்கமாக வழங்கப்படுகின்ற அறிவுரைகள் போதாது. மாறாக, அவர்கள்:

- சிந்தனைச் செயல்முறை குறித்தப் பிரக்ஞையைப் பெற வேண்டும்.
- மனஅழுத்தம் ஏற்பட்டப் பிறகு அதற்கு எதிர்வினையாற்றிக் கொண்டிருக்காமல், அது வராமல் தடுப்பதற்குத் தேவையான நடவடிக்கைகளில் முனைப்பாக ஈடுபட வேண்டும்.
- தங்களுடைய எண்ணங்களை ஒருமுகப்படுத்துவதற்குத் தேவையான உத்திகளைக் கற்றுக் கொள்ள வேண்டும்.

நாம் அளவுக்கதிகமாகச் சிந்திக்கின்றபோது, நம்முடைய தலைக்குள் என்ன நடந்து கொண்டிருக்கிறது என்பதைத் துல்லியமாகத் தெரிந்து கொள்வதுதான் நம்முடைய இலக்காக இருக்கப் போகிறது. அளவுக்கதிகமான சிந்தனையைத் தூண்டிவிடுகின்ற காரணிகளையும் அது தொடங்கியவுடன் ஏற்படுகின்ற விளைவுகளையும் அடையாளம் காண்பதைப் பற்றியது அது. அந்தச் செயல்முறையை நம்மால் தெளிவாக அடையாளம் கண்டுகொள்ள முடிகின்றபோது, அது குறித்த அறிவார்ந்த நடவடிக்கைகளை நம்மால் மேற்கொள்ள முடியும். பிரக்ஞைதான் அதற்கான தொடக்கப் புள்ளியாகும்.

இந்த அத்தியாயத்தில், அளவுக்கதிகமாகச் சிந்திப்பதிலிருந்து எப்படி விடுபடலாம் என்பது குறித்த அடிப்படைகளை அலசலாம். ஆனால், அதற்கு அது குறித்தப் பிரக்ஞை நம்மிடம் இருக்க வேண்டும். பிரக்ஞையுடன் இருக்கின்றபோது, நாம் நம்முடைய கவனத்தை, எந்தவிதமான எடைபோடுதல்களுமின்றி, அவற்றைப் பிடித்துத் தொங்கிக் கொண்டிருக்காமலும் அவற்றை எதிர்த்துக் கொண்டிருக்காமலும், அக மற்றும் புற அனுபவங்களில் செலுத்துவோம். இன்னும் சொல்லப் போனால், அளவுக்கதிகமாகச் சிந்திக்கின்ற நபர், பிரக்ஞையுடன் இருப்பதற்கும் பதற்றத்திற்கும் இடையேயுள்ள வித்தியாசத்தை உணர்ந்து கொள்கின்ற திறனை வளர்த்துக் கொண்டால், அது அவர் கொண்டிருக்கின்ற திறமைகளிலேயே தலையாயதாக இருக்கும். ஏனெனில், பிரக்ஞை என்பது சார்பற்றது. ஆனால் பதற்றம் என்பது உணர்வுபூர்வமானது.

இந்தப் பிரக்ஞையை நமக்குள் வளர்த்துக் கொள்வதற்கு, நாம் நம்முடைய உணர்வுகள் மற்றும் எண்ணங்களைத் தொடர்ந்து அவதானிக்க வேண்டும். நம்முடைய வாழ்க்கைமுறை அதற்குச் சாதகமாக இருக்கிறதா என்பதையும் நாம் கவனித்து வர வேண்டும். அதற்கு அன்றாடம் ஏதாவது ஒரு விதத்தில் நிகழ்கணலயிப்பில் நாம் ஈடுபட வேண்டும்.

இப்படிக் கற்பனை செய்து கொள்ளுங்கள்: இன்றைய நாள் உங்களுக்கு ஒரு நீண்ட நாளாக அமைந்திருந்தது.

நாளின் முடிவில் நீங்கள் கடுமையாகக் களைத்துப் போயிருக்கிறீர்கள். பிரச்சனை இன்று காலையிலேயே தொடங்கிவிட்டது. நீங்கள் ஒரு சந்திப்புக்கூட்டத்திற்குத் தாமதமாகச் சென்றீர்கள். அலுவலகத்தில் உங்கள் சகா ஒருவருடன் நீங்கள் ஒரு கடும் வாக்குவாதத்தில் ஈடுபட்டீர்கள். இன்று உங்களுக்கு ஒதுக்கப்பட்டிருந்த வேலையின் அளவும் மிக அதிகமாக இருந்தது. அலுவலகத்தில் உங்களுடைய அலுவலக அறைக்கு வெளியே நடைபெற்றுக் கொண்டிருந்த பழுதுபார்ப்பு வேலை கடும் இரைச்சலாக இருந்தது. நீங்கள் இன்று செய்யத் திட்டமிட்டிருந்த வேலைகளின் பட்டியல் மிக நீளமாக இருக்கிறது. நீங்கள் கிட்டத்தட்டப் பொறுமை இழக்கும் நிலையில் இருக்கிறீர்கள். இதற்கிடையே, உங்கள் காதலர், "நான் அவசரமாக உன்னோடு பேச வேண்டும்," என்று உங்களுக்கு ஒரு குறுஞ்செய்தி அனுப்புகிறார்.

இப்படிச் சிறுகச் சிறுக மனஅழுத்தம் அதிகரித்துக் கொண்டே இருந்தால், அது உங்களைத் திக்குமுக்காட வைக்கும். அடுத்தடுத்து நெருக்கடிகளையும் புதிய புதிய சவால்களையும் உங்களை நோக்கி அனுப்பிக் கொண்டிருக்கின்ற ஒரு வீடியோ விளையாட்டை விளையாடுவதைப் போன்றது இது. மனஅழுத்தம் குறித்து உங்களால் உண்மையிலேயே எதுவும் செய்ய முடியாது என்பதுபோல நீங்கள் உணரக்கூடும் என்றாலும், அதைத் தடுத்து நிறுத்துவதற்கு எப்போதுமே வழிகள் இருந்து கொண்டுதான் இருக்கும். அப்போது முதலில் நீங்கள் ஆழமாக சுவாசித்துவிட்டு, உங்களைச் சுற்றி என்ன நடக்கிறது என்று அவதானியுங்கள்.

பதற்றமடைதல் என்பது பின்வருமாறு உணர்வதாகும்:

"இக்கணத்தில் என்னைச் சுற்றிப் பல விஷயங்கள் அரங்கேறிக் கொண்டிருக்கின்றன. என்னால் இதைச் சமாளிக்க முடியாது. எனக்கு 'ஓ!' என்று கத்த வேண்டும்போல இருக்கிறது. எவருமே என்னை மதிப்பதில்லை. இனியும் இப்படியே தொடர்வது சாத்தியமில்லை. இது ஏன் எனக்கு நிகழ்கிறது?"

பிரக்ஞை கொண்டிருத்தல் என்பது பின்வருமாறு உணர்வதாகும்:

"இக்கணத்தில் என்னைச் சுற்றிப் பல விஷயங்கள் அரங்கேறிக் கொண்டிருக்கின்றன. என் இதயம் படபடவென அடித்துக் கொள்கிறது. நான் கடுமையான பதற்றத்தை உணரத் தொடங்கியுள்ளேன். என் உணர்வுகள் என் கட்டுப்பாட்டில் இல்லாமல் தறிகெட்டு ஓடத் தொடங்கியுள்ளன."

நீங்கள் பதற்ற நிலையில் இருக்கும்போது, நீங்கள் எடைபோட்டுக் கொண்டிருப்பதையும், நடைபெற்றுக் கொண்டிருக்கின்ற விஷயங்களைத் திரித்துக் கொண்டிருப்பதையும் உங்களால் பார்க்க முடிகிறதா? ஆனால், நீங்கள் பிரக்ஞை நிலையில் இருக்கும்போது, உங்களைச் சுற்றி நடப்பவை குறித்தும் உங்களுடைய உணர்வுகள் குறித்தும் நீங்கள் பிரக்ஞையுடன் இருப்பதை உங்களால் பார்க்க முடிகிறதா? நீங்கள் பிரக்ஞையுடன் இருக்கின்றபோது, படபடப்புடன் காரியங்களைச் செய்வதற்குப் பதிலாக, அடுத்த என்ன செய்யலாம் என்று யோசித்துச் செய்வதற்கு அங்கு உங்களுக்கு ஒரு வாய்ப்பு உருவாகிறது.

மனஅழுத்தத்தைக் கையாள்தல் என்று நாம் கூறும்போது, முற்றிலுமாக மனஅழுத்தத்தைக் களைவதைப் பற்றி நாம் பேசிக் கொண்டிருக்கவில்லை என்பதை நீங்கள் புரிந்து கொள்ள வேண்டும். அது சாத்தியமற்றது. அதே நேரத்தில், அது குறித்தப் பிரக்ஞையின்றிச் செயல்பட்டுக் கொண்டிருப்பதைப் பற்றியும் நாம் பேசிக் கொண்டிருக்கவில்லை. எடைபோடாமல் பிரக்ஞையுடன் இருப்பதைப் பற்றித்தான் நாம் பேசிக்கொண்டிருக்கிறோம். இதை உங்களால் செய்ய முடியும் என்றால், வாழ்வில் நீங்கள் கட்டாயம் எதிர்கொள்ள வேண்டியிருக்கின்ற மனஅழுத்தங்கள் குறித்து உங்களால் என்ன செய்ய முடியும் என்பதை உங்களால் தேர்ந்தெடுக்க முடியும். இது தொடர்பாக உங்கள் முன் இருக்கின்ற வாய்ப்புகள் என்னென்ன என்று அடுத்து நாம் பார்க்கலாம்.

மனஅழுத்தத்தைக் கையாள்வதற்கான நான்கு உத்திகள்

இந்த உத்திகளை முதன்முதலில் அறிமுகப்படுத்தியது

மேயோ கிளினிக்தான் என்றாலும், அதற்குப் பிறகு, உலகெங்கிலுமுள்ள எண்ணற்ற மருத்துவர்கள், உளவியலாளர்கள், மற்றும் ஊக்குவிப்பாளர்களால் இவை பரவலாகப் பயன்படுத்தப்பட்டு வந்துள்ளன. பதற்றத்தைக் கையாள்வதற்குப் பயன்படுத்தத்தக்க, ஒழுங்குமுறையுடன்கூடிய இந்த எளிய அணுகுமுறை, பள்ளத்தில் விழுந்து கிடப்பவனை நோக்கி வீசப்படுகின்ற ஒரு கயிற்றைப் போன்றது. தவிர்த்தல், மாற்றியமைத்தல், ஏற்றுக் கொள்ளுதல், தகவமைத்தல் ஆகியவைதாம் அந்த நான்கு அம்சங்களாகும். வாழ்க்கையில் நீங்கள் எதிர்கொள்கின்ற மனஅழுத்தம் எதுவாக இருந்தாலும் அவற்றை இந்த நான்கு உத்திகளில் ஒன்றைக் கொண்டே சமாளித்துவிடலாம் என்ற நிதர்சனம் உங்களுக்கு ஆறுதலளிக்கக்கூடும்.

தவிர்த்தல்

இது நம்புதற்கரிய விதத்தில் எளிமையானதாகத் தோன்றலாம். ஆனால், வாழ்க்கையில் நீங்கள் எதிர்கொள்கின்ற பல தீவிரமான எதிர்மறைச் சூழல்களை உங்களால் எளிதில் உதறித் தள்ளிவிட்டுச் சென்றுவிட முடியும் என்பதே உண்மை. வாழ்க்கையில் எல்லாவற்றையும் நம்மால் கட்டுப்படுத்த முடியாதுதான். ஆனால், மனஅழுத்தத்தை உருவாக்குகின்ற ஒரு சூழலில் மாட்டிக் கொள்ளாமல் இருக்கின்ற ஒரு விதத்திலோ அல்லது மனஅழுத்தத்தைக் கொடுக்கின்ற ஒரு நபரை எதிர்கொள்ள வேண்டியிருக்காத ஒரு வழியிலோ உங்களால் உங்களுடைய சூழலை மாற்றியமைத்துக் கொள்ள முடியும். நம்மை நாம் நேர்மையாக ஆய்வு செய்தால், நாம் எதிர்கொள்கின்ற பெரும்பாலான மனஅழுத்தங்கள் நாமே வலிய இழுத்து வைத்துக் கொண்டவைதாம் என்பது நமக்குப் புலனாகும்.

உங்களுடைய சுற்றுச்சூழலில் இருக்கின்ற எந்த அம்சம் உங்களுக்கு மனஅழுத்தத்தைக் கொடுத்துக் கொண்டிருக்கிறது என்பது குறித்தும், அதை உங்களுடைய கட்டுப்பாட்டிற்குள் கொண்டுவருவதற்கு

என்ன செய்யலாம் என்பது குறித்தும் யோசியுங்கள். ஞாயிற்றுக்கிழமையன்று சாமான்கள் வாங்குவதற்கு ஒரு பல்பொருள் அங்காடிக்குச் சென்றால் அங்குக் கூட்டமாக இருக்கும் என்பதால் அதை ஒருவர் வெறுக்கிறார் என்று வைத்துக் கொள்வோம். அது அவருக்கு மனஅழுத்தத்தைக் கொடுக்கும் என்பதால், வாரநாட்களில், எடுத்துக்காட்டாக, செவ்வாய்க்கிழமை மாலையில், அவ்வளவாகக் கூட்டமில்லாத ஒரு நேரத்தில் கடைக்குச் சென்று சாமான்களை வாங்கி வருவதன் மூலம் அந்த மனஅழுத்தத்தை அவரால் தவிர்க்க முடியும். இங்கு நீங்கள் ஒரு பல்பொருள் அங்காடிக்குக் கூட்ட நெரிசல்மிக்க ஒரு நேரத்தில் செல்வதைத் தவிர்ப்பதன் மூலம், மனஅழுத்தம் ஏற்படுவதற்கான வாய்ப்பே இல்லாமல் போய்விடுகிறது. எனவே, இல்லாத அந்த மனஅழுத்தத்தைக் கையாள வேண்டிய தேவையும் இல்லாமல் போய்விடுகிறது.

உங்களுக்கு மனஅழுத்தம் ஏற்படுத்துகின்ற நபர்களுக்கும் இதே அணுகுமுறை பொருந்தும். எடுத்துக்காட்டாக, நீங்கள் ஒரு சிறிய வீட்டில் உங்களுடைய குடும்பத்துடன் வசித்துக் கொண்டிருக்கின்றபோது, உங்களுடைய அப்பாவும் அம்மாவும் விடுமுறைக்காக உங்களுடைய வீட்டில் தங்குவது உங்களுக்குக் கடுமையான மனஅழுத்தம் ஏற்படுத்துகிறது என்று வைத்துக் கொள்வோம். ஒன்று, உங்கள் வீட்டுக்கு அருகேயுள்ள ஒரு ஓட்டலில் அவர்களுக்கு ஓர் அறை எடுத்துக் கொடுத்து அவர்களை அங்கே தங்க வைக்கலாம். அல்லது, உங்கள் வீட்டில் அவர்கள் இருக்கின்ற அதே அறையில் நீங்கள் மணிக்கணக்காக அவர்களோடு தனியாக இருப்பதைத் தவிர்க்கலாம்.

நீங்கள் மனஅழுத்தத்தைத் தவிர்க்கின்ற நடவடிக்கைகளில் ஈடுபடுவதை, நீங்கள் உங்களுடைய பொறுப்புகளிலிருந்து தப்பி ஓடுவதாகவோ அல்லது உங்களுடைய பிரச்சனைகளை மறுதலிப்பதாகவோ எடுத்துக் கொள்ளத் தேவையில்லை. தேவையற்ற, தீங்கு விளைவிக்கின்ற மனஅழுத்தம் உங்களை அண்டவிடாமல் தடுக்கிறீர்கள் என்றுதான் அதற்கு அர்த்தம். நம்மிடமிருந்து

அளவுக்கதிகமாக எதிர்பார்க்கின்ற நபர்களையும் சூழல்களையும் நம்மால் எப்போதுமே மறுதலிக்க முடியும். அவற்றில் நம்முடைய ஆற்றல், கவனக்குவிப்பு ஆகியவை தவிர நம்முடைய நேரமும் அடங்கும். உங்களுடைய வாழ்க்கையில் உங்களுடைய நேரத்தை விழுங்கிக் கொண்டிருக்கின்ற விஷயம் எதுவாக இருந்தாலும் அதை வேண்டாம் என்று உங்களால் மறுதலிக்க முடியும்.

நீங்கள் செய்யத் திட்டமிட்டுள்ள வேலைகளின் பட்டியலை எடுத்துக் கொள்ளுங்கள். அதில் நீங்கள் அவசரமாகச் செய்ய வேண்டியிருக்காத, முன்னுரிமை கொடுக்கத் தேவையில்லாத இரண்டு அல்லது மூன்று விஷயங்களை அதிலிருந்து நீக்கிவிடுங்கள். உங்களுடைய வேலைகளைப் பிறரிடம் ஒப்படையுங்கள். அல்லது, சில வேலைகளுக்குப் பிறர் பொறுப்பேற்றுக் கொள்ளும்படி செய்யுங்கள். எல்லாவற்றையும் நீங்களே இழுத்துப்போட்டுக் கொண்டு செய்ய வேண்டும் என்ற அவசியமில்லை. அடுத்த முறை, உங்களுக்கு மன அழுத்தத்தை உருவாக்கவிருக்கின்ற ஒரு சூழலை நீங்கள் எதிர்கொள்கின்றபோது, “இதை என்னால் ஒட்டுமொத்தமாகத் தவிர்க்க முடியுமா?” என்று உங்களையே கேட்டுக் கொள்ளுங்கள். அப்படி முடியுமென்றால், அதைத் தவிர்த்துவிடுங்கள்.

அப்படி முடியாது என்றால், அச்சூழலை மாற்றுவதற்கு ஏதாவது ஒரு வழி இருக்கிறதா என்று நீங்கள் ஆராய வேண்டும். எடுத்துக்காட்டாக, மாற்றியமைத்தல்.

மாற்றியமைத்தல்

பிறர் தங்களுடைய நடத்தையை மாற்றிக் கொள்ள வேண்டும் என்று கேட்டுக் கொள்ளக்கூடிய ஒரு விருப்பத்தேர்வு உங்களுக்கு எப்போதுமே இருக்கிறது. எடுத்துக்காட்டாக, அலுவலகத்தில் உங்களுடைய அறைக்கு வெளியே நடைபெற்றுக் கொண்டிருக்கின்ற பழுதுபார்ப்பு வேலையிலிருந்து அளவுக்கதிகமாகச் சத்தம் வந்து கொண்டேயிருக்கிறது என்று வைத்துக் கொள்வோம். நீங்கள் ஒரு முக்கியமான தொலைபேசி அழைப்பு விடுக்க வேண்டியிருக்கிறது. அப்போது, ஒரு

பத்து நிமிடங்களுக்குப் பழுதுபார்ப்பு வேலையை நிறுத்தி வைக்கும்படி நீங்கள் அந்தத் தொழிலாளர்களிடம் கேட்டுக் கொள்ளலாம். வெறுமனே மௌனமாக உங்களுடைய வேதனைகளைச் சகித்துக் கொண்டிருக்காமல், நேரடியாக உங்களுடைய தேவைகளையும் உணர்ச்சிகளையும் பிறரிடம் தெரிவியுங்கள். துளிகூட நகைச்சுவையற்ற ஜோக்குகளை எப்போதும் சொல்லிக் கொண்டிருக்கின்ற ஒரு நண்பரிடம், அது உங்களுக்கு எரிச்சல் ஏற்படுத்துவதாக நீங்கள் நேரடியாகக் கூறாவிட்டால், அவருடைய நடத்தையை நீங்கள் என்றென்றைக்கும் சகித்துக் கொள்ள வேண்டியிருக்கும்.

வாழ்க்கையில் நாம் எதிர்கொள்கின்ற அனைத்து மனஅழுத்தங்களையும் நம்மால் தவிர்க்க முடியாது. ஆனால், அந்த நிகழ்வுகள் நிகழ்கின்ற விதத்தை நிர்ணயிப்பதில் நமக்குக் கண்டிப்பாக ஒரு பங்கு இருக்கிறது. பிறரிடம் பேசுங்கள், அவர்களுடன் சில உடன்பாடுகளைச் செய்து கொள்ளுங்கள். உங்களுடைய தேவைகளை அவர்களிடம் நேரடியாக எடுத்துரைத்து, அவர்களிடமிருந்து உங்களுக்கு என்ன வேண்டும் என்று தெரிவியுங்கள். சில நேரங்களில் உங்களுடைய அணுகுமுறையை மாற்றிக் கொள்வதன் மூலம், தவிர்க்கப்பட முடியாத விஷயங்களை உங்களால் மனஅழுத்தமின்றிச் சமாளித்துக் கொள்ள முடியும். எடுத்துக்காட்டாக, உங்களால் ஞாயிற்றுக்கிழமைகளில் மட்டுமே பல்பொருள் அங்காடிக்குச் சென்று சாமான்களை வாங்க முடியும் என்று வைத்துக் கொள்வோம். அங்குச் செல்கின்றபோது, நீங்கள் உங்களுடைய அலைபேசியில் ஓர் ஒலிப்புத்தகத்தைக் கேட்டவாறே சாமான்களை வாங்க முயற்சிக்கலாம். அது உங்களுடைய மனஅழுத்தத்தைக் குறைக்கின்ற அதே நேரத்தில், உங்களுக்குப் பயனுள்ளதாகவும் இருக்கும். நீங்கள் உங்களுடைய குழந்தையின் பள்ளியில் நடைபெறுகின்ற பெற்றோர்-ஆசிரியர் சந்திப்புக்கூட்டத்திற்குச் செல்ல வேண்டியிருப்பதாக வைத்துக் கொள்வோம். அது தவிர்க்கப்பட முடியாததாக இருக்கும் பட்சத்தில், போகின்ற வழியில் காருக்குப் பெட்ரோல் நிரப்புவது போன்ற வேறு ஏதாவது சிறு வேலைகளை அதனோடு

சேர்த்துக் கொள்வது அந்தக் கூட்டத்தில் கலந்து கொள்வது குறித்த உங்களுடைய எரிச்சலைக் கணிசமாக மட்டுப்படுத்தக்கூடும். அதேபோல, தவிர்க்கப்பட முடியாத விஷயங்களை எளிதாகக் கையாள்கின்ற விதத்தில் அவற்றைச் சிறு சிறு விஷயங்களாகப் பிரித்துக் கொள்வதும் நல்ல பலனளிக்கும். எடுத்துக்காட்டாக, நீங்கள் செல்ல விரும்பாத ஒரு விருந்துக்குக் கட்டாயம் சென்றாக வேண்டியிருக்கிறது என்று வைத்துக் கொள்வோம். அப்போது நீங்கள் அங்குச் சென்றுவிட்டு, "நாளைக்கு நான் என் அலுவலகத்திற்குச் சீக்கிரமே செல்ல வேண்டியிருப்பதால் நான் இங்கிருந்து ஒரு மணிநேரத்தில் கிளம்பிவிடுவேன். என்னை மன்னித்துக் கொள்ளுங்கள்," என்று அவர்களிடம் முன்கூட்டியே தெரிவித்துவிடலாம்.

உங்களுக்கு மன அழுத்தம் ஏற்படுத்துகின்ற விஷயத்தை உங்களால் பெரிதாக மாற்ற முடியாது என்றால் நீங்கள் மூன்றாவது உத்தியை முயற்சி செய்யலாம்.

ஏற்றுக் கொள்ளுதல்

நீங்கள் விரும்பாத ஒரு சூழலை எப்படி ஏற்றுக் கொள்வது என்று யோசிக்கிறீர்களா? உங்களுக்கு ஒரு விஷயம் பிடிக்கவில்லை என்றால், பிடிக்கவில்லை, அவ்வளவுதான். அதை ஏற்றுக் கொள்வது என்பது அது குறித்து நீங்கள் எப்படி உணர்கிறீர்களோ அப்படி உணராமல் இருப்பதுபோலப் பாசாங்கு செய்வதல்ல; மாறாக, அப்படி உணர்வதில் தவறில்லை என்று ஏற்றுக் கொள்வதுதான். நீங்கள் உங்களுடைய உணர்ச்சிகளை ஏற்றுக் கொண்டு அவற்றுக்குப் பொறுப்பேற்றுக் கொள்ளுங்கள். உங்களுடைய காதலர் உங்களுடனான காதல் உறவை ஓர் ஒற்றை வரிக் குறுஞ்செய்தி மூலம் முறித்துக் கொள்கிறார் என்று வைத்துக் கொள்வோம். அவருடைய அந்தத் தீர்மானம் குறித்து உங்களால் ஒன்றும் செய்ய முடியாது. ஆனால், அச்சூழலை ஏற்றுக் கொண்டு, உங்களுடைய நெருங்கிய நண்பர் யாரையாவது அழைத்து உங்களுடைய உணர்ச்சிகளை அவரிடம் கொட்டலாம்.

நீங்கள் எதிர்கொண்டிருக்கும் ஒரு பிரச்சனையில்

தவறு உங்கள்மீது இல்லை என்று வைத்துக் கொள்வோம். அப்போது, ஏற்றுக் கொள்ளுதல் என்பது அதில் சம்பந்தப்பட்ட நபரை மன்னிப்பதற்கான வழிகளைக் கண்டுபிடிப்பதை உள்ளடக்கியிருக்கலாம். மன்னித்தல் என்பது நீங்கள் மற்றவருக்காகச் செய்கின்ற ஒரு காரியமல்ல, மாறாக உங்களுக்காகச் செய்து கொள்கின்ற ஒன்றுதான் என்பதை நினைவில் கொள்ளுங்கள். நீங்கள் ஒருவரை மன்னிக்கின்றபோது, அவர்மீதான வெறுப்பு, நடந்து போன விஷயங்களுக்கு அவர்மீது குற்றம் சாட்டுதல் போன்றவற்றின் மூலமாக உங்களுக்கு ஏற்படக்கூடிய மனஅழுத்தத்திலிருந்து உங்களை நீங்கள் விடுவித்துக் கொள்கிறீர்கள்.

ஏற்றுக் கொள்ளுதல், நிகழ்வுகளை நாம் எப்படிப் பார்க்கிறோம் என்பதில் நாம் மேற்கொள்கின்ற இலேசான மாற்றங்களையும் உள்ளடக்கியுள்ளது. நிகழ்வுகளை நம்மால் மாற்ற முடியாது என்றாலும், அவை குறித்து நமக்குள் நாம் எப்படிப் பேசிக் கொள்கிறோம், அவை குறித்த நம்முடைய வார்த்தைப் பிரயோகங்கள் எப்படி இருக்கின்றன போன்றவற்றை நம்மால் அவதானிக்க முடியும். எடுத்துக்காட்டாக, “நான் இந்தப் பாடத்தில் தேர்ச்சி பெறவில்லை என்பதால், இதற்காக நான் செலவழித்திருந்த மொத்தப் பணத்தையும் இழந்துவிட்டேன். நான் ஒரு முட்டாள். நான் போதிய அளவு கடினமாக உழைத்திருக்கவில்லை,” என்று உங்களுக்கு நீங்களே கூறிக் கொள்வதற்குப் பதிலாக, “நான் ஒரு தவறு செய்துவிட்டேன். அது குறித்து நான் மகிழ்ச்சியாக இல்லை. ஆனால், இந்த ஒரு நிகழ்ச்சி மட்டுமே என்னைப் பிரதிநுதப்படுத்தாது. என்னால் தவறுகளிலிருந்து பாடம் கற்றுக் கொண்டு மேலே முன்னேற முடியும். அடுத்த முறை என்னால் விஷயங்களை இன்னும் சிறப்பாகச் செய்ய முடியும்,” என்று நீங்கள் கூறலாம்.

ஒரு விஷயத்தை நாம் ஏற்றுக் கொள்கிறோம் என்பதற்காக அதனோடு நாம் ஒத்துப் போகிறோம் என்றோ, அது நமக்குப் பிடித்திருக்கிறது என்றோ, அல்லது அதை மாற்ற முயலக்கூடாது என்றோ அர்த்தமில்லை.

அதிலுள்ள எவற்றையெல்லாம் நம்மால் மாற்ற முடியாது என்பதைப் புரிந்து கொள்வதன் மூலம், அதிலுள்ள மாற்றப்படக்கூடிய விஷயங்கள்மீது நம்மால் கவனம் செலுத்த முடியும்.

தகவமைத்தல்

நீண்டகால நோக்கில் பார்க்கின்றபோது, நாம் ஒரு விஷயம் குறித்துத் தகவமைத்துக் கொள்கின்றபோது, மனஅழுத்தத்தை நம்மால் சிறப்பாகக் கையாள முடியும். தகவமைத்தல் என்றால் நம்முடைய உலகப் பார்வை, இலக்குகள், கண்ணோட்டங்கள், எதிர்பார்ப்புகள் ஆகியவற்றில் நீடித்து நிலைத்திருக்கின்ற மாற்றங்களை மேற்கொள்வதாகும். ஒரு கச்சிதவாதியைக் கற்பனை செய்து கொள்ளுங்கள். அவர் எப்போதும் மனஅழுத்தத்திலேயே இருப்பார். ஏனெனில், தனக்குத் தானே நிர்ணயித்துக் கொண்டுள்ள உயர்ந்த தரங்களை அடைய அவர் திணறிக் கொண்டிருப்பார். தன்னுடைய எதிர்பார்ப்புகளை நிறைவேற்றிக் கொள்வதற்கு அவர் ஓர் அதிமனிதனாக ஆக வேண்டிய அவசியமில்லை. மாறாக, அவர் தன்னுடைய எதிர்பார்ப்புகளைக் கொஞ்சம் குறைத்துக் கொண்டாலே போதும். அப்படிச் செய்யும்போது, அவரால் எதார்த்தத்தோடு எளிதாகக் கைகுலுக்கிக் கொள்ள முடியும்.

தகவமைத்தல் என்பது வாழ்க்கையை எதிர்கொள்வதற்காக நம்மை நாமே மாற்றிக் கொள்வதாகும். மனச்சோர்வு அளிக்கின்ற எண்ணங்களில் உழன்று கொண்டிருக்க மறுத்துவிட்டு, நீங்கள் ஒரு நன்னம்பிக்கையாளராக இருப்பதற்காக ஒரு திட்டவட்டமான முறையில் செயல்நடவடிக்கையில் இறங்குவீர்கள். நாம் நம்முடைய கண்ணோட்டத்தை மாற்றிக் கொள்ளும்போது, விஷயங்களை ஒரு வித்தியாசமான கோணத்தில் நம்மால் பார்க்க முடியும். நாம் எதிர்கொண்டுள்ள ஒரு விஷயம் உண்மையிலேயே ஒரு நெருக்கடியா அல்லது ஒரு சவாலா என்று நம்மால் ஆராய முடியும். “வாழ்க்கை நியாயமற்றதாக இருக்கிறது.

இதுவும் இதற்கு முன்பு நிகழ்ந்திருந்ததைப்போலவே மோசமாகத்தான் முடியும்," என்று எண்ணுவதற்குப் பதிலாக, "எதிலிருந்தும் என்னால் மீண்டெழ முடியும்," என்று நமக்கு நாமே சொல்லிக் கொள்கின்றபோது, நாம் எதிர்கொள்கின்ற தடைகள் எப்படிக் காட்சியளிக்கும் என்று நீங்கள் நினைக்கிறீர்கள்?

மனஅழுத்தத்தை எதிர்கொள்வதற்காக நம்மை நாம் தகவமைத்துக் கொள்கின்றபோது, நம்மை வலுவாக்கிக் கொள்வதற்கான வழிகளை நாம் தேடத் தொடங்குவோம். நமக்கு அதிகாரமளிக்கின்ற உலகப் பார்வை ஒன்றை நாம் கட்டமைத்துக் கொள்வோம். ஒருவர், தன்னுடைய வாழ்க்கையில் அமையப் பெற்றுள்ள ஆசிர்வாதங்களுக்கு நன்றி தெரிவித்து, தினமும் ஒரு குறிப்பேட்டில் அவற்றை எழுதிக் கொள்ளக்கூடும். மற்றொருவர், தனக்கென்று வகுத்துக் கொண்டுள்ள தன்னுடைய சொந்த வாழ்க்கை நெறியை மனத்தில் இருத்தி தியானிக்கக்கூடும். சிலர், தாங்கள் நாளுக்கு நாள் வலுவடைந்து கொண்டிருப்பதாகவும் தங்களால் எந்தத் துன்பத்தையும் சமாளிக்க முடியும் என்றும் தினமும் ஒரு சுயபிரகடனத்தைக் கூறிக் கொண்டிருக்கக்கூடும். ஆற்றல்மிக்க மனப்போக்கு, உத்வேகம், யோசனைகள், தத்துவங்கள் போன்றவற்றை நாம் நம்முள் சேகரித்து வைத்திருந்தால், மனஅழுத்தத்தை நிச்சயமாக நம்மால் சமாளித்துவிட முடியும் என்ற துணிச்சலோடு இந்த உலகிற்குள் நம்மால் அடியெடுத்து வைக்க முடியும்.

நீங்கள் பதற்றத்தை உணர்கின்றபோதெல்லாம், நின்று நிதானித்து, இந்த நான்கு உத்திகளை அவற்றின் வரிசைக்கிரமத்தில் நடைமுறைப்படுத்திப் பாருங்கள். ஒரு சூழல் எவ்வளவு மனஅழுத்தமிக்கதாக இருந்தாலும், அதை நிதானமாகக் கையாளக்கூடிய ஒரு வழி கண்டிப்பாக இருக்கும். இனி நீங்கள் மனஅழுத்தத்தை எதிர்கொள்கின்றபோது, நீங்கள் ஒரு கையறு நிலையில் இருப்பதாக எண்ணத் தேவையிருக்காது. ஏனெனில், அதைச் சமாளிக்க இப்போது உங்கள் வசம் வலுவான உத்திகள் இருக்கின்றன. இந்த உத்திகளைப் பன்படுத்துவதற்கு, உங்களுக்கு மனஅழுத்தம் குறித்தப்

பிரக்ஞை மட்டுமே தேவை.

எடுத்துக்காட்டாக, உங்களுடைய சக ஊழியர் ஒருவர் உங்களுக்குத் தினந்தோறும் மனஅழுத்தத்தைக் கொடுத்துக் கொண்டிருக்கிறார் என்று வைத்துக் கொள்வோம். இது குறித்து உங்களால் எதுவும் செய்ய முடியாது என்று உங்களுக்கு நீங்களே கூறிக் கொண்டு அது குறித்து மனஅழுத்தம் அடைவதற்குப் பதிலாக, முதலில் அவரை முற்றிலுமாகத் தவிர்க்க முடியுமா என்று யோசியுங்கள். அந்த நபர் உணவு இடைவேளை எடுத்துக் கொள்ளும் அதே நேரத்தில் நீங்களும் உணவு இடைவேளை எடுத்துக் கொள்ளாதீர்கள். முடிந்தால், அலுவலகத்தில் நீங்கள் வேலை பார்க்கின்ற இடத்தை மாற்றிக் கொள்ளுங்கள். ஆனால், அதிகாரபூர்வமான வாராந்திரச் சந்திப்புக்கூட்டங்களின்போது அந்த நபரைச் சந்திப்பதை உங்களால் தவிர்க்க முடியாது என்பதை நினைவில் வைத்துக்கொள்ளுங்கள். அச்சமயங்களில்தான் அதுபோன்ற நபர்கள் உங்களை அதிகமாக எரிச்சலுக்கு ஆளாக்கக்கூடும், உங்களுடைய யோசனைகளைத் திருடக்கூடும்.

அடுத்ததாக, நீங்கள் இரண்டாவது உத்தியை முயற்சி செய்யலாம். அதாவது, சூழலை மாற்ற முயற்சிக்கலாம். அந்தச் சந்திப்புக்கூட்டங்களைத் தவிர்க்க முடியுமா என்று நீங்கள் யோசிக்கலாம். அல்லது அந்த நபரைத் தனியாக அழைத்து அவரிடம் நேரடியாகப் பேசி உங்களுடைய உணர்வுகளை அவரிடம் வெளிப்படுத்தலாம். ("சந்திப்புக்கூட்டங்களில் நான் பேசிக் கொண்டிருக்கின்றபோது நீங்கள் குறுக்கிடுவது எனக்குப் பிடிக்கவில்லை.") அல்லது சந்திப்புக்கூட்டங்களில் பேசுகின்றபோது இன்னும் ஆணித்தரமாகப் பேசி அவர் உங்களுடைய எல்லைக்குள் நுழையாதவாறு பார்த்துக் கொள்ளலாம்.

மேலே கூறப்பட்ட எதுவும் உங்களுக்குச் சரிப்பட்டு வரவில்லை என்றால், நீங்கள் அச்சூழலை ஏற்றுக் கொள்ள வேண்டும். உங்கள் பிரச்சனையைப் பற்றி உங்களுடைய நெருங்கிய நண்பர் யாரிடமேனும் மனம்விட்டுப் பேசலாம். உங்களுக்குத் தொந்தரவு கொடுத்துக் கொண்டிருக்கின்ற

நபர், உங்களிடம் நடந்து கொள்வதைப்போலத்தான் எல்லோரிடமும் நடந்து கொள்கிறார் என்பதை நீங்கள் கண்டுபிடிக்கக்கூடும். அப்படிப்பட்ட சமயங்களில் அந்த சகாவின் நடத்தையைத் தனிப்பட்ட முறையில் எடுத்துக் கொள்ளாமல் இருப்பதன் மூலம் உங்களுக்கு மனஅழுத்தம் வராமல் பார்த்துக் கொள்ளலாம்.

இறுதியாக, அப்பிரச்சனை தொடர்பாக உங்களைத் தகவமைத்துக் கொண்டு, ஒட்டுமொத்தமாக உங்களை ஓர் உறுதியான, ஆணித்தரமாகத் தன்னுடைய கருத்துகளை எடுத்துரைக்கின்ற நபராக ஆக்கிக் கொள்ளலாம். ஒரு சந்திப்புக்கூட்டத்தில் மற்றவர்களுக்குப் பேசுவதற்கு என்ன உரிமை இருக்கிறதோ அதே உரிமை உங்களுக்கும் இருக்கிறது என்று நீங்கள் உண்மையிலேயே நம்பும் பட்சத்தில், உங்களுடைய சகாக்களைப் போன்றவர்கள் உங்களுடைய பேச்சில் குறுக்கிடும்போது "மன்னித்துக் கொள்ளுங்கள். நான் இன்னும் பேசி முடிக்கவில்லை," என்று உங்களால் தைரியமாகவும் தன்னம்பிக்கையுடனும் கூற முடியும்.

மனஅழுத்த நாட்குறிப்புகளும் குறிப்பேடுகளும்

மனஅழுத்தம் குறித்தப் பிரக்ஞையைப் பெறுவதற்கான மற்றொரு வழி, அதை எழுதி வைத்துக் கொள்வதாகும். நீங்கள் அளவுக்கதிகமாகச் சிந்திக்கின்றபோது, ஒரே நேரத்தில் உங்கள் கரங்களில் ஓராயிரம் வேலைகள் இருப்பதுபோலத் தோன்றும். அப்போது, உங்களுடைய பதற்றத்திற்குப் பின்னாலுள்ள ஒற்றைக் காரணி எதுவென்று தீர்மானிப்பது கடினம்.

2018 இல் சுமித் மற்றும் அவருடைய குழுவினர் பென்சில்வேனியா பல்கலைக்கழகத்தில் ஓர் ஆய்வை மேற்கொண்டனர். நேர்மறைத் தாக்கக் குறிப்பேட்டுப் பதிவு என்ற இணையத் திட்டம் ஒன்றை அவர்கள் அறிமுகப்படுத்தினர். அதில் கலந்து கொண்டவர்கள், ஒரு மாத காலம் தொடர்ந்து எழுதி வந்த பிறகு தங்களுடைய மனநலம் வெகுவாக மேம்பட்டதாகத் தெரிவித்தனர். இதைச் செய்வதற்கு நீங்கள் தொடர்ந்து மூன்று முதல்

ஐந்து நாட்கள்வரை, தினமும் பதினைந்திலிருந்து இருபது நிமிடங்கள்வரை, நீங்கள் அனுபவித்துள்ள ஒரு கடுமையான மனஅதிர்ச்சியைப் பற்றி ஒரு குறிப்பேட்டில் எழுதி வர வேண்டும். அதற்குப் பிறகு, உங்களுக்கு நேர்மறையான உணர்வுகளை ஏற்படுத்துகின்ற விஷயங்களைப் பற்றி அக்குறிப்பேட்டில் நீங்கள் எழுத வேண்டும். அதற்கு நீங்கள் கீழ்க்கண்ட கேள்விகளைப் பயன்படுத்திக் கொள்ளலாம்:

- உங்களுக்குப் பிறர் எந்தெந்த வழிகளில் உதவினர்?
- நீங்கள் எவற்றைக் குறித்து நன்றியுணர்வுடன் இருக்கிறீர்கள்?
- உங்களுடைய கொள்கைகள் மற்றும் இலக்குகள் எவை?

இந்தக் குறிப்பேட்டு முறையை, சமீபத்தில் நீங்கள் ஒருவருடன் மேற்கொண்டிருந்த மிக மோசமான ஒரு விவாதத்தைப் பற்றி எழுதுவதற்குக்கூடப் பயன்படுத்திக் கொள்ளலாம். முதலில் உங்களுடைய மனத்தில் இருக்கின்ற உணர்ச்சிகளை நீங்கள் அதில் கொட்டலாம். “அவரால் இப்படியெல்லாம் பேச முடியும் என்பதை என்னால் நம்பவே முடியவில்லை. தன்னுடைய வார்த்தைகள் என்னை எந்த அளவுக்கு பாதிக்கும் என்பது குறித்து அவரால் எப்படி அக்கறை கொள்ளாமல் இருக்க முடிந்தது?” என்ற ரீதியில் நீங்கள் அதில் எழுதலாம். பின்னர் படிப்படியாக உங்களுடைய கவனத்தை நேர்மறையான உணர்வுகள் பக்கம் நீங்கள் திருப்ப வேண்டும். எடுத்துக்காட்டாக, நீங்கள் இப்படி எழுதலாம்: “நல்லவேளை, வருங்காலத்தில் நான் பின்வருத்தம் கொள்ளத்தக்க எதையும் சொல்வதற்கு முன் நான் என் வாயை மூடிக் கொண்டு அங்கிருந்து கிளம்பிவிட்டேன். அது குறித்து நான் பெருமைப்படுகிறேன். நாங்கள் பல ஆண்டுகளாகத் தவிர்த்து வந்திருந்த ஒரு கருத்து முரண்பாடு குறித்த ஒரு சிக்கலான விவாதத்தை இப்போது நடத்தி முடித்துவிட்டோம் என்பது குறித்து

எனக்கு மகிழ்ச்சிதான்.”

இந்த வழியில் செயல்படுகின்றபோது, எந்தவொரு தீர்வுக்கும் வராமல் வெறுமனே ஒரு விஷயம் குறித்து அளவுக்கதிகமாகச் சிந்தித்துக் கொண்டிருப்பதற்குப் பதிலாக, அதைத் தீர்க்கின்ற முயற்சியில் நீங்கள் இறங்குகிறீர்கள். இப்படி நீங்கள் ஒரு குறிப்பேட்டில் எழுதி, மெதுவாக உங்களுடைய கண்ணோட்டத்தை மாற்றிக் கொள்ளப் பழகிக் கொள்கின்றபோது, மனஅழுத்தங்கள் உருவாகின்ற திடீர் கணங்களில்கூட அதைக் கையாள்வது உங்களுக்கு எளிதாகிவிடும். குறிப்பேட்டில் எழுதும் பழக்கத்தை உருவாக்கிக் கொள்பவர்கள், தங்களால் மனஅழுத்தச் சூழல்களிலிருந்து விரைவாக மீண்டுவிட முடியும் என்று நம்புகின்றனர் என்று அந்த ஆய்வின் முடிவுகள் தெரிவித்தன.

மற்றொரு வழியும் இருக்கிறது. அதற்கு ‘மனஅழுத்த நாட்குறிப்பு எழுதுதல்’ என்று பெயர். அதை நீங்கள் தொடர்ந்து எழுதி வருகின்றபோது, உங்களுடைய மனஅழுத்தத்தைத் தூண்டிவிடுகின்ற காரணிகளை உங்களால் எளிதில் அடையாளம் காண முடியும். அதை வைத்துக் கொண்டு, உங்களுடைய மனஅழுத்தங்களைச் சிறப்பாகக் கையாள்வதற்கான வழிமுறைகளில் உங்களால் இறங்க முடியும்.

இந்த நாட்குறிப்பில், நீங்கள் உங்களுடைய மனஅழுத்த அளவைப் பதிவு செய்வீர்கள். அதோடு, அது தொடர்பான பிற விபரங்களையும் நீங்கள் அதில் எழுதிக் கொள்வீர்கள். பின்னர் அவற்றை ஆராய்ந்து, மனஅழுத்தங்களைக் கையாள்வதற்குத் தேவையான நடவடிக்கைகளை உங்களால் எடுக்க முடியும். வாழ்க்கையில் நம் எல்லோருக்குமே ஓரளவு மனஅழுத்தம் தேவை. எனவே, உச்சபட்சமாக எவ்வளவு மனஅழுத்தத்தை நம்மால் தாங்கிக் கொள்ள முடியும் என்பதை நாம் இதன் மூலம் கண்டுபிடித்துவிடலாம்.

குறிப்பேட்டில் பதிவு செய்வதற்கான வழிமுறை பின்வருமாறு: உங்களுக்கு மனஅழுத்தம் ஏற்படுகின்ற ஒவ்வொரு முறையும் அதன் தேதி, நேரம் ஆகியவற்றைக் குறித்துக் கொள்ள வேண்டும். அதோடு, அப்போது

நீங்கள் எப்படி உணர்ந்தீர்கள் என்பதையும் நீங்கள் எழுதிக் கொள்ள வேண்டும். பொதுவாக இதை மேற்கொள்பவர்கள் ஓர் அளவீட்டு முறையைப் பயன்படுத்துவர். அதன் அளவு 1 முதல் 10 வரை இருக்கும். அதில் 1 என்பது மனஅழுத்தமே இல்லாத நிலை. 10 என்பது உச்சபட்ச மனஅழுத்தம் கொண்டிருக்கின்ற நிலை. அதில் நீங்கள் உங்களுடைய உணர்ச்சிகளை வார்த்தைகளில் வடிக்கலாம், உங்களுடைய உடலில் ஏற்படுகின்ற மாற்றங்களையும் (எடுத்துக்காட்டு: வியர்வையில் குளித்திருக்கின்ற உள்ளங்கைகள்) பதிவு செய்து கொள்ளலாம். அதோடு, நீங்கள் எவ்வளவு செயற்திறனோடு இருக்கிறீர்கள் என்பதையும் குறித்துக் கொள்ளலாம். வேண்டுமென்றால் அதற்கும் ஓர் அளவீட்டுக் கணக்கை (1 முதல் 10 வரை) நீங்கள் பயன்படுத்திக் கொள்ளலாம். சமீபத்தில் உங்களுக்கு மனஅழுத்தம் ஏற்படுத்தியிருந்த ஒரு நிகழ்வையும், அதற்கு எது காரணமாக இருந்திருக்கும் என்று நீங்கள் கருதுவதையும் அதில் நீங்கள் குறித்துக் கொள்ளலாம். இறுதியாக, அந்த நிகழ்வை நீங்கள் எப்படிக் கையாண்டீர்கள், அதன் விளைவு என்ன என்பதையும் நீங்கள் குறித்துக் கொள்ளலாம். இப்போது ஓர் எடுத்துக்காட்டைப் பார்க்கலாம்:

> பிப்ரவரி 4, காலை 9.15 மணி
>
> அப்பாவுக்குத் தோளில் ஓர் அறுவை சிகிச்சை மேற்கொள்ள வேண்டும் என்ற கவலைக்குரிய செய்தி என்னை வந்தடைந்தது. இப்போது நான் உணர்கின்ற உணர்ச்சியின் அளவு 4/10. நான் அசௌகரியமாகவும் சிறிது களைப்பாகவும் உணர்கிறேன். வயிற்றைச் சுண்டியிழுக்கின்ற உணர்வு ஏற்பட்டுள்ளது. வேலையில் கவனத்தைக் குவிப்பது கஷ்டமாக இருக்கிறது. வேலையில் என்னுடைய செயற்திறனின் அளவு 1/10 என்று இருக்கிறது. என் அப்பாவுக்கு ஏதாவது மோசமாக நடந்துவிடுமோ என்ற பயத்தின் காரணமாகவே நான் இப்படி உணர்கிறேன் என்று நான் நினைக்கிறேன். அந்தத் தகவலுக்குப் பதிலளிப்பதை நான் தள்ளிப்போட்டுக் கொண்டிருக்கிறேன். அது என்னுடைய பதற்றத்தை மேலும் அதிகரித்துக் கொண்டிருக்கிறது.

உங்களுடைய மனநிலை மாறுகின்றபோதும், குறிப்பிடத்தக்க அளவில் உங்களுக்கு மனஅழுத்தம் அதிகரிக்கின்றபோதும், அதை நீங்கள் உங்களுடைய குறிப்பேட்டில் பதிவு செய்து கொள்ளுங்கள். இந்தக் குறிப்பேட்டை ஒரு சில நாட்களுக்கு அல்லது ஒரு வாரத்திற்கு எழுதிவிட்டு, பின்னர் அதைப் படித்துப் பார்த்து ஆய்வு செய்யுங்கள். அதில் கீழ்க்கண்டவற்றை அவதானியுங்கள்:

1. உங்களுக்கு அடிக்கடி மனஅழுத்தம் ஏற்படுத்துகின்ற காரணிகள் எவை? அதாவது, உங்களுக்கு மனஅழுத்தம் ஏற்படுவதற்கு அல்லது உங்களுடைய மனநிலை மாறுவதற்கு முன்பாக நடக்கின்ற விஷயங்கள் என்னென்ன?
2. இவை பொதுவாக உங்களுடைய செயற்திறன்மீது எப்படிப்பட்டத் தாக்கங்களை ஏற்படுத்துகின்றன?
3. பொதுவாக நீங்கள் இவற்றுக்கு உணர்ச்சிரீதியாகவும் சரி, நடத்தைரீதியாகவும் சரி, எவ்வாறு எதிர்வினையாற்றுகிறீர்கள்? உங்களுடைய அந்த அணுகுமுறைகள் வேலை செய்கின்றனவா?
4. உங்களை சௌகரியமாக உணரச் செய்கின்ற, நீங்கள் செயற்திறனுடன் செயல்பட உங்களுக்கு உதவுகின்ற மனஅழுத்த அளவு எது என்று உங்களால் அடையாளம் காண முடியுமா?

உங்களுடைய மனஅழுத்த நாட்குறிப்பை நீங்கள் இப்படி அலசுகின்றபோது, நீங்கள் உருப்படியான மாற்றங்களை மேற்கொள்வதற்கு அத்தரவுகள் உங்களுக்கு உதவிகரமாக இருக்கும். இப்படி நீங்கள் மேற்கொள்கின்ற சில கண்டுபிடிப்புகள், சில சமயங்களில் உங்களுக்கே வியப்பு ஏற்படுத்தக்கூடும். நீங்கள் பதற்றமடைகின்ற கணங்களில்,

அவை தொடர்பான விஷயங்களைக் குறித்துக் கொள்வதன் மூலமாகத்தான் அவை தோன்றுகின்ற முறையைப் பற்றி உங்களுக்கு ஒரு தெளிவான பிம்பம் கிடைக்கும்.

நீங்கள் இவற்றை அலசுகின்றபோது மிதமிஞ்சிப் போய்விடாதீர்கள்! மனஅழுத்த நாட்குறிப்பை எழுதுவதன் நோக்கம் உங்களைக் கையுங்களவுமாகப் பிடிப்பதோ அல்லது நீங்கள் கண்டுபிடித்துள்ள விஷயங்கள் குறித்து நீங்கள் மோசமாக உணர்வதற்கு வழி வகுப்பதோ அல்ல. வேறு வார்த்தைகளில் கூற வேண்டுமென்றால், இங்கு நீங்கள் எடைபோடுவதில் ஈடுபடக்கூடாது. மாறாக, உங்கள்மீதே பரிவு காட்டுகின்ற, ஆர்வக்குறுகுறுப்புடன்கூடிய, திறந்த மனத்துடன் இருக்கின்ற அணுகுமுறையை நீங்கள் கடைபிடிக்க வேண்டும். பொதுவாக, அளவுக்கதிகமாகச் சிந்திப்பவர்கள் புத்திசாலிகளாக இருப்பர் என்றாலும், சில விஷயங்களைத் தங்களிடமிருந்தே மறைத்து வைப்பதிலும் அவர்கள் சிறந்து விளங்குவர் என்பதை இங்கு நான் சுட்டிக்காட்ட விரும்புகிறேன்.

நீங்கள் இந்த மனஅழுத்த நாட்குறிப்பைத் தொடர்ந்து எழுதிக் கொண்டிருக்க வேண்டியதில்லை. அதை நீங்கள் தொடர்ந்து ஒரு சில வாரங்கள் எழுதி வந்த பிறகு, அச்செயல்முறை தன்னிச்சையாக உங்களிடம் படிந்துவிடும். அதற்குப் பிறகு, மனஅழுத்தம் தோன்றுகின்ற கணத்தில் உங்களுக்கு அது குறித்தப் பிரக்ஞை கிடைத்துவிடும். ஒரு நாள் நீங்கள் கடும் போக்குவரத்து நெருக்கடியில் சிக்கிக் கொள்கின்றபோது, அப்படி நேர்கின்றபோதெல்லாம் உங்களுக்கு ஒரே விதமான சிந்தனைச் சங்கிலிகள் தோன்றுவதை நீங்கள் அவதானிப்பீர்கள். அடுத்த முறை அப்படி நேர்கின்றபோது, அது குறித்து அளவுக்கதிகமாகச் சிந்திக்க வேண்டுமா என்று நீங்கள் யோசிப்பீர்கள். ஏனெனில், அது உங்களை எங்குக் கொண்டு சென்று நிறுத்தும் என்பதை நீங்கள் அறிவீர்கள்.

உங்கள் வாழ்க்கையில் உங்களுடைய மனஅழுத்தத்திற்கான உண்மையான காரணிகளை

நீங்கள் கண்டுகொள்கின்றபோது, அவற்றைக் கையாள்வதற்கு நாம் முன்பு பார்த்திருந்த நான்கு உத்திகளை நீங்கள் பயன்படுத்தலாம் அல்லது உங்களுடைய வாழ்க்கைமுறையில் சில மாற்றங்களை ஏற்படுத்தலாம். உங்களுடைய மனஅழுத்தம் அனைத்தும் ஒரே ஒரு நபரிடமிருந்து வருவதை நீங்கள் கண்டுபிடித்தால், அந்த நபருடனான உங்கள் உறவில் நீங்கள் ஒரு வரைமுறையை ஏற்படுத்திக் கொள்ளலாம். உங்களுடைய கோபம்தான் விஷயங்களைச் சிக்கலாக்குகிறது என்பதை நீங்கள் கண்டுபிடித்தால், உங்களுடைய கோபத்தைக் கட்டுப்படுத்துவதற்குத் தேவையான நடவடிக்கைகளை நீங்கள் எடுக்கத் தொடங்கலாம். உங்களுடைய கவலைக்கு உங்களுடைய வேலைதான் தொடர்ந்து காரணமாக இருந்து வருகிறது என்பதை நீங்கள் கண்டுபிடித்தால், அது எந்த அளவுக்கு மோசமாக இருக்கிறது என்பதன் அடிப்படையில், ஓர் உல்லாசச் சுற்றுலாவுக்குச் செல்வது போன்ற குறுகியகால நடவடிக்கைகளையோ அல்லது வேறு வேலைக்கு மாறுவது போன்ற நீண்டகால நடவடிக்கைகளையோ நீங்கள் எடுக்கலாம்.

உங்களுடைய மனஅழுத்தம் குறித்த விஷயங்களைப் பதிவு செய்வதற்கு, நான் மேலே குறிப்பிட்டிருந்த முறையில்தான் எழுத வேண்டும் என்று அவசியமில்லை. உங்களுக்குப் பிடித்தமான வேறு வழிகளிலும் நீங்கள் அவற்றை எழுதிக்கொள்ளலாம். பொதுவாக உங்களுடைய உணர்ச்சிகளையும் எண்ணங்களையும் எழுத்தில் வடிக்கின்ற செயலே உங்களுடைய மனஅழுத்தத்தைக் குறைக்கும். அதோடு, பிரச்சனைகளை அலசுவதற்கும், அவற்றின் தீர்வுகளுக்கான உள்நோக்குகளைப் பெறுவதற்கும் அது உங்களுக்கு உதவும். மொத்தத்தில், உங்களுடைய குறிப்பேடு, உளவியல் சிகிச்சை எடுத்துக் கொள்வதற்கு நிகரான பயனை அளிக்கும்.

உங்களுடைய சூழலுக்கு ஏற்பவும், உங்களுடைய விருப்பத்திற்கு ஏற்பவும் நீங்கள் உங்களுடைய இந்தக் குறிப்பேடு எழுதுகின்ற முறையை வடிவமைத்துக் கொள்ளலாம். நீங்கள் எப்போதும் உங்களுடைய மோசமான

மனநிலைக்கு எதிராகப் போராடிக் கொண்டிருந்து, உங்களுடைய பதற்றம் பொதுவானதாக இருந்தால், நன்றியுணர்வுக் குறிப்பேட்டில் உங்கள் நன்றியுணர்வைப் பதிவு செய்வது சிறப்பாகப் பலனளிக்கும். தினந்தோறும் நீங்கள் நன்றி பாராட்டுகின்ற ஐந்து விஷயங்களை அதில் நீங்கள் எழுதலாம். நீங்கள் முந்தைய தினம் வாங்கியுள்ள ஒரு சாக்ஸாகவோ அல்லது காலையில் அருந்திய அருமையான காபியாகவோகூட அது இருக்கலாம். அது உங்களுடைய கவனக்குவிப்பை உங்களுடைய வளங்கள் மற்றும் சாத்தியக்கூறுகள் பக்கம் திருப்பி, உங்களுடைய அனுபவங்களை மறுவடிவமைக்கும்.

உங்களுடைய வாழ்க்கையில் நடந்த, உங்களுக்குப் பெரும் மனஅதிர்ச்சியை உருவாக்கியிருந்த ஒரு நிகழ்வை நீங்கள் அசைபோட்டுக் கொண்டோ அல்லது ஒரு கடுமையான காலகட்டத்தின் ஊடாகப் பயணித்துக் கொண்டோ இருந்தால், நீங்கள் நாட்குறிப்பு எழுதுதலை வெறுமனே உங்களுடைய உணர்ச்சிகளை இறக்கி வைப்பதற்கான ஒரு வடிகாலாகப் பயன்படுத்திக் கொள்ளலாம். அப்போது உங்கள் மனத்தில் இருக்கின்ற அனைத்து உணர்ச்சிகளையும் அதில் கொட்டிவிட்டு, அதை அலசுங்கள். அது உங்களுக்குப் பிரக்ஞையை அளிக்கும். அல்லது அதைக் கையாள்வதற்கான உத்திகள் சில உங்களுக்குத் தோன்றக்கூடும்.

மனஅழுத்தம் உங்கள் வாழ்க்கையில் ஒரு தொடர்கதையாக இருந்தால், உங்களுடைய நாட்குறிப்பில், ‘புல்லட் பாயின்ட்’ வடிவில் அவற்றை எழுதிக் கொள்ளலாம். விஷயங்களைச் சுருக்கமாக எழுதி வைத்துக் கொள்வது, உங்களுடைய வாழ்க்கையை ஓர் ஒழுங்குமுறையுடன் நிர்வகித்து வருவதற்கு உதவும். சிலர் அதில் வண்ணங்களையும் படங்களையும் சேர்த்துக் கொள்கின்றனர். அது அவர்களுக்கு உத்வேகமளிப்பதோடு, நேர்மறையான உணர்வுகளை ஊக்குவிக்கவும் செய்கிறது.

ஆனால், நாட்குறிப்புகள் எல்லோருக்கும் ஏற்றவை அல்ல. நாட்குறிப்புகள் எழுதுவதற்குச் சரியான உத்தி எது என்று நீங்கள் மண்டையைக் குழப்பிக்கொண்டிருந்தாலோ அல்லது அது உங்களுடைய கச்சிதத்தைத் தடம் புரள

வைத்தாலோ, நாட்குறிப்பு எழுதுகின்ற யோசனையைக் கைவிட்டுவிடுங்கள். நாட்குறிப்பு எழுதுதல் என்பது உங்களுடைய உணர்ச்சிகளுக்கு அருகே செல்வதற்கான ஒரு கருவி அவ்வளவுதான். உங்களுடைய நாட்குறிப்பை நிறைவு செய்கின்றபோது, நேர்மறையான வாசகம் ஒன்றை ஒரு சுயபிரகடனம்போலச் சொல்லலாம், ஒரு நேர்மறையான காட்சியை மனக்காட்சிப்படுத்தலாம், அல்லது சாத்தியக்கூறுகள் மற்றும் தீர்வுகளைக் கவனத்தில் எடுத்துக் கொள்ளலாம். நீங்கள் ஒரு நேர்மறையான மனநிலைக்குத் திரும்புவதற்கு உங்களுடைய நாட்குறிப்பு எழுதுதல் உங்களை அழைத்துச் செல்லாவிட்டால், அது உங்களுக்கு மேலும் மகிழ்ச்சியின்மையை மட்டுமே கொண்டுவந்து கொடுக்கும். நீங்கள் உங்களுடைய உணர்ச்சிகளில் குவிக்கின்ற கவனத்தைவிட உங்கள் நாட்குறிப்பில் அதிக கவனத்தைக் குவித்துக் கொண்டிருப்பதை நீங்கள் கண்டால், அதற்குப் பதிலாக வேறு உத்திகளை முயற்சிப்பதே நல்லது.

5-4-3-2-1 உத்தி

சில நேரங்களில், நீங்கள் இருக்கின்ற மனஅழுத்தமிக்கச் சூழலிலிருந்து உடனடி நிவாரணம் அளிக்கின்ற ஓர் உத்தி உங்களுக்குத் தேவைப்படலாம். நாம் முதலில் பார்த்த இரண்டு உத்திகளும், பிரக்ஞையைப் பெறுவதற்கு அந்த அளவுக்குப் பயன்படாது. நீங்கள் எப்போதாவது பதற்றச் சுழற்சிக்குள் மாட்டிக் கொண்டிருந்தால், அதிலிருந்து மீள்வது எவ்வளவு கடினம் என்பதை நீங்கள் அறிந்திருப்பீர்கள்.

பேரச்சத் தாக்குதலால் அவதிப்படுபவர்கள் இந்த உத்தியைப் பயன்படுத்துகின்றனர். பதற்றச் சுழற்சி உங்களைத் திக்குமுக்காட வைப்பதற்குள் அதைத் தடுத்து நிறுத்துவதற்கு அது வழிவகுக்கும். அதற்காக, இந்த உத்தியிலிருந்து நீங்கள் பயன் பெறுவதற்கு நீங்கள் பேரச்சத் தாக்குதலால் பாதிக்கப்பட்டிருக்க வேண்டும் என்று அவசியமில்லை.

நாம் அளவுக்கதிகமாகச் சிந்திக்கின்றபோது, நாம்

நிகழ்கணத்தில் உலாவுவதில்லை. ஒன்று, நாம் கடந்தகால எண்ணங்களை அசைபோட்டுக் கொண்டிருப்போம் அல்லது எதிர்காலச் சாத்தியக்கூறுகள் குறித்துக் கனவு கண்டு கொண்டிருப்போம். "இப்படி நடந்தால் எப்படியிருக்கும்?" என்று நாம் நம்முடைய கற்பனைக் குதிரையைத் தட்டிவிட்டுக் கொண்டிருப்போம். நாம் நம்முடைய பிரக்ஞையை மீண்டும் நிகழ்கணத்திற்குக் கொண்டுவந்தால், நம்முடைய அளவுக்கதிகமான சிந்தனையில் சிலவற்றை நம்மால் தடுத்து நிறுத்த முடியும். இதற்கு நாம் நம்முடைய புலனுணர்வுகளைப் பயன்படுத்த வேண்டும். வேறு வார்த்தைகளில் கூற வேண்டுமென்றால், மூளையால் உங்களைப் பல இடங்களுக்கு அழைத்துச் செல்ல முடியும். ஆனால், உடலால் ஒரே ஓர் இடத்தில்தான் உங்களை இருத்தி வைக்க முடியும். நிகழ்கணம்தான் அது

நாம் பேரச்சத் தாக்குதலுக்கு ஆளாகின்றபோது, நாம் யோசனைகளிலும் எண்ணங்களிலும் மாட்டிக் கொள்கிறோம். ஆனால், எதார்த்தத்தில் நாம் பாதுகாப்பாகத்தான் இருந்து கொண்டிருப்போம். நம்முடைய சுற்றுச்சூழலிலிருந்து நமக்கு உடனடியான ஆபத்து ஏற்படுவதற்கு வாய்ப்பே இருக்காது. எடுத்துக்காட்டாக, நாம் ஓர் அழகான இடத்தில் அமர்ந்திருப்போம். ஆனால், நாம் பேரச்சத் தாக்குதலுக்கு ஆளாகின்றபோது, அதன் காரணமாக நாம் இறக்கப் போகிறோம் என்று நாம் நினைக்கத் தொடங்குவோம். மனத்தின் சக்தி அப்படிப்பட்டது.

அடுத்த முறை நீங்கள் பதற்றத்தால் பாதிக்கப்பட்டு அது உங்களுடைய கட்டுப்பாட்டை மீறிப் போயிருப்பதாக நீங்கள் உணர்ந்தால் இப்படிச் செய்யுங்கள்: முதலில் எல்லாவற்றையும் நிறுத்துங்கள். அடுத்து ஆழமாக சுவாசியுங்கள். பிறகு உங்களைச் சுற்றிலும் பார்வையை ஓட்டுங்கள்.

- முதலில், உங்களைச் சுற்றியுள்ள இடத்தில் உங்களால் பார்க்க முடிகின்ற ஐந்து பொருட்களை அடையாளம் காணுங்கள்.

எடுத்துக்காட்டுகள்: நீங்கள் இருக்கின்ற இடத்திற்கு அருகேயுள்ள ஒரு விளக்கு, சுவரில் தொங்கிக் கொண்டிக்கின்ற ஓர் ஓவியம், உங்களுடைய சொந்தக் கை போன்ற எதுவாக வேண்டுமானாலும் அது இருக்கலாம். அவற்றின் நிறம், அமைப்பு, வடிவம் போன்றவற்றைச் சரியாகப் பார்ப்பதற்குச் சிறிது நேரத்தை எடுத்துக் கொள்ளுங்கள். அவற்றின்மீது அங்குலம் அங்குலமாக உங்கள் பார்வையை ஓடவிடுங்கள்.

- அடுத்ததாக, உங்களைச் சுற்றியுள்ள இடத்தில் உங்களால் உணர முடிகின்ற அல்லது தொட முடிகின்ற நான்கு பொருட்களை அடையாளம் காணுங்கள். எடுத்துக்காட்டுகள்: உங்களுடைய உடல் நீங்கள் அமர்ந்திருக்கின்ற நாற்காலியின்மீது எவ்வாறு அழுத்துகிறது என்பதை உணருங்கள். நீங்கள் அணிந்திருக்கின்ற ஆடையின் இழை எப்படியிருக்கிறது என்று தொட்டுப் பாருங்கள். அருகிலிருக்கின்ற காரின் கண்ணாடிச் சன்னல் எவ்வளவு குளிராக இருக்கிறது என்று தடவிப் பாருங்கள்.
- அடுத்ததாக, உங்களைச் சுற்றியுள்ள இடத்தில் உங்களால் கேட்க முடிகின்ற மூன்று சத்தங்களை அடையாளம் காணுங்கள். எடுத்துக்காட்டுகள்: உங்களுடைய சொந்த சுவாசம், தூரத்தில் கேட்கின்ற வாகனங்களின் ஓசை, எங்கோ கூவுகின்ற ஒரு பறவையின் கீதம்.
- அடுத்ததாக, உங்களைச் சுற்றியுள்ள இடத்தில் உங்களால் முகர முடிகின்ற இரண்டு விஷயங்களை அடையாளம் காணுங்கள். இது முதலில் கடினமாக இருக்கலாம். ஆனால், எல்லா பொருட்களுக்கும் வாசனை உண்டு என்பதை நினைவில் கொண்டு கவனமாகப் பாருங்கள். எடுத்துக்காட்டுகள்: உங்களுடைய

உடலிலிருந்து வெளிப்படுகின்ற சோப்பின் வாசனை, உங்கள் முன்னுள்ள மேசையின்மீது இருக்கின்ற காகிதத்தின் வாசனை.

- இறுதியாக, உங்களைச் சுற்றியுள்ள இடத்தில் உங்களால் சுவைக்க முடிகின்ற ஒரு விஷயத்தை அடையாளம் காணுங்கள். எடுத்துக்காட்டாக, உங்களுடைய வாயில் எப்போதும் தங்கியிருக்கின்ற காபி சுவை. எதுவுமே கண்ணில் படவில்லை என்றால், உங்களுடைய நாக்கின் சுவையரும்புகள் எதை உணர்கின்றன என்று அவதானியுங்கள்.

இப்பயிற்சியின் நோக்கம் என்னவென்று மேலோட்டமாகப் பார்த்தால், கவனச்சிதறலை ஏற்படுத்துவதற்குத்தான் அது என்பதை உங்களால் புரிந்து கொள்ள முடியும். உங்களுடைய புலனுணர்வுகள் செயல்பாட்டில் இருக்கும்போது, உங்களுடைய மூளை ஈடுபட்டிருக்கும் அளவுக்கதிகமான சிந்தனையோட்டம் அறுபட்டுப் போகும். இந்த உத்தியை உங்களால் முடிந்த அளவு பயிற்சி செய்யுங்கள். உங்களுடைய மனம் உடனடியாக அமைதியடைவதையும் நீங்கள் நிதானப்படுவதையும் உங்களால் எளிதாக அவதானிக்க முடியும்.

அக்கணத்தில் அடுத்து எந்தப் புலனுணர்வு வரப் போகிறது என்பதை நீங்கள் ஞாபகம் வைத்திருக்காமல் இருக்கலாம். ஆனால், அது முக்கியமல்ல. உங்களுக்கு வெளியே உள்ள ஒன்றின்மீது நீங்கள் உங்களுடைய கவனத்தைக் குவிக்கிறீர்கள் என்பதுதான் இங்கு முக்கியம். அதன் மூலம் உங்களுடைய பதற்றம் பிசுபிசுத்துப் போகிறது. வெறுமனே, “நான் என் சிந்தனையை நிறுத்திக் கொள்ள வேண்டும்,” என்று சிந்திப்பதன் மூலம் உங்களுடைய எண்ணவோட்டத்தை நிறுத்துவது கடினம். ஏனெனில், அதுவே ஓர் எண்ணம்தான். ஆனால், உங்களுடைய புலனுணர்வுகளில் உங்களுடைய கவனத்தைக் குவிப்பதன் மூலம், உங்களுடைய மூளையை நிகழ்கணத்திற்குக் கொண்டுவந்து, உங்களால் அதை நிதானப்படுத்திவிட முடியும்.

உங்களுடைய பிரக்ஞைபூர்வமான மனத்தால் ஒரு நேரத்தில் ஒரு வேலையைத்தான் செய்ய முடியும். ஒன்று, அதனால் சிந்தித்துக் கொண்டிருக்க முடியும், அல்லது புலனுணர்வுகளில் இலயித்திருக்க முடியும். ஒன்று இது அல்லது அது. நீங்கள் உங்களுடைய உணர்வுகளின் மூலம் உங்களுடைய எண்ணங்களை நிகழ்கணத்திற்குத் திசை திருப்பி அவற்றுக்குக் கடிவாளமிடுகின்றபோது, அவற்றால் தறிகெட்டு ஓட முடியாது.

இவை அனைத்தும் ஞாபகம் வைத்துக் கொள்வதற்குச் சிக்கலாக இருப்பதாக நீங்கள் நினைத்தால், இதை முயற்சி செய்து பாருங்கள். கேதன் செவாலியர் என்ற ஆய்வாளர், 'கிரவுன்டிங்' என்ற உத்தியைப் பயன்படுத்துமாறு பரிந்துரைக்கிறார். இது வேறு ஒன்றுமில்லை. வெறுமனே நிலத்தில் உங்கள் பாதங்களைப் பதிய வைக்க வேண்டும், அவ்வளவுதான். தன்னுடைய ஆய்வில் கலந்து கொண்டிருந்தவர்களை, அவர்களுடைய பாதங்கள் நிலத்தை அழுத்தமாகத் தொட்டுக் கொண்டிருக்கும்படி ஒரு மணி நேரம் அமர்ந்திருக்குமாறு செவாலியர் கேட்டுக் கொண்டார். ஒரு மணி நேரத்திற்குப் பிறகு, அவ்வாறு நிலத்தின்மீது கால் பதித்து நிற்காதவர்களுடன் இவர்களை அவர் ஒப்பிட்டபோது, இவர்களின் மனநிலையில் நல்ல மாற்றம் ஏற்பட்டிருந்ததை அவர் கண்டறிந்தார். தீவிரமான மனநோய்களுக்கு இது பலனளிக்காது என்பதையும் இங்குக் குறிப்பிட்டாக வேண்டும். ஆனால், நீங்கள் 5-4-3-2-1 உத்தியை முயற்சி செய்கின்றபோது, உங்களுடைய பாதங்கள் நிலத்தைத் தொட்டுக் கொண்டிருக்கும்படி பார்த்துக் கொண்டால், உங்களுக்குக் கூடுதல் பலன் கிடைக்கும்.

கதையாடல் சிகிச்சையும் புறவயமாக்கலும்

இந்த இறுதி உத்தி, கதையாடல் சிகிச்சையிலிருந்து வருகிறது. பொதுவாக மக்கள் தங்களுடைய வாழ்க்கைக்கான அர்த்தத்தைத் தேடிக் கொண்டிருக்கின்ற பிறவிகள். நாம் யார் என்பதையும், நம்முடைய வாழ்க்கையின் எந்த நிகழ்வுகள் முக்கியத்துவம்

வாய்ந்தவை என்பதையும் பற்றிய கதைகளை உருவாக்கி, அவற்றின் மூலம் நாம் நம் வாழ்க்கைக்கு அர்த்தம் கற்பித்துக் கொள்கிறோம். கதையாடல் சிகிச்சையில், நிவாரணம் கிடைப்பதற்காக நாம் நம்முடைய கதைகளை மாற்றி எழுதுகிறோம்.

நாம் நம்முடைய வாழ்க்கையை எவ்வாறு நடத்த வேண்டும் என்பது குறித்தப் பிரக்ஞைபூர்வமான தீர்மானங்கள் நாம் பதற்றத்திலிருந்து மீள்வதில் ஒரு பெரும் பங்களிப்பை வழங்குகின்றன என்பதை நாம் ஏற்கனவே பார்த்தோம். நாமே நம்முடைய சொந்தக் கதையின் கதைசொல்லியாக இருக்கின்றபோது, அதற்கு நாம் பொறுப்பேற்றுக் கொள்கிறோம், அதை வேறு விதத்தில் வடிவமைக்க முயற்சிக்கிறோம், அதற்குப் புதிய அர்த்தங்களைக் கொடுக்கின்ற அதிகாரத்தைப் பெறுகிறோம். மக்கள் தங்களுடைய பிரச்சனையிலிருந்து வேறுபட்டவர்கள் என்ற கோட்பாட்டைக் கதையாடல் சிகிச்சை முன்வைக்கிறது. அதோடு, புறவயமாக்கல் என்ற உத்திக்கும் அது முட்டுக் கொடுக்கிறது.

நாம் புறவயமாக்கலை மேற்கொள்கின்றபோது, நம்முடைய பிரச்சனைகளைப் புறந்தள்ளுகிறோம். நமக்குப் பிரச்சனை இருப்பதனாலேயே நாம் மோசமானவர்கள் அல்லர். நமக்குப் பிரச்சனைகள் இருப்பதற்காக நம்மை நாமே குறை சொல்லிக் கொள்ள வேண்டிய தேவையும் கிடையாது. அதே சமயத்தில், நம்மைப் பற்றியும் நம்முடைய வாழ்க்கையைப் பற்றியும் நாம் எவ்வாறு பேசுகிறோம் என்பதை மாற்றுகின்ற சக்தி நமக்கு இருக்கிறது. அதைப் பயன்படுத்தி நம்மால் நம்முடைய வாழ்க்கையில் அர்த்தம் வாய்ந்த மாற்றங்களை ஏற்படுத்திக் கொள்ள முடியும். அதனால், அளவுக்கதிகமான சிந்தனையைக் கையாள்கின்றபோது, "நான் அளவுக்கதிகமாகச் சிந்திப்பவன். அது மோசமானது. அதற்கு நான் ஒரு தீர்வைக் கண்டிப்பாகக் கண்டுபிடித்தே ஆக வேண்டும்," என்று கூறுவதற்குப் பதிலாக, "அளவுக்கதிகமாகச் சிந்திப்பது என்பது ஒரு பிரச்சனை. அதற்கான தீர்வை நான் கண்டுபிடிக்கப் போகிறேன்," என்று கூறுவது ஒரு பெரிய முன்னேற்றமாகும். நிலைமை

உங்கள் கட்டுப்பாட்டில்தான் இருக்கிறது என்பதைப் புரிந்து கொள்வதும், உங்களுடைய அனுபவங்கள் எனும் கதையின் கதாசிரியர் நீங்கள்தான் என்று உணர்வதும் மற்றொரு முக்கியமான படிக்கல். நம்முடைய கண்ணோட்டத்திற்கு நாம் பிறர்மீது பழி போடக்கூடாது. அதோடு, அவர்களால் நம்மைக் காப்பாற்றவோ அல்லது நமக்கு எதையும் கற்றுக் கொடுக்கவோ முடியாது. நம்முடைய சொந்த அனுபவங்களின் சிற்பிகள் நாம்தாம்.

நாம் நம்முடைய மனத்தில் உருவாக்கி வைத்திருக்கும் மன மாதிரிகள் ஒரு வடிகட்டியைப்போலச் செயல்படுகின்றன. உங்களுடைய வாழ்க்கை ஒரு திரைப்படமாக இருக்கும் பட்சத்தில் அதை எத்தகைய திரைப்படம் என்று நீங்கள் அழைப்பீர்கள்? அது கலகலப்பான படமாக இருக்குமா? அல்லது சோகப் படமாக இருக்குமா? அதில் நீங்கள் எப்போதும் எந்தப் பாத்திரத்தில் நடிப்பீர்கள்? அதன் கதை எப்படி இருக்கும்? அத்திரைப்படத்தில் நம்முடைய பாத்திரம் குறித்த விளக்கத்தை நாம் மாற்றுகின்றபோது, நம்முடைய அனுபவங்களும் மாறுவதை நாம் பார்ப்போம். எடுத்துக்காட்டாக, அளவுக்கதிகமாகச் சிந்திப்பவர்கள், பொதுவாகத் தங்களை ஆற்றலற்றவர்களாக நினைத்துக் கொள்வர். அவர்கள் தங்களுடைய திரைக்கதையை மாற்றி அதில் தாங்கள் ஆற்றலுடன் இருப்பதுபோலச் சித்தரித்துக் கொண்டால் என்னவாகும்?

இப்போது நாம் புறவயமாக்கல் பற்றிப் பார்க்கலாம். நீங்கள் உங்களுடைய பிரச்சனை அல்லர். நீங்கள் உங்களுடைய தோல்விகள் அல்லர். உங்களுடைய வாழ்க்கையின் சவால்களுக்கும் உங்களுக்கும் இடையே ஓர் இடைவெளியை உங்களால் உருவாக்கிக் கொள்ள முடிந்தால், உங்களைப் பற்றி நீங்கள் கொண்டிருக்கும் சுயமதிப்பை உங்களால் மாற்றிக் கொள்ள முடியும். எப்படி மேகங்கள் வானமில்லையோ, அதுபோலவே நீங்கள் உங்களுடைய பிரச்சனை அல்லர். மேகங்கள் கடந்து செல்வதைப்போலப் பிரச்சனைகளும் நம்மைக் கடந்து செல்லும். அவற்றுக்கு எவ்வாறு எதிர்வினையாற்றுவது என்பது நம் கையில்தான் இருக்கிறது.

உங்களுடைய பிரச்சனைகளால் நீங்கள் திக்குமுக்காடி இருந்தீர்களெனில், "நான் என்னுடைய பிரச்சனைகள் அல்லன்," என்ற வாக்கியத்தை ஒரு சுயபிரகடனம்போலக் கூறுவது பலனளிக்கும். அதேபோல, உங்களுடைய வார்த்தைப் பயன்பாடுகளை மாற்றிக் கொள்வதும் உங்களுக்கு வெகுவாக உதவும். "நான் ஒரு பதற்றமான நபர்," என்று கூறுவதற்குப் பதிலாக, "இப்போது நான் பதற்றத்தை உணர்ந்து கொண்டிருக்கிறேன்," அல்லது, "என்னிடம் பதற்றம் இருப்பதை என்னால் அவதானிக்க முடிகிறது," என்று நீங்கள் கூறலாம். நம்மை நாம் நம்முடைய பிரச்சனைகளிலிருந்து பல வழிகளில் அப்புறப்படுத்திக் கொள்ளலாம். அவற்றில் கீழ்க்கண்டவையும் அடங்கும்:

- நாம் முன்பு பார்த்த 'மனஅழுத்த நாட்குறிப்பு' எழுதுதல் உத்தியில் ஒரு சிறு மாற்றம் செய்து கொள்ளலாம். நீங்கள் பதற்றமடைகின்றபோது, அதை ஒரு காகிதத்தில் எழுதிக் கொள்ளுங்கள். பின்னர் அக்காகிதத்தை எரித்துவிடுங்கள். அல்லது அதில் எழுதியுள்ளவற்றை அடித்துவிட்டு அந்தக் காகிதத்தைச் சுக்குநூறாகக் கிழித்தெறிந்துவிடுங்கள். பௌதிகரீதியாக அப்பிரச்சனை உங்களிடமிருந்து தள்ளியிருப்பதாகப் பாருங்கள். அப்போது, விலகியிருந்து அதை மாற்றுவதற்கான நடவடிக்கையில் உங்களால் ஈடுபட முடியும்.
- மனக்காட்சிப்படைப்பைப் பயன்படுத்துங்கள். உங்களுக்குள் இருக்கின்ற அனைத்துப் பதற்றத்தையும் காற்றாக மாற்றி அதை ஒரு பெரிய பலூனுக்குள் ஊதி அதைப் பறக்கவிடுவதுபோல உங்கள் மனத்தில் காட்சிப்படுத்துங்கள். அந்த பலூன் பறந்து உங்களிடமிருந்து வெகுதூரம் விலகிச் செல்வதுபோல நினைத்துக் கொள்ளுங்கள். அது மேலே செல்லச் செல்லச் சிறியதாக ஆவதுபோலக் கற்பனை செய்யுங்கள். பின்

அது உங்களுடைய கவலைகளைத் தூக்கிக் கொண்டு உங்களுடைய பார்வையிலிருந்து முற்றிலுமாக மறைந்துவிடுவதுபோல உங்கள் மனக்கண்ணில் பாருங்கள். நீங்கள் உங்களை உங்களுடைய கவலையுடன் அடையாளப்படுத்திக் கொள்ளத் தேவையில்லை என்று உண்மையிலேயே உணருங்கள். இதோ மற்றோர் உத்தி: இரவு படுக்கச் செல்லும் முன்பாக, உங்களுடைய கவலைகளையெல்லாம் ஒரு பாதுகாப்புப் பெட்டகத்தில் வைத்துப் பூட்டிவிடுவதாகக் கற்பனை செய்யுங்கள். உங்களிடம் நீங்களே இப்படிக் கூறிக் கொள்ளுங்கள்: "தேவைப்பட்டால், என்னால் எப்போது வேண்டுமானாலும் இந்தப் பெட்டகத்தைத் திறந்து அதிலுள்ளவற்றை எடுத்துக் கொள்ள முடியும். ஆனால், இப்போதைக்கு அவை அதிலேயே இருக்கட்டும். நான் தூங்கப் போகிறேன்."

- நீங்கள் விரும்பினால், உங்களுடைய படைப்பாற்றலை இதற்குப் பயன்படுத்திக் கொள்ளலாம். உங்களுடைய கவலையை எழுத்தில் வடிக்கலாம், ஒரு படமாக வரையலாம், ஓர் ஓவியமாகத் தீட்டலாம், ஒரு பாட்டாக மாற்றி நடனம்கூட ஆடலாம். அதாவது, இவற்றின் மூலம் உங்களால் உங்களுடைய பிரச்சனையை உங்களுக்கு வெளியே தள்ளிவிட முடியும். சிலர், பதற்றமடைகின்ற தங்களுடைய சுயத்திற்கு ஒரு பட்டப்பெயர் வைத்துக் கொள்கின்றனர். பின்னர் அவர்கள் தங்களுக்குத் தாங்களே, "ஓ! இது நான் அல்லன்! இது ஃபிரெட்! இவன் மீண்டும் பதற்றமடையத் தொடங்கிவிட்டான்," என்று கூறிக் கொள்வர்.

கதையாடல் சிகிச்சையில் பயன்படுத்தப்படுகின்ற மற்றோர் உத்தி கட்டுடைப்பாகும். நீங்கள் அளவுக்கதிகமாகச்சிந்திக்கின்றபோது,திக்குமுக்காடுகின்ற ஓர் உணர்வு உங்களுக்கு ஏற்படும். உங்கள் தலைக்குள் இலட்சக்கணக்கான விஷயங்கள் ஆயிரக்கணக்கான மைல் வேகத்தில் ஓடிக் கொண்டிருக்கும். அதனால், எங்கிருந்து தொடங்குவது என்பதைத் தீர்மானிப்பதுகூட உங்களுக்குக் கடினமாக இருக்கும். கதைகளில் இருக்கின்ற ஒரு சிறந்த அம்சம் என்னவென்றால், அவை ஒழுங்குமுறையுடன்கூடிய வரிசைக்கிரமத்தில் இருக்கும். அது ஒரு கட்டத்திலிருந்து மற்றொரு கட்டத்திற்கு நகர்ந்து கொண்டிருக்கும். நாம் அளவுக்கதிகமான சிந்தனைக்குள் மாட்டிக் கொண்டால், அதைச் சிறு சிறு பகுதிகளாகக் கட்டுடைப்பதற்குக் கதையாடலைப் பயன்படுத்திக் கொள்ளலாம். அதன் மூலம், பயமுறுத்துகின்ற ஒரு பெரிய பிரச்சனை, எளிதில் கையாளத்தக்கச் சின்னஞ்சிறு பிரச்சனைகளாக மாற்றப்பட்டுவிடும்.

விஷயங்களின் வேகத்தை மட்டுப்படுத்துவதற்குக் கதையாடல் உங்களுக்கு உதவும். உங்களால் எல்லா விஷயங்களையும் ஒரே நேரத்தில் பார்க்க முடியாது என்பது உண்மைதான். அப்படிச் செய்ய முற்படும்போது நீங்கள் ஆற்றலற்றவர் என்ற உணர்வு உங்களுக்கு ஏற்படும். ஆனால், நல்ல கதைகளில் வருவதுபோல, நீங்கள் எல்லாவற்றையும் உடனடியாகக் கண்டுபிடிக்கத் தேவையில்லை. அல்லது அனைத்துப் பிரச்சனைகளையும் ஒரே நேரத்தில் தீர்க்க வேண்டிய அவசியமும் இல்லை. உங்களுடைய வாழ்க்கைக்குள் கட்டுடைப்பை மேற்கொள்வதற்கான சில வழிகள் இதோ:

- நீங்கள் அளவுக்கதிகமான சிந்தனையால் திக்குமுக்காடிப் போயிருந்தால், இப்போது மிகவும் முக்கியமானதாகத் தோன்றுகின்ற ஒரே ஒரு விஷயத்தை மட்டும் கையில் எடுத்துக் கொள்ளுங்கள். நாளையோ அல்லது அடுத்த ஆண்டோ அல்லது வருங்காலத்தில்

எப்போதோ நிகழவிருக்கின்ற ஒரு விஷயத்தைப் பற்றி நீங்கள் அளவுக்கதிகமாகச் சிந்தித்துக் கொண்டிருந்தால், அதை ஒதுக்கி வைத்துவிட்டு, இன்று அல்லது இக்கணத்தில் எது முக்கியமோ அதில் உங்களுடைய கவனத்தைக் குவியுங்கள். அது குறித்து நீங்கள் எடுக்கக்கூடிய ஒரு காரியம் என்னவாக இருக்கும் என்று உங்களை நீங்களே கேட்டுக் கொள்ளுங்கள். அதைத் தொடர்ந்து எடுக்கப்பட வேண்டியிருக்கக்கூடிய இருபது நடவடிக்கைகளைப் பற்றி இப்போது அலட்டிக் கொள்ளாதீர்கள். முதலில் மேற்கொள்ளப்பட வேண்டிய நடவடிக்கையை மட்டும் இப்போது மேற்கொள்ளுங்கள்.

- உங்களுக்குப் பதற்றத்தை உண்டுபண்ணக்கூடிய உங்களுடைய கடந்தகால நினைவுகளுக்கு நீங்கள் திரும்புவதை நீங்கள் கண்டால், உங்கள் வரலாற்றை உற்று நோக்குங்கள். அதை ஒரு காகிதத்தில் எழுதிக் கொள்ளுங்கள். அல்லது அதை ஒரு வரைபடமாக வரைந்து கொள்ளுங்கள். அவற்றை அத்தியாயங்களாகப் பிரித்துக் கொள்ளுங்கள். அவற்றைப் பிணைக்கின்ற இழை என்ன என்பதைக் கண்டறியுங்கள். தற்போதைய கணம் எவ்வாறு கடந்தகாலத்தோடு பிணைக்கப்படுகிறது என்று பாருங்கள். பின் அவற்றை உங்களுடைய கையில் எடுத்துக் கொள்வதற்கு என்ன செய்ய வேண்டும் என்று யோசியுங்கள். எடுத்துக்காட்டாக, உங்களுடைய இளமைக்காலத்தில் நீங்கள் மேற்கொண்டிருந்த தவறுகள் குறித்துப் பொருமிக் கொண்டிருப்பதற்குப் பதிலாக, அது குறித்து ஒரு புதிய கதையை உருவாக்குங்கள். அப்போது நீங்கள், தவறு செய்துவிட்டிருந்த வெறும் முட்டாளாக மட்டும் இருக்கவில்லை, மாறாக நீங்கள்

பல படிப்பினைகளைக் கற்றுக் கொண்டு உங்களை மேன்மேலும் மேம்படுத்திக் கொண்டிருந்தீர்கள் என்று அதை மாற்றுங்கள். இன்று நீங்கள் உங்களுடைய அந்தப் பருவம் குறித்து அவமானம் கொள்கிறீர்கள் என்பதே, இப்போது நீங்கள் பக்குவம் அடைந்துள்ளீர்கள் என்பதற்கான அத்தாட்சி. இப்போது உங்களால் முழுப் படத்தையும் பார்க்க முடியலாம். அதில் நீங்கள் வளர்ந்து கொண்டும், முன்னேறிக் கொண்டும் இருக்கின்ற ஒரு நபராக இருப்பீர்கள். நீங்கள் பள்ளியில் படித்துக் கொண்டிருந்தபோது கூறிய ஒரு வார்த்தையைப் பிடித்துத் தொங்கிக் கொண்டிருப்பதைவிட இது மேன்மையானதல்லவா?

• நம்முடைய கவனத்தைச் சிதறடித்து, குழப்பத்தையும் ஒழுங்கின்மையையும் உருவாக்குகின்ற சக்தி அளவுக்கதிகமான சிந்தனைக்கு உண்டு. நாம் அந்த எண்ணங்கள் அனைத்தையும் கட்டுடைக்கின்றபோது, அவற்றில் பல வெறும் இரைச்சல்கள் மட்டுமே என்பதையும், அவற்றை நாம் கண்டுகொள்ளத் தேவையில்லை என்பதையும் நாம் புரிந்து கொள்வோம். நீங்கள் உங்களுடைய ஆரோக்கியம் குறித்து அக்கறை கொண்டிருக்கலாம். ஆனால், அந்த ஒற்றைக் கவலை பல இலட்சக்கணக்கான எண்ணங்களாகக் கிளைவிடுகிறது. நாம் நம்முடைய வேலையை இழக்க நேரிடுமோ என்று நாம் பயப்படுவோம், செத்துவிடுவோமோ என்று அஞ்சுவோம், மருத்துவச் செலவு மலையென அதிகரித்துவிடுமோ என்று கலங்குவோம். இப்படி இன்னும் அடுக்கிக் கொண்டே போகலாம். இவற்றைக் கட்டுடைத்தல் என்பது, "இந்த எண்ணங்கள் உண்மையிலேயே

எதைப் பற்றியவை?” என்ற கேள்வியைக் கேட்டு, உங்களைத் தடம்புரள வைக்கின்ற எண்ணங்களிலிருந்து, உண்மையிலேயே அர்த்தமுள்ள மாற்றங்களை ஏற்படுத்துவதற்கு உகந்த எண்ணங்களைப் பிரித்தெடுப்பதாகும்.

சுருக்கமாக

- அளவுக்கதிகமாகச் சிந்திப்பது என்றால் என்ன என்பதை இப்போது நாம் அடையாளம் கண்டு கொண்டுவிட்டதால், அடுத்து, அதைத் தடுப்பது எப்படி என்பதை நாம் கண்டறிய வேண்டும். பதற்றம் கொண்டிருக்கின்ற ஒரு மனத்தை அமைதிப்படுத்துவதற்கு உங்களால் பல விஷயங்களைச் செய்ய முடியும்.
- முதலில், தவிர்த்தல், மாற்றியமைத்தல், ஏற்றுக் கொள்ளுதல், தகவமைத்தல் ஆகிய நான்கு அம்சங்கள் அடங்கிய ஓர் உத்தியை நீங்கள் முயற்சி செய்யலாம். உங்களால் கட்டுப்படுத்த முடியாத விஷயங்களிலிருந்து ஒதுங்கிக் கொள்வதுதான் தவிர்த்தல். விஷயங்களை நம்மால் தவிர்க்க முடியாத முடியாத நிலை ஏற்படுகின்றபோது, நம்முடைய சூழலை மாற்றக் கற்றுக் கொள்ள வேண்டும். மாற்ற முடியாதபோது அதை ஏற்றுக் கொள்ள வேண்டும். இந்த மூன்றுமே சரிப்பட்டு வரவில்லை என்றால், அதற்கேற்ப நம்மைத் தகவமைத்துக் கொண்டு, நம்முடைய மனஅழுத்தத்தின் தாக்கத்தைக் குறைத்துக் கொள்வதற்கான வழிகளை நாம் கற்றுக் கொள்ள வேண்டும்.
- மற்றொரு பிரபலமான உத்தி நாட்குறிப்பு எழுதுதல். நாம் அளவுக்கதிகமாகச் சிந்திக்கின்றபோது, ஆயிரக்கணக்கான எண்ணங்கள் நம் மனத்திற்குள் சுற்றிக் கொண்டிருக்கும். அதனால் நாம்

திக்குமுக்காடிப் போவோம். அவற்றை நாம் ஒரு நாட்குறிப்பில் எழுதி வைத்து அவற்றை அலசி ஆராய்கின்றபோது, அவற்றின் வீரியம் வெகுவாகக் குறைந்துவிடுகிறது. இந்தப் பழக்கத்தை வளர்த்துக் கொள்ள, நீங்கள் ஒரு சிறு குறிப்பேட்டை எப்போதும் உங்களுடன் வைத்துக் கொண்டு, பதற்றமான எண்ணங்கள் உங்களைச் சூழும்போது அவற்றை அதில் குறித்துக் கொள்ள வேண்டும்.

- இன்னோர் உத்திக்கு *5-4-3-2-1* உத்தி என்று பெயர். பேரச்சத் தாக்குதல்களை எதிர்கொள்ள இது வெகுவாக உதவும். இதில் நீங்கள் உங்களுடைய ஐந்து புலனுணர்வுகளையும் பயன்படுத்துவீர்கள். பதற்றம் உங்களைச் சூழும்போது, உங்களைச் சுற்றியிருக்கின்ற சூழலில் உங்களால் பார்க்க முடிகின்ற ஐந்து பொருட்களைப் பாருங்கள்; உங்களால் தொட்டுணர முடிகின்ற நான்கு விஷயங்களைத் தொட்டுணருங்கள்; உங்களால் முகர முடிகின்ற மூன்று விஷயங்களை முகர்ந்து பாருங்கள்; உங்களால் கேட்க முடிகின்ற இரண்டு சத்தங்களைக் கேளுங்கள்; உங்களால் சுவைக்க முடிகின்ற ஒரு விஷயத்தை ருசி பாருங்கள். நீங்கள் உங்களுடைய புலனுணர்வுகளில் மூழ்கியிருக்கின்றபோது, உங்களுடைய மூளையால் அளவுக்கதிகமான சிந்தனையில் இறங்க முடியாது.

அத்தியாயம் 3

உங்களுடைய நேரத்தையும் பிற உள்ளீடுகளையும் நிர்வகித்தல்

சூஸிக்கு இன்று ஏகப்பட்ட வேலைகள் உள்ளன. அவள் தன்னுடைய அட்டவணையை எடுத்துப் பார்க்கும்போது, எல்லா வேலைகளையும் இதற்குள் எப்படிப் பொருத்துவது என்று யோசித்து அவள் மலைக்கிறாள். உடனே அவளைப் பதற்றம் தொற்றிக் கொள்கிறது. அவள் பதற்றத்திற்குள் விழுந்திருப்பதைப் பார்க்கின்ற அவளுடைய அலுவலக சகா ஒருத்தி, மதிய உணவு இடைவேளையில் தியானம் செய்யுமாறு சூஸிக்குப் பரிந்துரைக்கிறாள். தியானம் மனஅழுத்தத்தைக் குறைக்கும் என்பது நிரூபணமான விஷயம்தானே? சூஸி தியானத்தில் அமர்ந்து ஐந்து நிமிடங்கள்கூட ஆகியிருக்காது. அவளால் அதில் கவனம் செலுத்த முடியவில்லை. அவள் உள்முகமாக அலறுகிறாள், முன்பைவிட இப்போது தனக்கு நேரம் மிகவும் குறைவாக இருப்பதை அவள் உணர்கிறாள். அவள் 2.30 மணிக்கு ஒருவருடன் நிகழ்த்தவிருக்கின்ற ஒரு சந்திப்பைப் பற்றி மட்டுமே இப்போது அவளால் சிந்திக்க முடிகிறது.

மோசமான நேர நிர்வாகத்தின் காரணமாக உங்களுக்கு மனஅழுத்தம் ஏற்பட்டிருந்தால், மனத்தை ஆசுவாசப்படுத்துவதற்கு வழக்கமாகப் பயன்படுத்தப்பட்டு வரும் உத்திகள் பலனளிக்காது. இரண்டே இரண்டு விஷயங்களால் மட்டுமே சூஸிக்குப் பலன் கிடைக்க வாய்ப்பு இருக்கிறது. முதலாவது, ஒரு நாளின் நேரத்தை மாயாஜாலமான வழியில் அவளால் அதிகரிக்க முடிவது. இரண்டாவது, அவளுடைய நேரத்தை மேம்பட்ட வழியில் நிர்வகிக்க உதவுகின்ற நேர நிர்வாக உத்தி அல்லது கருவி. மோசமான நேர நிர்வாகத்தால் எப்படியும் வந்து சேர்கின்ற

மனஅழுத்தத்தைச் சமாளிப்பதற்கு தியானம், யோகா போன்றவை உதவக்கூடும். ஆனால், நேரத்தைச் சிறப்பாக நிர்வகிப்பதன் மூலம், மனஅழுத்தமே ஏற்படாமல் நம்மால் அதைத் தடுத்துவிட முடியும். அதை இந்த அத்தியாயத்தில் நாம் விரிவாகப் பார்க்கலாம்.

மனஅழுத்த நிர்வாகத்தின் அடிப்படைகள்

நம்மில் பெரும்பாலானோருக்கு, மனஅழுத்த நிர்வாகமும் நேர நிர்வாகமும் ஒன்றுதான். ஒரு குறிப்பிட்ட நேரத்திற்குள் சில வேலைகளைச் செய்து முடிக்க வேண்டும் என்று நீங்கள் பதற்றப்பட்டுக் கொண்டிருத்தல், எப்போதுமே ஓர் அவசர உணர்வைக் கொண்டிருத்தல், எப்போதுமே ஏதாவது ஒரு வேலையில் ஈடுபட்டிருத்தல், எப்போதுமே திக்குமுக்காடிக் கொண்டிருக்கின்ற ஓர் உணர்வோடு இருத்தல் போன்றவற்றால் நீங்கள் அவதிப்பட்டுக் கொண்டிருந்தால், உங்களை ஆசுவாசப்படுத்திக் கொள்வதற்கான உத்திகளைவிட நேர நிர்வாக உத்திகள் உங்களுக்கு அதிகமாகப் பலனளிக்கும்.

'கல்வி உளவியலுக்கான ஐரோப்பிய இதழ்', பல்கலைக்கழக மாணவர்களிடம் ஓர் ஆய்வை நிகழ்த்தியது. மாணவர்களின் படிப்புச் சுமையில் மாற்றம் எதுவும் இல்லாமல் இருந்தாலும், அவர்களுடைய நேர நிர்வாகத் திறமைகள் மேம்பட்டால் அவர்களுடைய மனஅழுத்த அளவு குறையும் என்பது அதில் வெளிப்பட்டது. இவ்வளவு படிக்க வேண்டியிருக்கும் என்ற மலைப்புதான், அவர்கள் படிக்க வேண்டியிருந்த விஷயங்களைவிட அதிகமாக அவர்களுக்கு மனஅழுத்தத்தைக் கொடுத்தது. நேர நிர்வாகம் வேலையில் ஒருவருடைய செயற்திறனை மேம்படுத்துகிறது என்பது உண்மைதான் என்றாலும், அதனுடைய மிகப் பெரிய பயன், சம்பந்தப்பட்ட நபர்களின் ஒட்டுமொத்த ஆரோக்கியத்தை மேம்படுத்தி அவர்களுக்கு வாழ்க்கை குறித்தத் திருப்தியை அது வழங்குகிறது என்று பிராட் ஏயோன் என்ற ஆய்வாளரும் அவருடைய குழுவினரும் நிகழ்த்திய ஆய்வு ஒன்று அறிவித்தது.

நேர நிர்வாகம் என்பது பெரும்பாலும் ஒரு முக்கியமான திறமையை உள்ளடக்கியிருக்கிறது. உங்களுடைய முன்னுரிமைகளை அடையாளம் கண்டுகொண்டு, உங்களுடைய இலக்குகளை அடைவதற்கு அவற்றைப் பயன்படுத்திக் கொள்வதுதான் அது. இதை நீங்கள் செய்கின்றபோது, உங்களுடைய திறன் அதிகரிக்கின்ற உணர்வும், நிலைமை உங்களுடைய கட்டுப்பாட்டில் இருக்கிறது என்ற எண்ணமும் உங்களிடம் ஏற்படுகின்றன. அதோடு, தவிர்க்கப்பட முடியாத முட்டுக்கட்டைகள் ஏற்படுகின்றபோது, அவற்றிலிருந்து மீண்டெழுகின்ற உங்களுடைய திறமை அதிகரித்திருப்பதாகவும் நீங்கள் உணர்வீர்கள். மொத்தத்தில், இது பிரக்ஞை மற்றும் மனப்போக்குகளில் வந்துதான் நிற்கிறது.

நம்மில் பலர், மனஅழுத்தத்தை நம்முடைய வாழ்க்கையின் முன்னுரிமையாக ஆக்கிக் கொள்கிறோம் என்பது விநோதமான ஒன்று. நமக்குக் கிடைக்கின்ற நேரம் முழுவதையும், நம்முடைய மனநிலையை மோசமாக்கி, நம்மிடம் பதற்றத்தை அதிகரிக்கின்ற நடவடிக்கைகளில் ஈடுபடுவதில் நாம் செலவழிக்கிறோம். நம் உடல்நலத்தை மீட்டெடுத்தல், செய்துள்ள காரியங்களைச் சீர்தூக்கிப் பார்த்தல் போன்றவற்றுக்கு நாம் எந்த முன்னுரிமையும் அளிப்பதில்லை. ஓய்வெடுத்துக் கொள்வதற்கும் உங்களை ஆசுவாசப்படுத்திக் கொள்வதற்கும் நேரம் ஒதுக்கக் கடைசியாக நீங்கள் எப்போது திட்டமிட்டீர்கள்? நீங்கள் பெரும்பான்மை மக்களைப் போன்றவர் என்றால், நீங்கள் கடின உழைப்பை முன்னணியில் வைத்துவிட்டு, மிச்சம் மீதியிருக்கின்ற நேரத்தையும் ஆற்றலையும் மட்டுமே பிற காரியங்களுக்கு வழங்கிக் கொண்டிருப்பீர்கள். அப்படியிருந்தால், நீங்களும் சூஸியைப்போலவே பயனுள்ள தியானத்தில் ஈடுபட முடியாமல் தவித்துக் கொண்டிருப்பீர்கள். ஏனெனில், ஏற்கனவே நேரத்திற்குத் தடுமாறிக் கொண்டிருக்கும் நீங்கள் இப்போது தியானத்தையும் ‘செய்து முடிக்கப்பட வேண்டிய வேலைகளின்’ பட்டியலில் சேர்த்துக் கொண்டிருப்பதால், உங்களுடைய பதைபதைப்பு

இன்னும் அதிகரிக்கவே செய்யும்.

இதிலிருந்து மீள்வதற்கு, ஓய்வையும் ஆசுவாசப்படுத்திக் கொள்ளுதலையும் கவனத்தில் கொள்ளத்தக்க முக்கியமான விஷயமாகக் கருதுகின்ற மனநிலைக்கு மாறுவது ஒரு வழி. எடுத்துக்காட்டாக, நீங்கள் இரசித்து அனுபவிக்கின்ற நடவடிக்கைகளுக்கு, திட்டமிட்ட முறையில் நீங்கள் நேரத்தை ஒதுக்கலாம். அல்லது ஒன்றுமே செய்யாதிருப்பதற்குத் திட்டமிட்டுக் கொள்ளலாம். உங்களிடம் இருப்பதிலேயே மிகச் சிறந்த வளம் நேர்மறையான மனப்போக்காகத்தான் இருக்க முடியும். அதை ஏன் நீங்கள் பேணி வளர்த்துப் பயன்படுத்திக் கொள்ளக்கூடாது?

அளவுக்கதிகமாகச் சிந்திப்பவர்கள், சில நேரங்களில், அளவுக்கதிகமான பொறுப்புகளைச் சுமப்பவர்களாகவும் இருக்கின்றனர். அதனால் அவர்கள் சுயபிரக்ஞை இல்லாமலேயே தங்களுடைய ஆரோக்கியத்தைக் காவு கொடுக்கக்கூடும், தங்களுக்கு இன்பம் தருகின்ற விஷயங்களையும் தங்களுக்கு மறுக்கக்கூடும். தீவிரமான, இனிமையற்ற விஷயங்கள் முதலில் செய்து முடிக்கப்பட்டாக வேண்டும் என்றும், எல்லாவற்றையும் செய்து முடித்தப் பிறகு, நேரம் கிடைத்தால் மட்டுமே தங்களுக்கு ஆசுவாசம் ஏற்படுத்துகின்ற விஷயங்களைப் பற்றி யோசிக்க வேண்டும் என்றும் அவர்கள் நம்பக்கூடும்.

மனஅழுத்த நிர்வாகத்தின் நோக்கம் தேவையற்ற அழுத்தக் காரணிகளைக் களைவதாக இருந்தாலும், நாம் இரசிக்கின்ற, நமக்குப் புத்துணர்வளிக்கின்ற சில விஷயங்களுக்கு வாழ்க்கையில் இடம் வழங்குவதையும் உள்ளடக்கிய ஒன்றாக அது இருத்தல் வேண்டும். காலையில் எழுந்தவுடன் சலிப்பான அன்றாட வேலைகளில் குதிப்பதற்குப் பதிலாக, உங்களுக்குப் பிடித்தமான ஒன்றோடு அந்த நாளைத் தொடங்கலாம். ஒவ்வொரு மணி நேரத்திற்கு ஒரு முறை பத்து நிமிடங்கள் இடைவேளை எடுத்துக் கொண்டு, சிறு நடையொன்றை மேற்கொள்வது, கைகளையும் கால்களையும் நீட்டி மடக்குவது, மூலிகைத் தேநீர் அருந்துவது போன்றவற்றை ஒரு பழக்கமாக ஆக்கிக் கொள்ளுங்கள். தினமும் அன்று

ஆவலுடன் செய்வதற்கு ஏதாவது ஒன்றை வைத்திருங்கள். நீங்கள் அக்கறை கொண்டுள்ள, உங்களுடைய வாழ்க்கையைப் பிரகாசமாக்குகின்ற நபர்களுடனான உங்களுடைய உறவை மேம்படுத்தும் நடவடிக்கைகளில் ஈடுபடுங்கள். வேடிக்கை விளையாட்டுகளில் ஈடுபடுவதற்கும், சிரிப்பதற்கும், உங்களைக் குஷிப்படுத்துகின்ற விஷயங்களைச் செய்வதற்கும் நேரம் எடுத்துக் கொள்ளுங்கள்.

உங்களுடைய மனஅழுத்தத்தைக் குறைப்பதற்கும், உங்களுடைய உடல் ஆரோக்கியத்தைப் பேணுவதற்கும் உங்களுடைய வாழ்க்கைமுறையில் என்னென்ன மாற்றங்களைச் செய்ய வேண்டும் என்பது உங்களுக்கு ஏற்கனவே தெரியும். உடற்பயிற்சியில் ஈடுபட வேண்டும், சத்தான உணவை உட்கொள்ள வேண்டும், போதுமான நேரம் தூங்க வேண்டும், காபி போன்ற பானங்களைக் குறைத்துக் கொள்ள வேண்டும் போன்றவை அவற்றில் அடங்கும். ஆனால், உங்களுடைய உணர்வுரீதியான, சமூகரீதியான, ஆன்மிகரீதியான ஆரோக்கியங்களும் அதே அளவு முக்கியமானவையே. நீங்கள் முன்கூட்டியே திட்டமிட்டு இவற்றில் ஈடுபடாவிட்டால், உங்களால் அவற்றில் ஒருபோதும் ஈடுபட முடியாது.

நாம் முன்பு சந்தித்திருந்த சூஸி, தினமும் காலையில் எழுந்தவுடன், அன்று தான் செய்து முடிக்கத் திட்டமிட்டுள்ள முக்கியமான வேலைகளின் பட்டியல் ஒன்றைத் தயாரிக்கிறாள். முன்னுரிமைப்படி அவள் அவற்றை வரிசைப்படுத்துகிறாள். உடற்பயிற்சி செய்தல், குடும்ப உறுப்பினர்கள் மற்றும் நண்பர்களுடன் நேரம் செலவிடுதல், அவளுக்குப் பிடித்த நடவடிக்கைகளில் ஈடுபடுதல் போன்றவை அப்பட்டியலில் கடைசியில்தான் இடம் பெறுகின்றன. அதனால், அவை ஒருபோதும் நிறைவேற்றப்படுவதில்லை. அதற்குப் பதிலாக, தன்னுடைய உடல் ஆரோக்கியம், உறவுகள், பிடித்த விஷயங்களை இரசித்து அனுபவித்தல் போன்றவற்றுக்கு முன்னுரிமை கொடுத்து அவள் தினமும் அவற்றுக்கு நேரம் ஒதுக்கியிருந்திருக்கலாம். ஆனால், அவளுக்குத் தன்னுடைய வேலை நேரம்

போக இவற்றுக்கு ஒதுக்குவதற்கு நேரம் இல்லை என்றால்? அப்படியென்றால், அந்த வேலை அவளுக்குப் பொருத்தமானதல்ல என்று அர்த்தம்.

சலிப்பூட்டுகின்ற அன்றாட வேலைகளை மேலோட்டமான வழிகளில் மாற்றியமைப்பது நேர நிர்வாகம் கிடையாது. அது உங்களுடைய ஒட்டுமொத்த வாழ்க்கையையும் ஒழுங்கமைத்துக் கொண்டு, அர்த்தமுள்ள விஷயங்களில் உங்களுடைய ஆற்றலையும் வளங்களையும் பயன்படுத்துவதாகும். ஒரு தினத்திற்குள் எவ்வளவு காரியங்களைத் திணிக்க முடியுமோ அவ்வளவு வேலைகளைத் திணிப்பதல்ல அது. மாறாக, அது சமநிலையைப் பற்றியது. ஒரு நாளில் நீங்கள் செய்து முடிக்கத் திட்டமிட்டுள்ள வேலைகளுக்கு நீங்கள் வழங்குகின்ற முன்னுரிமை உங்களுடைய இலக்குகளோடு ஒத்திசைவாக இருக்கிறதா, இல்லையா என்பதைப் பற்றியது அது.

நாம் ஒரு விஷயத்தைப் புரிந்து கொள்ள வேண்டும். உங்களுடைய கவனத்தைக் கவர்ந்து உங்களுடைய நேரத்தை வாரிச் சுருட்டிக் கொள்வதற்கு எப்போதும் ஏதாவது ஒன்று காத்துக் கொண்டுதான் இருக்கும். நம்முடைய நேரத்தையும் ஆற்றலையும் சிறப்பாகப் பயன்படுத்திக் கொள்கின்ற விதத்தில் நாம் நம்முடைய வாழ்க்கையை நகர்த்த வேண்டும். அதைச் செய்வதற்கான சில வழிமுறைகளை இப்போது பார்க்கலாம்:

1. வாழ்க்கையில் உங்களுடைய முன்னுரிமைகளையும் இலக்குகளையும் தீர்மானியுங்கள். உங்களுடைய வாழ்க்கையில் மற்ற எல்லாவற்றையும்விட எந்த மூன்று விஷயங்களுக்கு நீங்கள் அதிக முக்கியத்துவம் கொடுப்பீர்கள்?
2. அடுத்த ஒரு வாரத்திற்கு நீங்கள் உங்களுடைய நேரத்தை எப்படிச் செலவழிக்கிறீர்கள் என்பதை அவதானியுங்கள். நீங்கள் விழித்திருக்கின்ற ஒவ்வொரு மணி நேரமும் நீங்கள் என்ன செய்து கொண்டிருக்கிறீர்கள்

என்பதைக் குறித்துக் கொள்ளுங்கள்.

3. இத்தரவுகளை அலசி ஆராயுங்கள். எதில் நீங்கள் அதிகமான நேரத்தைச் செலவழித்துக் கொண்டிருக்கிறீர்கள்? எதில் நீங்கள் குறைவான நேரத்தைச் செலவழித்துக் கொண்டிருக்கிறீர்கள்? அதற்குப் பிறகு, இப்போது நீங்கள் நேரத்தைச் செலவழித்துக் கொண்டிருக்கின்ற விதம் உங்களுக்கென்று நீங்கள் நிர்ணயித்துள்ள இலக்குகளோடு ஒத்திசைவாக இருக்கிறதா? எடுத்துக்காட்டாக, உடல் ஆரோக்கியம், குடும்பத்தாரோடு அதிக நேரத்தைச் செலவிடுதல், சொந்தமாக ஒரு தொழில் தொடங்குதல் போன்றவை உங்களுடைய இலக்குகளாக இருக்கின்ற பட்சத்தில், நீங்கள் உங்களுடைய அன்றாட மொத்த நேரத்தில் 90 சதவீதத்தை உங்களுடைய அலுவலக வேலையில் செலவழித்துக் கொண்டிருந்தீர்கள் என்றால், அது அர்த்தமுள்ளதாக இருக்குமா?

4. உங்களுடைய கொள்கைகளுக்கு முன்னுரிமை அளிக்கின்ற விதத்தில் உங்களுடைய கால அட்டவணையின் முன்னுரிமைகளை மாற்றியமைத்துக் கொள்ளுங்கள்.

5. மாற்றங்களைச் செய்த பிறகு, மீண்டும் உங்களுடைய நேரத்தை நீங்கள் எவ்வாறு செலவிடுகிறீர்கள் என்று அவதானியுங்கள். எது உங்களுக்கு வேலை செய்கிறது, எது உங்களுக்கு வேலை செய்யவில்லை என்று பார்த்து அதற்கேற்ப மேலும் சில மாற்றங்களைச் செய்து கொள்ளுங்கள்.

எடுத்துக்காட்டாக, தனியாக நேரம் செலவிடுவதையும், உங்களுடைய தனித்துவத்தைத் தக்கவைத்துக் கொள்வதையும், படைப்பாற்றல்ரீதியாகச் செயல்படுவதையும் நீங்கள் மிகவும் விரும்புகிறீர்கள்

என்று வைத்துக் கொள்வோம். உங்களுடைய நேரப் பயன்பாட்டை அலசி ஆராய்கின்றபோது, இவை தொடர்பான விஷயங்களில் நீங்கள் மிக மிகக் குறைவான நேரத்தையே செலவிடுகிறீர்கள் என்பதையும், பெரும்பாலான நேரத்தை நீங்கள் உங்களுடைய அலுவலக வேலைகளில் செலவிடுகிறீர்கள் என்பதையும் நீங்கள் கண்டுபிடிக்கக்கூடும்.

உங்களைப் பொறுத்தவரை, மனஅழுத்த நிர்வாகம் என்பது, உங்களுக்குப் பிடித்தமான விஷயங்களில் இன்னும் கூடுதலாக நேரத்தைச் செலவிடுவதற்குத் தேவையான சிறு சிறு மாறுதல்களை மட்டுமே உள்ளடக்கியதாக இருக்கும். எடுத்துக்காட்டாக, மாலையில் வீட்டுக்கு வந்த பிறகு, “இனி நான் அலுவலகத் தொலைபேசி அழைப்புகளை எடுக்க மாட்டேன்,” என்றோ, “நான் தொலைக்காட்சி நிகழ்ச்சிகளைப் பார்க்கப் போவதில்லை,” என்றோ நீங்கள் தீர்மானிக்கலாம். அதேபோல, மின்னஞ்சல்கள் மூலமாக உங்களைத் தொடர்பு கொள்கின்ற நபர்களுக்கு, “நான் இப்போது அலுவலகத்தில் இல்லை,” என்ற தகவல் தன்னிச்சையாகச் செல்கின்றபடி நீங்கள் ஏற்பாடு செய்து கொள்ளலாம்.

உங்களுடைய இலக்குகளும் முன்னுரிமைகளும் என்ன என்பதை அறிந்து கொள்ளாமல் நேர நிர்வாகத்தைப் பற்றிப் பேசுவது அர்த்தமற்றது. நேர நிர்வாகம் என்பது, நீங்கள் எந்த விளைவுகளை எதிர்பார்க்கிறீர்களோ அவற்றை அடிப்படையாகக் கொண்டே இருக்கும். அதனால், நீங்கள் எந்த விளைவுகளை எதிர்பார்க்கிறீர்கள் என்பதை முதலில் கண்டுபிடித்தாக வேண்டும்.

தினமும் காலையில் அன்று நீங்கள் செய்து முடிக்க விரும்புகின்ற வேலைகளை ஒரு பட்டியலிட்டுக் கொள்ளுங்கள். பிறகு, அவசரமானவை, முக்கியமானவை, முக்கியமற்றவை என்று அவற்றைப் பிரியுங்கள். அவசர வேலைகள் இன்றே செய்து முடிக்கப்பட்டாக வேண்டும் என்பதால் அவற்றுக்குத் தலையாய முன்னுரிமை அளிக்கப்பட வேண்டும். அவற்றை நீங்கள்

தள்ளிப்போட்டால், மன அழுத்தத்தை நீங்கள் வெற்றிலைப் பாக்கு வைத்து அழைக்கிறீர்கள் என்று அர்த்தம். முக்கியமான பிரச்சனைகள் அவசரமானவையாக இல்லாமலிருந்தாலும் செய்யப்பட்டாகவேண்டியவையாக இருக்கும். அவற்றைச் செய்யாவிட்டால், அது மேலும் பல பிரச்சனைகளை உருவாக்கும்.

முக்கியத்துவமற்ற வேலைகளுக்கு நீங்கள் முன்னுரிமை அளிக்க வேண்டியதில்லை. அவற்றைத் தள்ளிப்போட்டால் ஒன்றும் பிரச்சனையில்லை. நீங்கள் உங்களுக்கான ஒரு முன்னுரிமைப்படுத்துதல் முறையை வகுத்துக் கொள்ளலாம். உங்களைப் பொறுத்தவரை எது உண்மையிலேயே முக்கியமானது என்பதை நீங்கள் முடிவு செய்து கொள்ளலாம். ஒரு விஷயத்தை அவசரமானது அல்லது முக்கியமானது என்று பிரிப்பதற்கு முன்பாக நீங்கள் இதைச் செய்து முடிக்க வேண்டும். சிலர் ஒரு நாளில் தாங்கள் செய்து முடிக்கத் திட்டமிடுகின்ற வேலைகளை அதன் எண்ணிக்கையை வைத்து முடிவு செய்கின்றனர். எடுத்துக்காட்டாக, “இன்று நான் கவனத்தைக் குவிக்க விரும்புகின்ற மூன்று முக்கியமான வேலைகள் எவை?” என்று அவர்கள் தங்களைத் தாங்களே கேட்டுக் கொண்டு, அந்த வேலைகளில் தங்கள் கவனத்தைக் குவிக்கின்றனர். மற்ற வேலைகளில் அவர்கள் பதற்றமின்றி ஈடுபடுகின்றனர்.

உங்களுடைய நேரத்தைத் திறம்பட நிர்வகிப்பதற்கு ஏராளமான உத்திகள் இருக்கின்றன. அவற்றுக்கென்றே வடிவமைக்கப்பட்டப் புத்திசாலித்தனமான செயலிகளும் இருக்கின்றன. ஆனால், மேலே குறிப்பிடப்பட்டுள்ள அடிப்படைகளை நீங்கள் பின்பற்றினாலே, உங்களால் நேரத்தை நன்றாக நிர்வகிக்க முடியும். நல்ல நேர நிர்வாகப் பழக்கங்கள் உங்களுடைய இலக்குகளையும் வாழ்க்கைமுறையையும் பிரதிபலிக்கும் என்றாலும், நீங்கள் கீழ்க்கண்ட அம்சங்களைக் கவனத்தில் எடுத்துக் கொள்ள வேண்டும்.

- விஷயங்களை எழுத்தில் வடித்துக் கொள்வது அவற்றுக்கு ஓர் உறுதியான வடிவத்தைக்

கொடுக்கும். இதற்கு நீங்கள் 'செய்து முடிக்கப்பட வேண்டிய வேலைகளின் பட்டியல்' ஒன்றைத் தயாரிக்கலாம். உங்களுடைய நாட்குறிப்புப் புத்தகத்தில் அல்லது நேர அட்டவணைப் புத்தகத்தில் நீங்கள் எழுதி வைத்துக் கொள்ளலாம். அவற்றின் மூலம் உங்களுடைய வேலைகளின் முன்னேற்றத்தை நீங்கள் அளவிட்டுக் கொள்ளலாம்.

- உங்களுடைய வேலைகளைச் சிறிய சிறிய வேலைகளாகக் கூறுபோட்டுக் கொண்டு, அவை ஒவ்வொன்றுக்கும் தனித்தனியாக இலக்குகளை உருவாக்கிக் கொள்ளுங்கள்.
- விளைவுகளில் கவனத்தைக் குவிக்காமல் செயல்பாட்டில் கவனம் செலுத்துங்கள். உடனடி விளைவுகள் மற்றும் கச்சிதத்தில் கவனம் செலுத்துவதற்குப் பதிலாக, உருப்படியான தினசரிப் பழக்கங்களில் கவனம் செலுத்தினால், நீண்டகால நோக்கில் உங்களால் அதிகமானவற்றைச் சாதிக்க முடியும்.
- முக்கியமற்ற வேலைகளுக்கு முடியாது என்று கூறப் பழகிக் கொள்ளுங்கள். உங்களுடைய எல்லைகளை வகுத்துக் கொள்வதிலும், சில வேலைகளைப் பிறரிடம் ஒப்படைப்பதிலும் தவறில்லை.
- உங்களுடைய செயல்பாடுகள் உங்களுடைய இலக்குகளோடு பொருந்தியிருக்கின்றனவா என்று அவ்வப்போது சோதித்துக் கொண்டேயிருங்கள். அவை உங்கள் இலக்குகளிலிருந்து விலகியிருந்தால், தேவையான மாற்றங்களை மேற்கொள்ளுங்கள்.

இப்படி விவரிக்கின்றபோது நேர நிர்வாகம் எளிதாக இருப்பதுபோலத் தோன்றலாம். அது உண்மைதான் என்றாலும், அதைச் செய்வது சுலபமில்லை. நமக்கு நன்றாகத் தெரிந்திருந்தாலும், நமக்கு எதிராகச் செயல்பட்டுக் கொண்டிருக்கின்ற நம்முடைய பழைய நடத்தைகளின்படி நாம் காரியங்களைச் செய்து கொண்டிருப்போம். அவை போன்ற தடைகள் என்னவென்று நம்மால் அறிய முடிந்தால், அவற்றைக் கடந்து செல்வதற்கு முதலிலேயே திட்டமிட்டுக் கொள்ள முடியும். ஒரு சிலருக்குப் பலனளிக்கின்ற சில நேர நிர்வாக உத்திகள் ஏன் வேறு சிலருக்குப் பலனளிப்பதில்லை? ஏனெனில், நாம் அனைவரும் ஒரே மாதிரியானவர்கள் அல்லர். அதோடு, நாம் எதிர்கொள்கின்ற சவால்களும் வெவ்வேறானவை.

நேர நிர்வாக உத்திகள் மட்டுமல்லாமல் தனித்துவமான நேர நிர்வாகப் பாணிகளும் இருக்கின்றன. நீங்கள் உங்களுடைய நேரத்தை எப்படிச் சிறப்பாக நிர்வகிக்கிறீர்கள் அல்லது சொதப்புகிறீர்கள் என்பது உங்களுடைய ஆளுமையையும் உங்களுடைய அனுபவங்களையும் பொறுத்தது. அப்படிப்பட்ட ஆளுமைகளில் சிலவற்றை அடுத்து நாம் பார்க்கலாம்.

நேரத் தியாகி

எடுத்துக்காட்டாக, நேரத் தியாகி என்ற ஆளுமையை எடுத்துக் கொள்வோம். அந்த நபர் மற்ற எல்லோருடைய வேண்டுகோள்களுக்கும் செவி சாய்க்கின்ற ஒருவராக இருப்பார். அளவுக்கு மீறிய பொறுப்புகளைச் சுமப்பார். அதன் காரணமாக அவர் அல்லலுறவும் செய்வார். எடுத்துக்காட்டாக, மிகக் கடினமானது என்று தெரிந்தும், நீங்கள் ஒரே நாளில் அடுத்தடுத்து மூன்று நண்பர்களைச் சந்திக்க ஒப்புக் கொண்டுள்ளீர்கள் என்று வைத்துக் கொள்வோம். அப்படிச் செய்திருந்தும், அன்றைய தினத்தின் முடிவில் நீங்கள் பதற்றத்துடன் இருப்பீர்கள். "முதலில் சந்தித்திருந்த நபரிடமிருந்து நான் விரைவாக விடைபெற்றுவிட்டேனோ?" என்று நீங்கள்

அளவுக்கதிகமாக யோசித்துக் கொண்டிருப்பீர்கள்.

இந்தப் பட்டியலில் உங்களுக்கும் இடம் இருக்கும் என்றால், அவ்வளவு சுறுசுறுப்பாக இருப்பது குறித்து உங்களிடம் சிறிதளவு பெருமை தலைதூக்கியிருக்கும் என்பது நிச்சயம். ஆனால், அன்றைய தினம் நீங்கள் சில முக்கியமான வேலைகளைத் தவறவிட்டிருந்திருப்பீர்கள். பல வேலைகளை இழுத்துப் போட்டுக் கொண்டு செய்வது, உங்களுக்கு கவனச்சிதறல்களை ஏற்படுத்துவது போன்றவற்றைக் குறைக்கின்ற உத்திகள் உங்களுக்குப் பலனளிக்கும். ஒரு தீர்க்கமான கால அட்டவணை அல்லது ஒரு நாளைக்கு மூன்று முக்கியமான வேலைகளுக்கு முன்னுரிமை அளித்தல் போன்றவை அவற்றில் அடங்கும்.

தள்ளிப்போடுபவர்

விஷயங்களைத் தள்ளிப்போடுபவர்களின் சவால் வேறு. கடைசி நேரம்வரை அவர்கள் விஷயங்களைத் தள்ளிப்போடுவர். ஓரளவு மனஅழுத்தம் இருப்பது நல்லதுதான் என்றாலும், தங்களுடைய தள்ளிப்போடுகின்ற செயலால் அவர்கள் பெறுகின்ற மனஅழுத்தம் அவர்களை முடக்குவதாகத்தான் இருக்கும். இந்த அளவுக்குத் தள்ளிப்போடக்கூடாது என்று தெரிந்தும், விஷயங்களைத் தள்ளிப்போட்டுக் கொண்டே இருப்பவர்கள் தேவையில்லாமல் மனஅழுத்தத்தை உருவாக்கிக் கொள்கின்றனர்.

நீங்கள் விஷயங்களைத் தள்ளிப்போடுகின்ற ஒரு நபராக இருந்தால், காரியங்களைச் சின்னஞ்சிறிய பகுதிகளாகப் பிரித்துக் கொள்வது உங்களுக்கு உதவக்கூடும். அதோடு, அச்சிறிய காரியங்களை நீங்கள் நிறைவேற்றி முடிக்கின்றபோது, அதற்காக உங்களுக்கு நீங்களே வெகுமதி அளித்துக் கொள்ளலாம்.

கவனச்சிதறல்காரர்

கவனச்சிதறல்காரர்களின் பிரச்சனை வேறு. அவர்கள் சரியான நேரத்தில் வேலைகளைத்

தொடங்கிவிடுவார்கள். ஆனால், விரைவில் கவனச்சிதறலுக்குப் பலியாகி, தாங்கள் எடுத்துக் கொண்டிருக்கின்ற வேலையை முடிக்காமல் இருப்பர். கவனச்சிதறலும் பதற்றமும் ஒன்றுக்கொன்று தீனி போட்டுக் கொள்கின்றவையாகும். இப்படிப்பட்டவர்கள் தங்களுக்கென்று ஓர் எல்லையை வகுத்து வைத்துக் கொண்டு அதை மீறாமல் செயல்பட வேண்டும். அதோடு, தாங்கள் எந்தவிதமான சுற்றுச்சூழலில் வேலை செய்து கொண்டிருக்கிறோம் என்பது குறித்தப் பிரக்ஞை அவர்களிடம் இருக்க வேண்டும். எடுத்துக்காட்டாக, நீங்கள் உங்கள் அலுவலகத்தில் சில குறிப்பிட்ட நேரங்களில் யாராலும் நொந்தரவு செய்யப்படாமல் வேலை பார்க்கப் போவதாக ஓர் எல்லையை நிர்ணயித்துக் கொள்ளலாம். இப்படிச் செய்வதன் மூலம், உங்களை கவனச்சிறதலுக்கு ஆளாக்கி உங்களுடைய பதற்றத்தை அதிகரிக்கின்ற விஷயங்களை உங்களால் கட்டுப்படுத்த முடியும்.

குறைத்து மதிப்பிடுபவர்

ஒரு வேலையைச் செய்து முடிக்க உண்மையிலேயே எவ்வளவு நேரம் ஆகுமோ அதைக் குறைத்து மதிப்பிடுபவர்கள் இவர்கள். இதன் காரணமாக அவர்கள் நிர்ணயித்துள்ள காலக்கெடுவுக்குள் ஒரு காரியத்தை அவர்களால் செய்து முடிக்க முடியாமல் போய்விடும். இவர்கள் தாங்கள் செய்ய வேண்டிய வேலையைப் படிப்படியாகப் பிரித்து, அவை ஒவ்வொன்றுக்கும் ஆகும் நேரத்தைக் கணித்து, ஒட்டுமொத்தமாக அதை முடிப்பதற்கு உண்மையிலேயே எவ்வளவு நேரம் ஆகும் என்று சரியாகக் கணக்கிட வேண்டும். அதாவது, வேலைகளுக்கு, அவர்கள் நினைத்துள்ளதைக் காட்டிலும் அவர்கள் கூடுதல் நேரம் ஒதுக்க வேண்டியிருக்கும். மற்றவற்றோடு ஒப்பிடுகையில், இது தீர்ப்பதற்கு எளிதான பிரச்சனை என்றாலும், இதைச் சரி செய்யாமல் அப்படியே நீண்டநாட்கள் விட்டுவிட்டால், அது பின்னர் பெரும் பிரச்சனைகள் உருவாகக் காரணமாகக்கூடும்.

தீயணைப்பாளர்

இவர்கள் பெரும்பாலும் ஒரு சூழல் நெருக்கடிக்கு வந்த பிறகே, அதைக் கையாள்வதற்காகக் களத்தில் இறங்குவர். இப்படிச் சிறு சிறு நெருப்புகளை அணைப்பதிலேயே அவர்களுடைய காலம் விரயமாகிவிடும். இவர்கள் தங்களுடைய வேலைகளில் சிலவற்றைப் பிறரிடம் ஒப்படைப்பதன் மூலமும், அவசர வேலைகளுக்கும் முக்கியமான வேலைகளுக்கும் இடையேயுள்ள வேறுபாடுகளைச் சிறப்பாகப் புரிந்து கொள்வதன் மூலமும் தங்களுடைய பிரச்சனைகளைத் தீர்த்துக் கொள்ளலாம்.

பிரச்சனை முற்றிய பிறகு அதைத் தீர்க்க அலைபாய்வது என்பது அந்த வேலைகளின் தொடக்கக் கட்டங்களில் நீங்கள் அதைச் சரியாகக் கையாளாமல் இருந்ததையே சுட்டிக்காட்டும்.

கச்சிதக்காரர்

தங்கள் மனத்தில் நினைத்து வைத்துள்ள கச்சிதமான பிம்பத்தை அடைய முடியாத காரணத்தில் இவர்கள் பல விஷயங்களைத் தாமதப்படுத்துகின்றனர். தாங்கள் செய்து கொண்டிருக்கின்ற வேலைகள் சுமாரான அளவில் முடிந்துவிடுமோ என்ற பயம் அவர்களுக்கு இருக்கிறது. கச்சிதமான பிறந்தநாள் பரிசு ஒன்றை வாங்குவதற்குத் தீவிரமாக யோசித்து, பிறந்தநாளையே தவறவிட்டுவிடுபவர்கள் இவர்கள். எல்லைகளை வகுத்துக் கொள்ளுதல், நடைமுறைக்கு உகந்த திட்டமிடல்கள், வேலைகளைப் பிறரிடம் ஒப்படைத்தல் போன்றவை இவர்களுக்கு உதவக்கூடும்.

இந்த ஆளுமைகளில் ஒன்று அல்லது ஒன்றுக்கு மேற்பட்டவற்றோடு நீங்கள் ஒத்துப் போகலாம் அல்லது உங்களுடைய நேர நிர்வாக விதம் இவை அனைத்திலிருந்தும் முற்றிலும் வேறுபட்டிருக்கலாம். இப்போது நீங்கள் எப்படி இயங்கிக் கொண்டிருக்கிறீர்கள் என்பதைப் புரிந்து கொள்வது, அதை மேம்படுத்திக்

கொள்வதற்கு உங்களுக்கு வெகுவாக உதவும். இப்போது நீங்கள் உங்கள் நேரத்தை மேலும் சிறப்பாக நிர்வகிப்பதை எது தடுத்துக் கொண்டிருக்கிறது என்று உங்களிடம் கேளுங்கள். ஏனெனில், எந்தவொரு நேர நிர்வாக உத்தியும், அது உங்களுக்கு உண்மையிலேயே வேலை செய்தால்தான் உங்களுக்கு உதவிகரமாக இருக்கும்.

உங்களுடைய நேரம், ஆற்றல் மற்றும் பிற உள்ளீடுகளை எப்படி நிர்வகிப்பது

இப்போது நீங்கள் கடைபிடித்து வருகின்ற நேர நிர்வாக முறையிலுள்ள குறைபாடுகளைக் களைவதற்கான சில உத்திகளை இப்போது நாம் பார்க்கலாம். உங்களுடைய சொந்த ஆளுமையைக் கணக்கில் எடுத்துக் கொண்டு, இவற்றில் எது உங்களுக்கு ஏற்றதாக இருக்கும் என்று நீங்கள் தீர்மானித்துக் கொள்ளலாம்.

ஆலனின் உள்ளீட்டுச் செயலாக்க உத்தி

தள்ளிப்போடுபவர்கள், தீயணைப்பாளர்கள், கவனச்சிதறல்காரர்கள் ஆகியோருக்கு இந்த உத்தி மிகச் சிறப்பாகப் பலனளிக்கும். இந்த உத்தியில் தரவுகள் 'உள்ளீடுகள்' என்று அழைக்கப்படுகின்றன. சந்திப்புக்கூட்டங்கள், மின்னஞ்சல்கள், தொலைபேசி அழைப்புகள், சமூக ஊடகங்கள், தொலைக்காட்சி, பிற மக்கள் போன்ற, நம்மைச் சுற்றியுள்ள அனைத்துத் தூண்டுதல்களும் இதில் அடங்கும். உங்களுடைய கவனத்தைக் கவரத் துடித்துக் கொண்டிருக்கின்ற இவை ஒவ்வொன்றுக்கும் எப்படி எதிர்வினையாற்றுவது? எப்படி எதிர்வினையாற்றுவது என்பதை நீங்கள் முதலிலேயே முடிவு செய்திருக்காவிட்டால், அவற்றை உங்களால் திறமையுடன் எதிர்கொள்ள முடியாது என்று இந்த உத்தி கூறுகிறது.

உங்களிடம் ஒரு திட்டம் இருக்கும்பட்சத்தில், ஒவ்வோர் உள்ளீடு வரும்போதும் அதை அலசி ஆராய்வதற்கு நீங்கள் உங்களுடைய நேரத்தையும்

ஆற்றலையும் வீணாக்க வேண்டியிருக்காது. அவை குறித்து நீங்கள் விரைவாக ஒரு தீர்மானத்திற்கு வந்துவிட்டு, முக்கியமான விஷயங்கள்மீது நீங்கள் உங்களுடைய கவனத்தை நிலை கொள்ளச் செய்யலாம். உங்களுடைய அன்றாட வாழ்க்கையை அலசி ஆராய்ந்து, அவற்றிலிருந்து முதன்மையான உள்ளீடுகளை உங்களால் அடையாளம் காண முடிகிறதா என்று பாருங்கள். அவை எவை என்பது இங்கு முக்கியமல்ல. அவை உங்களுடைய கவனத்தைக் கவர்ந்திழுக்கின்றனவா என்பதுதான் இங்கு முக்கியம். அடுத்தப் பெரிய கேள்வி: அதற்கு எப்படி எதிர்வினையாற்ற வேண்டும். அந்த உள்ளீடுகளின் அடிப்படையில் நீங்கள் செயலில் இறங்குவீர்களா?

ஓர் உள்ளீடு உங்களுடைய கவனத்தைக் கவர்கிறதா, இல்லையா என்பதை நீங்கள் தீர்மானித்தாக வேண்டும். கவர்கிறது, கவரவில்லை என்ற இரண்டில் ஒன்றுதான் அதற்கான பதிலாக இருக்க முடியும். கவரவில்லை என்பது அதற்கான பதிலாக இருந்தால், அதை நீங்கள் முற்றிலுமாக அலட்சியம் செய்துவிடலாம் அல்லது அதைத் தள்ளிப்போடலாம். கவர்கிறது என்றால் அது தொடர்பான நடவடிக்கையில் நீங்கள் இறங்க வேண்டும். கேட்பதற்கு எளிதாக இருக்கிறது, அப்படித்தானே? ஆனால், இதில் ஒரு சிக்கல் இருக்கிறது. நீங்கள் உள்ளீடுகள்மீது உடனடியாக நடவடிக்கை எடுக்காமல் இருக்கும்போது அவை பல்கிப் பெருகி உங்களுக்குப் பதற்றத்தை உருவாக்கிவிடும். எடுத்துக்காட்டாக, அஞ்சலில் உங்களுக்கு ஒரு கடிதம் வருகிறது என்று வைத்துக்கொள்வோம். அதை நீங்கள் திறந்து படித்துவிட்டு ஓர் ஓரமாக வைத்துவிடுகிறீர்கள். பின்னர் ஒரு சமயம் அதை மீண்டும் எடுத்துப் படிக்கிறீர்கள். மறுபடியும் அதை ஓர் ஓரமாக வைத்துவிடுகிறீர்கள். இந்த ஒற்றை உள்ளீட்டின்மீது நீங்கள் ஐந்தாறு முறை உங்களுடைய கவனத்தைக் குவித்தப் பிறகே நீங்கள் அதன்மீது நடவடிக்கை எடுப்பீர்கள். அதை எடுத்துப் படிக்கின்ற ஒவ்வொரு முறையும் நீங்கள் லேசான பதற்றத்தை உணர்ந்திருப்பீர்கள். அதைக் கையாள்வதற்கான சிறந்த வழி, அக்கடிதத்தை ஒரு முறை படித்து முடித்தவுடன்

அது குறித்தத் தீர்மானத்தை நீங்கள் எடுத்துவிட வேண்டும். எடுத்துக்காட்டாக, நீங்கள் அந்தக் கடிதத்தை உடனடியாகத் தூர எறிந்துவிட முடிவு செய்கிறீர்கள் என்று வைத்துக் கொள்ளலாம். அப்போது அத்துடன் விஷயம் முடிந்துவிடுகிறது. நீங்கள் வேலை பார்க்கின்ற இடமும் சுத்தமாக இருக்கிறது, உங்களுடைய மனமும் சுத்தமாக இருக்கிறது.

நீங்கள் அதன்மீது நடவடிக்கை எடுக்கத் தீர்மானிக்கிறீர்கள் என்று வைத்துக் கொள்வோம். அப்போது அதை உடனடியாக எடுக்க வேண்டுமா, வேண்டாமா என்பதை நீங்கள் தீர்மானிக்க வேண்டும். அவசரக் காரியங்களை உடனடியாக முடித்துவிடுங்கள். ஒரு காரியம் பின்னர் செய்து முடிக்கப்பட வேண்டும் என்றால், அதை வெறுமனே ஓர் ஓரத்தில் வைத்துவிடாதீர்கள். அப்படி வைத்தால், அது உங்களுடைய மனத்தின் ஒரு மூலையில் அமர்ந்து கொண்டு உங்களைத் தொந்தரவு செய்து கொண்டிருக்கும். ஒன்று, அதை நீங்கள் உங்களுடைய நாட்குறிப்பு அட்டவணையில சேர்த்துக் கொள்ளலாம். அல்லது, செய்து முடிக்கப்பட வேண்டிய விஷயங்களின் பட்டியலில் அதைச் சேர்த்துக் கொள்ளலாம். அல்லது, அது தொடர்பாக உங்களுக்கு ஒரு நினைவூட்டல் கிடைப்பதற்கு ஏற்பாடு செய்து கொள்ளலாம். அது தொடர்பாக, துல்லியமாக என்ன செய்யப்பட வேண்டும், எப்போது செய்யப்பட வேண்டும் என்பதை நீங்கள் தீர்மானித்துக் கொள்ள வேண்டும். அல்லது அந்த மொத்த வேலையையும் நீங்கள் முற்றிலுமாக வேறொருவரிடம் ஒப்படைத்துவிட்டு அதைப் பற்றி மறந்துவிட வேண்டும். குறிப்பெழுதிக் கொள்ளக்கூடிய தொலைபேசிச் செயலிகள் அல்லது நாட்குறிப்புச் செயலிகளை நீங்கள் இதற்குப் பயன்படுத்திக் கொள்ளலாம். ஆனால், நீங்கள் இங்கு முக்கியமாக கவனத்தில் கொள்ள வேண்டிய விஷயம், இதை நீங்கள் தொடர்ச்சியாக விடாப்பிடியாகச் செய்து வர வேண்டும் என்பதுதான்.

நீங்கள் உங்களுடைய செயல்பாடுகளை இப்படி

வடிவமைத்துக் கொள்கின்றபோது அது குறித்து இனி நீங்கள் உங்களுடைய ஆற்றலைச் செலவழிக்க வேண்டியிருக்காது என்பதுதான் இதற்குப் பின்னாலுள்ள யோசனை. அதன் மூலம் நிலைமை உங்களுடைய கட்டுப்பாட்டுக்குள் இருக்கிறது என்ற உணர்வு உங்களுக்கு ஏற்படும், நீங்கள் அமைதியாக உணர்வீர்கள். இது குறித்து நீங்கள் அளவுக்கதிகமான சிந்தனையில் ஈடுபட மாட்டீர்கள் என்பதால், திக்குமுக்காடுகின்ற உணர்வு உங்களிடம் குறைவாக இருக்கும்.

இதை நீங்கள் விடாப்பிடியாகச் செய்து வர வேண்டும். விஷயங்கள் குவிந்துவிட நீங்கள் அனுமதிக்கக்கூடாது. உங்களுடைய கவனத்தை வேண்டுகின்ற புதிய பிரச்சனைகள் தோன்றினால், அவற்றை உடனடியாகக் கையிலெடுத்து, அவை குறித்து எப்போது நடவடிக்கை எடுக்கப் போகிறீர்கள் என்பதை நீங்கள் தீர்மானிக்க வேண்டும். எடுத்துக்காட்டுகள்: உங்களுடைய நண்பர் உங்களுக்கு அனுப்பி வைத்துள்ள ஒரு செய்தியை நீங்கள் இப்போதே படித்தாக வேண்டுமா? உங்களுடைய வங்கியிலிருந்து உங்களுக்கு வந்துள்ள மின்னஞ்சல் முக்கியமானதா? வீட்டில் பால் தீர்ந்துவிட்டது. அதை எப்படிச் சமாளிக்கலாம்?

எப்போதும் பம்பரமாகச் சுழன்று கொண்டிருப்பவர்கள், சில சமயங்களில் தங்களுக்கு எதிராகவே செயல்படக்கூடும். அவர்கள் எப்போதும் சுறுசுறுப்பாக இருப்பதால், முக்கியமான வேலைகள் சிலவற்றை அவர்கள் தள்ளிப்போடக்கூடும். அதன் காரணமாக ஒரு நெருக்கடி உருவாகக்கூடும். அந்த நெருக்கடி உங்களைப் பதற்றத்திற்குள் தள்ளக்கூடும். நீங்கள் முதலிலேயே அதைக் கையாண்டிருந்தால், இப்படிப்பட்டத் தேவையற்றப் பதற்றங்களை உங்களால் தவிர்த்திருக்க முடியும்.

ஐசன்ஹோவர் உத்தி

இந்த உத்தி, நேரத் தியாகிகள், தீயணைப்பாளர்கள், கச்சிதக்காரர்கள் போன்ற ஆளுமைகளைக்

கொண்டிருப்பவர்களுக்குச் சிறப்பாகப் பலனளிக்கும். ஒரு விஷயத்தைச் செம்மையாகச் செய்வதற்கு ஏற்ற நேரமோ அல்லது வளங்களோ உங்களிடம் உண்மையிலேயே இல்லாதிருக்கும்போது, அந்த விஷயத்தைக் கையாள்வதற்கு இந்த உத்தி ஒருவரை உந்தித் தள்ளும்.

நேரமும் வளமும் குறைவாக இருந்து, செய்து முடிக்கப்பட வேண்டிய வேலைகள் அதிகமாக இருக்கின்றபோது நாம் அது குறித்து அளவுக்கதிகமாகச் சிந்திக்கத் தொடங்குகிறோம். இது பதற்றத்திற்குத் தீனி போடுகிறது. இப்படிப்பட்டப் பதற்றங்களை நம்மால் சமாளிக்க முடியவில்லை என்றால், அவற்றை மாற்றப் பார்க்கலாம் அல்லது அவற்றுக்கேற்ப நம்மைத் தகவமைத்துக் கொள்ள நாம் முயற்சி செய்யலாம். ஆனால், துரதிர்ஷ்டவசமாக, நம்மில் பலருக்கு உண்மையிலேயே நேரம் குறைவாகவும், செய்து முடிக்கப்பட வேண்டிய வேலைகள் அநியாயத்திற்கு அதிகமாகவும் இருக்கின்றன. இதைக் கையாள்வதற்கு முன்னாள் அமெரிக்க அதிபரான ஐசன்ஹோவர் ஓர் உத்தியைக் கையாண்டார். அது 'ஐசன்ஹோவரின் அவசரம்/முக்கியம் உத்தி' என்று அழைக்கப்படுகிறது. இதைப் பயன்படுத்தி, உங்களுடைய வேலைகளில் எவை உண்மையிலேயே மிகவும் முக்கியமானவை என்பதைக் கண்டுபிடிக்கவும், அவற்றின்மீது நடவடிக்கை எடுக்கவும் உங்களால் முடியும். அதே நேரத்தில், எது உங்களுக்கு கவனச்சிதறல்களை ஏற்படுத்திக் கொண்டிருக்கிறது என்பதையும் உங்களால் புரிந்து கொள்ள முடியும்.

முக்கியமானவை

எவற்றைச் செய்து முடிப்பது நம்முடைய இலக்குகளுக்கு அருகே நம்மைக் கூட்டிச் செல்லுமோ அவை முக்கியமான வேலைகளாகும்.

அவசரமானவை

எந்த விஷயங்களுக்கு நம்முடைய உடனடிக் கவனம் தேவையோ அவை அவசரமான வேலைகளாகும்.

பெரும்பாலான சமயங்களில், அவற்றை நீங்கள் செய்து முடிக்காவிட்டால், அதற்கு நீங்கள் அபராதம் கட்ட வேண்டியிருக்கும்.

தீயணைப்பாளர்களின் விஷயத்தில், பொதுவாக இந்த வித்தியாசப்படுத்துதல் விடுபட்டுப் போயிருக்கிறது. அவர்கள் அவசரமற்றக் காரியங்களைக்கூட அவசரக் காரியங்களாகக் கருதுகின்றனர். இந்த உத்தியைப் பயன்படுத்துவதற்கு, ஒரு நாளில் அல்லது ஒரு வாரத்தில் நீங்கள் செய்து முடிக்கத் திட்டமிட்டுள்ள வேலைகளை முதலில் பட்டியலிடுங்கள். பின்னர் அவற்றைக் கீழே குறிப்பிட்டுள்ளபடி வகைப்படுத்துங்கள்:

- முக்கியமானவை, அதே நேரத்தில் அவசரமானவை
- முக்கியமானவை, ஆனால் அவசரமற்றவை
- முக்கியமற்றவை, ஆனால் அவசரமானவை
- முக்கியமற்றவை, அதே நேரத்தில் அவசரமற்றவையும்கூட

1. முக்கியமானவை, அதே நேரத்தில் அவசரமானவை

இப்படிப்பட்ட வேலைகளை உடனடியாகச் செய்து முடியுங்கள். இவற்றுக்கு நீங்கள் தலையாய முன்னுரிமை வழங்க வேண்டும். தினமும் நீங்கள் செய்து முடிக்கத் திட்டமிட்டுள்ள வேலைகளுக்கு நேரம் ஒதுக்குகின்றபோது, எதிர்பாராமல் முளைக்கின்ற அவசர வேலைகளுக்கும் அதில் சிறிது நேரத்தை ஒதுக்கிக் கொள்வது ஒரு நல்ல யோசனை. ஆனால், இவற்றின் அளவு அதிகமாக இருக்கும்பட்சத்தில், அவை குறித்து நீங்கள் மறுபரிசீலனை செய்ய வேண்டும். முன்கூட்டியே திட்டமிடுதலின் மூலம் அவை அவசரமாகச் செய்யப்பட வேண்டியவையாக மாறுவதைத் தடுக்க முடியுமா என்று யோசியுங்கள்.

2. முக்கியமானவை, ஆனால் அவசரமற்றவை

இப்படிப்பட்ட வேலைகள் எப்போது செய்து முடிக்கப்பட

வேண்டும் என்பது குறித்துத் தீர்மானியுங்கள். உங்களுடைய நீண்டகால இலக்குகளுக்கு இவை இன்றியமையாதவையாக இருக்கலாம் என்றாலும், இக்கணமே செய்து முடிக்க வேண்டிய அளவு அவை அவசரமானவையாக இருக்காது. தினசரி உடற்பயிற்சி, வரவு செலவுத் திட்ட நிர்வாகம், உறவுகளைக் கையாள்தல் போன்றவை முக்கியத்துவம் வாய்ந்தவை என்றாலும், அவற்றை எப்போது செய்ய வேண்டும் என்பதில் உங்களால் கொஞ்சம் நீக்குப்போக்காக இருக்க முடியும். அவை மிக அவசரமான காரியங்களாக மாறுவதற்கு முன்னால் அவற்றை நீங்கள் செய்துவிட வேண்டும், அவ்வளவுதான். நீங்கள் வழமையாகச் செய்கின்ற நடவடிக்கைகளை உங்களுடைய அன்றாடக் கால அட்டவணையில் சேர்த்துக் கொள்ள வேண்டும். அப்படிச் செய்கின்றபோது அவற்றைப் பற்றி நீங்கள் சிந்திக்க வேண்டிய அவசியமே இல்லாமல் போய்விடும். தினமும் காலையில் ஓடுதல், ஒவ்வொரு ஞாயிறு மாலையும் வரவு செலவுத் திட்டத்தை மேற்பார்வையிடுதல், வெளியூரில் இருக்கின்ற பெற்றோரை வாரத்திற்கு ஒரு முறை தொலைபேசியில் அழைத்துப் பேசுதல் போன்றவை இவற்றுக்கான சில எடுத்துக்காட்டுகள்.

3. முக்கியமற்றவை, ஆனால் அவசரமானவை

இந்த வேலைகளைப் பிறரிடம் ஒப்படையுங்கள். இவை உங்களுக்கு அழுத்தத்தைக் கொடுத்தாலும், இவற்றை நிறைவேற்றுவது உங்களை உங்களுடைய இலக்குக்கு அருகே எடுத்துச் செல்லாது, உங்களுடைய வாழ்க்கையை எந்தவிதத்திலும் செழுமைப்படுத்தாது. இவற்றை நீங்கள் பிறரிடம் ஒப்படைத்துவிட்டால், உங்களுடைய இலக்குகள் தொடர்பான விஷயங்களில் உங்களால் கவனத்தைக் குவிக்க முடியும். உங்களுக்கான எல்லைகளை வகுத்துக் கொண்டு, தேவையற்ற வேலைகளை மறுத்துவிடுங்கள்.

4. முக்கியமற்றவை, அதே நேரத்தில் அவசியமற்றவையும்கூட

இவற்றை நீக்கிவிடுங்கள். இவற்றில் நேரத்தையும் ஆற்றலையும் விரயம் செய்யாதீர்கள். இவற்றை அலட்சியம் செய்துவிட்டு, உங்களால் எவ்வளவு விரைவாக முடியுமோ அவ்வளவு விரைவாக அவற்றிலிருந்து உங்களை விலக்கிக் கொள்ளுங்கள். வருங்காலத்தில், அவற்றில் ஈடுபடுவதை முடிந்த அளவு குறைத்துக் கொள்ளுங்கள். உங்களுடைய கவனத்தைக் களவாடுகின்ற இணைய நிகழ்ச்சிகள், குப்பைத்தனமான தொலைக்காட்சி நிகழ்ச்சிகள், வீடியோ விளையாட்டுகள், சமூக ஊடகங்களில் அதிகமாகத் திளைத்திருத்தல் போன்றவை இவற்றில் அடங்கும்.

இந்த உத்தியைப் பயன்படுத்துவது, உடனடியான செயல்நடவடிக்கைகளில் இறங்குதல், பொறுப்பேற்றுக் கொள்ளுதல், ஒன்றிற்குப் பதிலாக மற்றொன்றை இட்டு நிரப்புதல் போன்றவற்றிலிருந்து உங்களைக் காப்பாற்றாது. ஆனால், இவற்றுக்கு முன்னுரிமை அளிப்பதன்மீதான உங்களுடைய கட்டுப்பாடு அதிகரிக்க இந்த உத்தி உதவும். அதன் விளைவாக, உங்களுடைய பதற்றம் குறையும். ஒரு குறிப்பிட்ட விஷயத்தில் உங்களுக்கு அதிகக் கட்டுப்பாடு இருக்கிறது என்று நீங்கள் உணரும்போது, அது குறித்து நீங்கள் அளவுக்கதிகமாகச் சிந்திக்க மாட்டீர்கள்.

இதை நீங்கள் உங்களுடைய ஒட்டுமொத்த நிர்வாகத்திற்கும் பயன்படுத்தலாம் அல்லது நீங்கள் அன்றாடம் செய்து முடிக்க வேண்டிய வேலைகள் பற்றிய உங்களுடைய பட்டியல் போன்ற குறுகியகால விஷயங்களுக்கும் பயன்படுத்தலாம். நீங்கள் உங்களுடைய வேலைகளைப் பற்றி யோசிக்கின்றபோது, உங்களை நீங்களே இப்படிக் கேட்டுக் கொள்ளுங்கள்:

- நான் இதை மேம்படுத்த வேண்டுமா அல்லது ஒட்டுமொத்தமாக நீக்கிவிட வேண்டுமா?
- இச்செயல்பாடு என்னை என்னுடைய இலக்குக்கு அருகே அழைத்துச் செல்கிறதா?

- இந்த வேலையை நான் இப்போதே கையாள வேண்டுமென்றால்கூட, அதை நான் முழுமையாகக் கையாள வேண்டுமா அல்லது ஒரு பகுதியை மட்டும் இப்போது கையாண்டால் போதுமா?

ஐந்து அம்ச இலக்குகள் உத்தி

இலக்குகள் திட்டவட்டமானவையாக, அளவிடத்தக்கவையாக, அடையப்படக்கூடியவையாக, பொருத்தமானவையாக, காலக்கெடுவுடன்கூடியவையாக இருக்க வேண்டும் என்ற கோட்பாட்டைப் பற்றி நீங்கள் கேள்விப்பட்டிருக்கக்கூடும். இதை ஜான் ஓ நீல் என்ற பெண்மணிதான் முதன்முதலாகத் தன்னுடைய 'த பவர் ஆஃப் ஸ்மார்ட் கோல்ஸ்' என்ற புத்தகத்தில் அறிமுகப்படுத்தினார். தெளிவான, சாதிக்கத்தக்க இலக்குகளுக்கும் அளவிடப்படக்கூடிய வெற்றிக்கும் இடையேயான உறவைப் பற்றிய சான்றுகளை அவர் ஆராய்ந்தார். திட்டவட்டமான இலக்குகளை அடைவதற்குத் தேவைப்படுகின்ற கவனக்குவிப்புதான், இலக்குகளின் பூர்த்தியை நிர்ணயிப்பதில் மற்ற அனைத்தையும்விட முதன்மையான பங்காற்றுகிறது என்று நீலும் வேறு பல ஆய்வாளர்களும் திரும்பத் திரும்பக் கூறி வந்துள்ளனர். "இலக்குகளை நிர்ணயிப்பதுதான் கண்களுக்குப் புலப்படாதவற்றைக் கண்முன் கொண்டு வந்து நிறுத்துவதற்கான முதல் நடவடிக்கை," என்று டோனி ராபின்ஸ் கூறியுள்ளார். வேறு வார்த்தைகளில் கூற வேண்டுமென்றால், அவை சாத்தியக்கூறுகளை எதார்த்தங்களாக ஆக்குகின்றன.

பதற்றத்திற்கான மூலாதாரம் பெருமளவுக்கு உறுதியின்மையையும் தெளிவின்மையையும் சார்ந்திருப்பதால், இலக்குகளை நிர்ணயிப்பது பதற்றத்தைக் குறைக்க உதவும். தான் எங்குச் சென்று கொண்டிருக்கிறோம் என்பது குறித்தத் தெளிவு ஒருவரிடம் இல்லையென்றால், அவர் பதற்றத்தைக் கண்டிப்பாக உணரத்தான் செய்வார்.

இலக்குகளை நிர்ணயிப்பது கவனச் சிதறல்களிலிருந்தும் குழப்பங்களிலிருந்தும் நம்மை விடுவித்து, நமக்கு கவனக்குவிப்பையும் தெளிவையும் பெற்றுக் கொடுக்கும் என்பதை நாம் அறிவோம். ஆனால், உங்களால் அடைய முடிகின்ற இலக்குகளை நிர்ணயிப்பது இன்றியமையாதது. நீங்கள் இப்போது இருக்கின்ற இடத்திலிருந்து நீங்கள் சென்றடைய விரும்புகின்ற இடத்தை அடைவதற்கு ஐந்து அம்ச இலக்குகள் உங்களுக்கு உதவும். இனி அவற்றை ஒவ்வொன்றாகப் பார்க்கலாம்.

திட்டவட்டமானவை

உங்களுடைய இலக்குகளை உங்களால் எவ்வளவு முடியுமோ அவ்வளவு தெளிவாக வரையறை செய்து கொள்ளுங்கள். அவற்றை அடைகின்றபோது என்ன நடக்கும் என்று கூறாதீர்கள். அவற்றை அடைகின்றபோது நீங்கள் என்ன செய்வீர்கள் என்பதை விபரமாக எடுத்துரையுங்கள்.

அளவிடத்தக்கவை

ஒரு நல்ல இலக்கு அளவிடத்தக்கதாக இருக்க வேண்டும். இலக்கின் விளைவு தெளிவின்றியும் திரிக்கப்படக்கூடியதாகவும் இருக்கக்கூடாது. "நான் என் இலக்கை அடைந்துவிட்டேன் என்பதை என்னால் எப்படிச் சொல்ல முடியும்?" என்ற கேள்வியை உங்களை நோக்கிக் கேளுங்கள்.

அடையப்படக்கூடியவை

நீங்கள் நிர்ணயிக்கின்ற இலக்கு உங்களுடைய சூழலில் எதார்த்தமாக அடையப்படக்கூடியதாக இருக்க வேண்டும். நாம் இப்போது இருக்கின்ற இடத்திலிருந்து நம்மை முடுக்கிவிடுவதாக நம்முடைய இலக்கு இருக்க வேண்டும் என்றாலும், அது சாத்தியமானதாகவும் அடையப்படக்கூடியதாகவும் இருக்க வேண்டும்.

பொருத்தமானவை

உங்கள் இலக்குகள் உங்கள் கொள்கைகளோடு ஒத்திசைவாக இருக்கின்றனவா? உங்களுடைய மற்றச் சிறிய இலக்குகள் உங்களுடைய பெரிய இலக்கோடு பொருந்துகின்ற விதத்தில் இருக்கின்றனவா? உங்களுடைய இலக்குகள் உங்களுடைய சூழ்நிலைக்குப் பொருத்தமானவையாக இருக்கின்றனவா?

காலக்கெடுவுடன்கூடியவை

நீங்கள் உங்களுடைய இலக்கை எப்போது அடைய விரும்புகிறீர்கள் என்பது குறித்தக் காலக்கெடுவையும் நீங்கள் நிர்ணயித்துக் கொள்ள வேண்டும். 'என்றாவது ஒரு நாள்' அடையப்படக்கூடிய இலக்குகள் ஒருபோதும் கைகூடுவதில்லை.

"நான் ஆரோக்கியமானவனாக ஆக விரும்புகிறேன்," என்று கூறுவது ஒரு மோசமான இலக்குக்கான ஓர் எடுத்துக்காட்டு.

அதையே இந்த ஐந்து அம்ச உத்தியைப் பயன்படுத்தி எழுதினால் அது இப்படி இருக்கும்: "சத்தான உணவை உண்ண வேண்டும் என்ற நோக்கத்தின் காரணமாக, நான் தினமும் ஐந்து முறை 80 கிராம் அளவுக்கு வெவ்வேறு காய்கறிகளையும் பழங்களையும் சாப்பிட விரும்புகிறேன். இதை நான் இந்த மாதம் முழுவதும் கடைபிடிக்க விரும்புகிறேன்."

இங்கு இலக்கு மிகவும் திட்டவட்டமானதாக இருக்கிறது (தினமும் ஐந்து வெவ்வேறு காய்கறிகள் மற்றும் பழங்கள்); அளவிடத்தக்கதாக இருக்கிறது (80 கிராம்); அடையப்படக்கூடியதாக இருக்கிறது (பார்த்த உடனேயே சாத்தியமற்றதாகத் தோன்றவில்லை); பொருத்தமானதாக இருக்கிறது (சத்தான உணவு); காலக்கெடுவுடன் இருக்கிறது (தினந்தோறும், ஒரு மாதத்திற்கு).

அதற்காக இந்த ஐந்து அம்ச உத்தி, நீங்கள் மேற்கொள்ளவிருக்கின்ற காரியங்களின்

கடினத்தன்மையை இலகுவாக்கிவிடும் என்று நீங்கள் எடுத்துக் கொள்ளக்கூடாது. ஆனால், உங்களுடைய கண்ணோட்டத்தை அதனால் செதுக்க முடியும். அதன் காரணமாக உங்களால் கூடுதல் செயற்திறனுடன் செயல்பட முடியும். நீங்கள் உண்மையில் எந்த விஷயங்களைச் செய்து கொண்டிருக்கிறீர்கள், அவற்றை எப்படிச் செய்து கொண்டிருக்கிறீர்கள் ஆகியவை குறித்தத் தெளிவை அது உங்களுக்குக் கொடுக்கும். நம்மில் பலர் சில காரியங்களில் இறங்குவதற்கு முன் அவற்றைப் பற்றி விரிவாக அறிந்துகொள்ளாமல் அதில் குதித்துவிடுகிறோம். பின்னர் அது கைகூடாமல் போகும்போது அது குறித்து நாம் மிகவும் ஏமாற்றமடைகிறோம். ஐந்து அம்ச உத்தியில் இலக்குகள் தெளிவோடும் திட்டவட்டமான விதத்திலும் நிர்ணயிக்கப்படுவதால், அதன் அடிப்படையில் மேற்கொள்ளப்படும் நடவடிக்கைகள் வெற்றியடைவதற்கு இயல்பாகவே அதிக வாய்ப்புகள் இருக்கின்றன.

உங்களுடைய இலக்குகளை எழுதிக் கொள்வது நல்ல பலனளிக்கும் என்று நான் கூறினால் அது உங்களுக்கு விநோதமாகத் தெரியலாம். ஆனால், அதை முயற்சி செய்து பாருங்கள். அப்போதுதான் தெரியும் உங்களுக்கு உங்களுடைய இலக்குகள் குறித்து எந்த அளவு தெளிவின்மை இருக்கிறது என்பது. பொத்தாம் பொதுவான, திட்டவட்டமற்ற இலக்கு உண்மையில் உங்களுக்கு அதிகப் பதற்றத்தையே கொண்டுவந்து சேர்க்கும்.

கன்பன் உத்தி

நாம் பார்த்துக் கொண்டிருக்கின்ற உத்திகள் அனைத்துமே அடிப்படையான ஒரு கோட்பாட்டைக் கொண்டிருக்கின்றன. நீங்கள் உங்களுடைய மண்டைக்குள்ளிருக்கும் விஷயங்களை எவ்வளவு அதிகமாக வெளியே இறக்கி வைக்கிறீர்களோ, அவ்வளவு குறைவாக நீங்கள் கவலைப்படுவீர்கள், நீங்கள் அளவுக்கு மீறிச் சிந்திப்பதும் குறையும். அலுவலகங்களில் நடைமுறைச் செயல்பாடுகளை நிர்வகிப்பதற்காக உருவாக்கப்பட்டக்

காட்சிரீதியான அமைப்புதான் கன்பன் செயல்முறை. ஆனால், அதிலுள்ள பல அம்சங்களை நீங்கள் உங்களுடைய சொந்த உற்பத்தித்திறன் அதிகரிப்புக்கும் பயன்படுத்திக் கொள்ளலாம்.

இந்த ஜப்பானியச் செயல்முறை, தொழிற்சாலைகள் உச்சபட்ச உற்பத்தித்திறனுடன் இயங்குவதற்காக வடிவமைக்கப்பட்ட ஒரு முறையாகும். தனிப்பட்ட வாழ்க்கையில் இதைப் பயன்படுத்தும்போது, ஏற்கனவே நடைமுறையில் இருக்கின்ற அமைப்புமுறைகள் கணக்கில் எடுத்துக்கொள்ளப்பட்டு, அவை மேம்படுத்தப்படுகின்றன. இந்தச் செயல்முறையால் இலக்குகளை நிர்ணயிக்க முடியாது என்பதையும், அமைப்புமுறைகளை உருவாக்க முடியாது என்பதையும் நீங்கள் முதலிலேயே புரிந்து கொள்ள வேண்டும். ஏற்கனவே நடைமுறையில் இருக்கின்ற அமைப்புமுறைகளை தொடர்ந்து செழுமைப்படுத்த இந்தச் செயல்முறை உங்களுக்கு உதவும்.

கீழே குறிப்பிடப்பட்டுள்ள நான்கு அடிப்படைக் கொள்கைகளை நீங்கள் உங்கள் கவனத்தில் எடுத்துக் கொள்ள வேண்டும்:

ஏற்கனவே நீங்கள் எதைச் செய்து கொண்டிருக்கிறீர்களோ அதை வைத்துக் கொண்டு நீங்கள் இதைத் தொடங்க வேண்டும்.

அதை மேம்படுத்துவதற்கு நீங்கள் தொடர்ந்து சின்னஞ்சிறு மாற்றங்களை மேற்கொண்டு வர வேண்டும்.

ஏற்கனவே நடைமுறையில் இருக்கின்ற விதிமுறைகளையும் கட்டுப்பாடுகளையும் நீங்கள் மதிக்க வேண்டும் (குறைந்தபட்சம் தொடக்கத்தில்).

முடிந்தபோதெல்லாம், தலைமைத்துவத்தை ஊக்குவிக்க நீங்கள் முயற்சி செய்ய வேண்டும்.

நாம் தனிநபர் மேம்பாட்டில் மட்டுமே கவனம் செலுத்துவதால், இங்கு நாம் இரண்டாவது கொள்கையை ஆய்வு செய்யப் போகிறோம். கிலியேற்படுத்துகின்ற பெரிய பாய்ச்சலில் ஈடுபடுவதற்குப் பதிலாக, தொடர்ச்சியாகச் சிறிய அடிகளை எடுத்து வைப்பதன் மூலமே உங்களால் அதிகமாகச் சாதிக்க முடியும் என்பதுதான் இதற்குப் பின்னாலுள்ள யோசனை. இந்த

உத்தியில், நீங்கள் ஏற்கனவே நடைமுறையில் இருக்கின்ற அமைப்புமுறையை மெதுவாக மேம்படுத்துவதற்கு ஐந்து அடிப்படைச் செயல்நடவடிக்கைகளைப் பயன்படுத்திக் கொள்வீர்கள். அவை:

1. அமைப்புமுறைப் போக்கை மனக்காட்சிப்படுத்துங்கள்

இது உங்களுடைய அலுவலகப் பணியாக இருந்தாலும் சரி, உங்களுடைய தனிப்பட்டக் காரியமாக (உடற்பயிற்சி, கதை எழுதுதல்) இருந்தாலும் சரி, உங்களுடைய வேலையின் அமைப்புமுறையின் பல்வேறு கட்டங்களைக் காட்சிரீதியாக ஒரு பலகையில் எழுதி, அதை நீங்கள் அடிக்கடிப் பார்க்கின்ற ஓரிடத்தில் வையுங்கள். இதற்கு நீங்கள் பல்வேறு நிறங்களையும் குறியீடுகளையும் பயன்படுத்திக் கொள்ளலாம். நீங்கள் எந்த அளவுக்கு இதில் விஷயங்களைச் சேர்க்கிறீர்களோ அந்த அளவுக்கு உங்களுடைய கவலை குறையும் என்பதை மறக்காதீர்கள்.

2. அரைகுறையாக இருக்கின்ற வேலைகளை இதில் சேர்க்காதீர்கள்

நேரத் தியாகிகளுக்கும் தீயணைப்பாளர்களுக்கும் இது மிகவும் பலனளிக்கும். ஒரே நேரத்தில் பல வேலைகளில் ஈடுபடாதீர்கள். ஒரு காரியத்தை எடுத்துக் கொண்டு, அதில் உங்களுடைய முழுக் கவனத்தையும் குவித்து அந்த வேலையை முடியுங்கள். அதற்குப் பிறகு அடுத்த வேலையைக் கையிலெடுங்கள். இது, அடுத்து என்ன செய்ய வேண்டும் என்பது குறித்து அளவுக்கதிகமாகச் சிந்திப்பதைத் தடுக்கும். வேலைகளை அரைகுறையாகச் செய்வது உங்களுக்கு மனஅழுத்தம் ஏற்படுத்தும் என்பதால், எடுத்த வேலையை முடித்துவிட்டு அடுத்த வேலைக்குச் செல்லுங்கள்.

3. அமைப்புமுறையின் போக்கை நிர்வகியுங்கள்

ஆற்றல், கவனக்குவிப்பு, நேரம் ஆகியவை அமைப்புமுறையின் ஒரு கட்டத்திலிருந்து அடுத்தக்

கட்டத்திற்கு எப்படிப் பாய்கின்றன என்பதை அவதானியுங்கள். எடுத்துக்காட்டாக, நீங்கள் வேலைக்குப் பயணிப்பதில் அல்லது காத்திருப்பதில் ஏராளமான நேரத்தை வீணாக்கிக் கொண்டிருக்கிறீர்களா என்று பாருங்கள். நீங்கள் அடிக்கடி ஒரு வேலையிலிருந்து இன்னொரு வேலைக்குத் தாவிக் குதித்துக் கொண்டிருக்கிறீர்களா? எங்கே உங்கள் நேரம் விரயமாகிக் கொண்டிருக்கிறது என்பதை அவதானித்து உங்களுடைய செயல்முறையில் திருத்தங்களை மேற்கொள்ளுங்கள். எடுத்துக்காட்டாக, நீங்கள் இரண்டு வேலைகளுக்காக இரண்டு முறை காரில் பயணிப்பதற்குப் பதிலாக, ஒரே முறை பயணிக்கின்றபோது, ஒன்றுக்கு மேற்பட்ட வேலைகளைச் செய்து முடிக்கலாம்.

4. பின்னூட்டக்கருத்துகளைப் பெறுவதற்கு ஏற்பாடு செய்யுங்கள்

தொழிலுலகில், "வேகமாகவும் அடிக்கடியும் தவறுகள் புரியுங்கள்" என்றொரு கூற்று உண்டு. அதாவது, நீங்கள் என்ன செய்து கொண்டிருக்கிறீர்களோ அதைத் தொடர்ச்சியாகக் கண்காணித்து, கிடைக்கின்ற பின்னூட்டக்கருத்துகளை அடிப்படையாகக் கொண்டு தேவையான மாற்றங்களை மேற்கொள்ள வேண்டும். தொடர்ச்சியாக உங்களுக்குப் பின்னூட்டக்கருத்துகள் கிடைத்துக் கொண்டிருந்தால், உங்களால் தொடர்ந்து மேம்பாடு அடைந்து கொண்டேயிருக்க முடியும்.

5. பரிசோதனைகளின் மூலம் மேம்பாடு அடையுங்கள்

இது தனிநபர்களுக்கு அவ்வளவு பொருத்தமாக இருக்காது. ஆனால், நாம் செய்கின்ற அனைத்து விஷயங்களிலும் அறிவியல்பூர்வமான அமைப்புமுறைகளைப் புகுத்த வேண்டும் என்று இது நமக்குக் கற்றுக் கொடுக்கிறது. அனுமானத்தின் அடிப்படையில் ஒரு கோட்பாட்டை வடிவமைத்து, அதைத் தொடர்ந்து பரிசோதனை செய்து, அதன் மூலம் கிடைக்கின்ற அறிவை மேம்படுத்திக் கொள்ளலாம்.

அளவுக்கதிகமாகச் சிந்திப்பதை நிறுத்த முயற்சிக்கின்ற ஒரு தனிநபருக்கு, மேலே குறிப்பிடப்பட்டுள்ளவை அருவமான ஒன்றாகத் தோன்றலாம். ஆனால், இவற்றின் கருத்தாக்கங்கள் முறையாக நடைமுறைப்படுத்தப்பட்டால் சிறப்பாகப் பலனளிக்கும் என்பதில் சந்தேகமில்லை. எடுத்துக்காட்டாக, சமையலுக்குத் தேவையானவற்றைத் தயார் செய்வது, சாமான்கள் வாங்கச் செல்வது, இரவுச் சாப்பாட்டுக்கு என்ன சமைப்பது என்று தீர்மானிக்க முடியாமல் தவிப்பது போன்றவை உங்களுக்கு மனஅழுத்தத்தை உருவாக்குவதாக வைத்துக் கொள்வோம். அப்போது நீங்கள் நிதானமாக அமர்ந்து, கடையில் சாமான்கள் வாங்கச் செல்லும்போது அதை எப்படிச் செய்ய வேண்டும், உணவுத் தயாரிப்புக்கு என்ன முறையைப் பின்பற்ற வேண்டும், என்ன சமைக்க வேண்டும் என்று வீட்டில் இருக்கும்போது மனத்தில் காட்சிப்படுத்திக் கொள்ளலாம் (வீட்டில் எதுவுமில்லை என்றால், ஓர் உணவகத்திலிருந்து ஆர்டர் செய்வதும் அதில் அடங்கும்).

இதை நீங்கள் மனத்தில் காட்சிப்படுத்துகின்றபோது, எந்த இடத்தில் அமைப்புமுறை வேலை செய்யவில்லை என்பதை உங்களால் கண்டறிய முடியும். நீங்கள் ஏராளமான உணவை வீணாக்குகிறீர்கள் என்பதும், அதே நேரத்தில், வார இறுதியில் உணவு இல்லாமல் அல்லாடுகிறீர்கள் என்பதும், இது உங்களுக்கு மனஅழுத்தத்தை ஏற்படுத்துகிறது என்பதும் உங்களுக்குப் புரிய வரும். அதற்குப் பிறகு, நீங்கள் உங்களுடைய உணவுப் பதார்த்தங்களை அவற்றின் பயன்பாட்டுக் காலக்கெடுவின்படி பிரிக்கின்ற அமைப்புமுறை ஒன்றை உருவாக்கத் தீர்மானிக்கிறீர்கள். இதை நீங்கள் ஒரு வாரம் முயற்சி செய்து பார்க்கிறீர்கள். அதன் மூலம், உங்களுடைய அமைப்புமுறை மேம்பட்டுள்ளதா, உங்கள் மனஅழுத்தம் குறைந்துள்ளதா என்பதை நீங்கள் அவதானிக்கிறீர்கள். படிப்படியான மேம்பாடுதான் உங்களுடைய இலக்கு என்பதால், அவற்றில் சிறு சிறு மாற்றங்களை ஏற்படுத்திக் கொண்டு மீண்டும் முயற்சிக்கிறீர்கள்.

தொடக்கத்தில் நீங்கள் இந்தப் பிரச்சனை குறித்து

அதிகம் சிந்திப்பது போன்ற உணர்வு உங்களுக்கு ஏற்படலாம் என்பதை மறுப்பதற்கில்லை. ஆனால், இங்கு உங்களுடைய எண்ணங்கள் உருப்படியானவை என்பதால், நீங்கள் உங்களைப் பற்றி மோசமாக உணர மாட்டீர்கள். மாறாக, மாற்றங்களை ஏற்படுத்திக் கொள்ள உங்களுக்கு நீங்களே அதிகாரமளித்துக் கொள்கிறீர்கள், உங்களுடைய அன்றாட வாழ்க்கையை உங்களுடைய கைகளில் எடுத்துக் கொள்கிறீர்கள். அதோடு, இது வேலை செய்கிறது என்பதையும் நீங்கள் கண்டுகொள்வீர்கள். அடிப்படையில், நீங்கள் உங்களுடைய மனஅழுத்தத்தைக் குறைக்கின்ற விதத்தில் ஒரு வாழ்க்கையைக் கட்டியெழுப்புவீர்கள்.

இறுதியாக, நாம் ஒவ்வொரு வேலைக்கும் ஒதுக்கி வைத்துள்ள நேரத்தைத் திறம்படப் பயன்படுத்துவதற்கான ஒரு புத்திசாலித்தனமான வழியைப் பார்க்கலாம்.

நேரத்தைப் பிரித்து ஒதுக்கிக் கொள்ளுதல்

நம்மில் பெரும்பாலானோர், அன்றாடம் நம்முடைய நேரத்தின் பெரும்பகுதியை ஒரே ஒரு விஷயத்தில்தான் செலவழித்துக் கொண்டிருக்கிறோம். வேலைதான் அது. ஆனாலும், சந்திப்புக்கூட்டங்கள், மின்னஞ்சல்களைப் படித்தல், அவற்றுக்குப் பதிலளித்தல் போன்றவற்றிலும், உங்களுடைய கவனத்தைக் களவாடிக் கொண்டு உங்களை எப்போதும் சுறுசுறுப்பாக வைத்திருக்கின்ற பிற வேலைகளிலும் நேரத்தை வீணாக்குவது சுலபம். நேரத்தைப் பிரித்து ஒதுக்கிக் கொள்ளுதல் எனும் இந்த உத்தி, நேரத் தியாகிகள், தீயணைப்பாளர்கள் மற்றும் தள்ளிப்போடுபவர்களுக்கு மிகவும் உதவிகரமாக இருக்கும்.

இந்த உத்தியில் நீங்கள் ஒரு குறிப்பிட்ட நேரத்தை ஒரே ஒரு வேலைக்கு மட்டுமே ஒதுக்குகிறீர்கள். அப்போது நீங்கள் பல வேலைகளைச் செய்து கொண்டிருக்க மாட்டீர்கள் அல்லது ஒரு வேலையிலிருந்து மற்றொரு வேலைக்குத் தாவிக் கொண்டிருக்க மாட்டீர்கள். முன்கூட்டியே திட்டமிட்டுவிடுவதன் மூலம், இங்கு

நீங்கள் நேரத்தை வீணாக்க மாட்டீர்கள். இங்கு நீங்கள் பல விஷயங்களில் நுனிப்புல் மேய்ந்து கொண்டிருக்க மாட்டீர்கள் என்பதால், உங்களுடைய கவனக்குவிப்பு ஆழமானதாகவும் அசைக்கப்பட முடியாததாகவும் இருக்கும். இங்கு நீங்கள் ஒரு குறிப்பிட்ட நேரத்தில் முன்பைவிடக் கூடுதலான வேலைகளைச் செய்து முடித்திருப்பீர்கள் என்பதால் இது செயற்திறன்மிக்கதாக இருக்கும். அதன் காரணமாக, உங்களுடைய மன அழுத்தம் கணிசமாகக் குறையும்.

'முக்கியமானவை, அதே நேரத்தில் அவசரமானவை,' 'முக்கியமானவை, ஆனால் அவசரமற்றவை,' ஆகிய உங்களுடைய பட்டியல்களில் இடம்பெற்றுள்ள வேலைகள் ஆழமான கவனக்குவிப்புடன் மேற்கொள்ளப்படுகின்ற வேலைகளில் அடங்கும். நீங்கள் பிறரிடம் ஒப்படைக்க விரும்புகின்ற வேலைகளும், நீங்கள் முற்றிலுமாகக் கழித்துக்கட்டத் தீர்மானிக்கின்ற வேலைகளும், மேலோட்டமான கவனக்குவிப்புடன் செய்யப்படுகின்ற வேலைகளில் அடங்கும். உங்களுடைய வாழ்க்கையைச் செழுமைப்படுத்துகின்ற, உங்களுடைய இலக்குகளை அடைய உங்களுக்கு உதவுகின்ற வேலைகளில் நீங்கள் அதிக நேரத்தைச் செலவிடுகின்ற நாள் உங்களைப் பொறுத்தவரை ஒரு நல்ல நாளாக இருக்கும். நேரத்தைப் பிரித்து ஒதுக்கிக் கொள்ளுதல் என்ற இந்த உத்தி, உங்களிடம் இருக்கின்ற கச்சிதக்கார ஆளுமையின் தூண்டுதல்களைக் கட்டுப்படுத்தி, ஒரு வேலைக்கு உண்மையிலேயே எவ்வளவு நேரம் தேவைப்படும் என்பது குறித்த யோசனையை உங்களுக்கு வழங்கும்.

- ஒரு நாளில் அல்லது ஒரு வாரத்தில் நீங்கள் எவற்றைச் சாதிக்க முயல்கிறீர்கள், எவற்றுக்கு முன்னுரிமை அளிக்க விழைகிறீர்கள் என்ற கேள்வியிலிருந்து தொடங்குங்கள். இது உங்களுடைய அணுகுமுறையைச் சிறப்பாக வழிநடத்தும்.
- அடுத்து, தினந்தோறும் காலையிலும் மாலையிலும் எத்தகைய வழமைகளை

நீங்கள் பின்பற்ற விரும்புகிறீர்கள் என்பதைத் தீர்மானியுங்கள். எடுத்துக்காட்டாக, நீங்கள் உங்களுடைய காலை நேரத்தை உடற்பயிற்சி மற்றும் தியானத்தோடு தொடங்க விரும்பக்கூடும். அதேபோல, மாலை நேரத்தைக் குடும்பத்தினரோடு செலவிட நீங்கள் விரும்பக்கூடும் அல்லது ஆசுவாசமாக ஒரு புத்தகத்தைப் படிக்க ஆசைப்படக்கூடும். இவை அனைத்தும் உங்களுக்கு நீங்களே நிர்ணயித்துக் கொண்டுள்ள முன்னுரிமைகளின் அடிப்படையில்தான் அமைந்திருக்க வேண்டும் என்பது வெளிப்படை.

- அடுத்து, நீங்கள் முன்னுரிமை அளித்துள்ள விஷயங்களுக்கு, நீங்கள் எப்போது சுறுசுறுப்பாகவும் ஆற்றலுடனும் இருப்பீர்களோ அந்த நேரத்தை ஒதுக்குங்கள். முடிந்த அளவு இந்த நேரத்தைப் பிரிக்காமல் பார்த்துக் கொள்ளுங்கள்.
- அடுத்து, முக்கியத்துவமற்ற, மேலோட்டமான வேலைகளுக்கு, நீங்கள் அதிக அளவு உற்பத்தித்திறனுடன் இல்லாதிருக்கின்ற நேரத்தை ஒதுக்குங்கள்.
- நீங்கள் எதிர்பார்த்திருக்காத சில விஷயங்களைச் செய்து முடிப்பதற்கும் நீங்கள் நேரம் ஒதுக்க வேண்டும். எடுத்துக்காட்டாக, திடீரென்று நீங்கள் ஒரு மின்னஞ்சலுக்குப் பதிலளிக்க வேண்டியிருக்கலாம். இல்லையெனில், அவை மலையெனக் குவிந்து உங்களுக்கு மனஅழுத்தம் ஏற்படுத்தக்கூடும்.
- உங்களுடைய கால அட்டவணையை ஒரு சில நாட்கள் பயன்படுத்திப் பார்த்து, அதில் உங்களுக்கு ஒத்து வருவதை வைத்துக் கொள்ளுங்கள், மற்றவற்றை மாற்றிவிடுங்கள்.

பலர் தங்களுடைய கால அட்டவணையைத் தயாரிக்கும்போது, ஓய்வு மற்றும் பொழுதுபோக்கு அம்சங்களுக்கும் நேரத்தை அதில் ஒதுக்கிக் கொள்கின்றனர். அதோடு, இரண்டு வேலைகளுக்கு நடுவே ஒரு சிறிய இடைவெளி இருக்குமாறும் அவர்கள் பார்த்துக் கொள்கின்றனர். ஒரு வேலை நீங்கள் எதிர்பார்த்திருந்ததைவிட அதிக நேரம் எடுத்துக் கொண்டால், அதைச் சமாளிப்பதற்கு இது உதவும். கால அட்டவணைக்குள் வராமல், படிப்படியாக அதிகரித்திருக்கும் வேலைகளைச் செய்து முடிக்க வாரத்தில் ஒரு நாளை நீங்கள் ஒதுக்கிக் கொள்ளலாம்.

உங்களுடைய கால அட்டவணை என்பது உங்களுக்கு உதவுவதற்கான ஒன்று என்பதை நினைவில் வைத்திருங்கள். அது உங்களைக் கட்டுப்படுத்த அனுமதிக்காதீர்கள். ஏதாவது ஒன்று உங்களுக்குச் சரிப்பட்டு வரவில்லை என்றால், அதைத் தலைமுழுகிவிடுங்கள். பலதரப்பட்ட அட்டவணைச் செயலிகளை முயன்று பாருங்கள். வேலைகளுக்கு நீங்கள் ஒதுக்குகின்ற கால அளவைக் கூட்டிக் குறைத்துப் பரீட்சித்துப் பாருங்கள். தினந்தோறும் உங்களுடைய அட்டவணையைப் பார்த்து அதன்படி நிகழ்ச்சிகள் நடந்தேறினவா என்று அலசுங்கள். காலப்போக்கில் உங்களுடைய கால அட்டவணை, உங்களுடைய மனஅழுத்தத்தைக் குறைக்கின்ற ஆற்றல்மிக்கக் கருவிகளில் மிக முக்கியமான இடத்தைப் பெற்றுவிடும். அது உங்களுடைய உற்பத்தித்திறனை அதிகரிக்கும் என்பதைத் தனியாகக் குறிப்பிட வேண்டிய தேவையில்லை.

சுருக்கமாக

- மோசமான நேர நிர்வாகம் நம்முடைய பதற்றத்தின் மூலாதாரங்களில் ஒன்றாகும். நம்மை மோசமாக உணரச் செய்கின்ற விஷயங்களுக்கு முன்னுரிமை அளிப்பதையும், நாம் இரசித்துச் செய்கின்ற விஷயங்களுக்குக்

குறைவான நேரம் ஒதுக்குவதையும் நாம் அடிக்கடிச் செய்து வருகிறோம். அதனால், திட்டமிட்ட முறையில் ஓய்வெடுப்பதற்கும், நம்மை ஆசுவாசப்படுத்திக் கொள்வதற்கும் நாம் போதுமான நேரம் ஒதுக்கிக் கொள்ள வேண்டும். அது நம்முடைய பதற்றத்தின் அளவைக் கணிசமாகக் குறைக்கும். செய்து முடிக்கப்பட வேண்டிய வேலைகளின் பட்டியலைத் தயாரித்தல், செய்து முடிக்கப்பட வேண்டிய வேலைகளை அவற்றின் முன்னுரிமைகளின்படி பட்டியலில் வரிசைப்படுத்துதல், பெரிய இலக்குகளைச் சின்னஞ்சிறு இலக்குகளாகக் கூறுபோட்டுக் கொள்ளுதல் போன்றவற்றை நீங்கள் முயற்சித்துப் பார்க்கலாம்.

- நம்முடைய நேரத்தை நிர்வகிப்பதற்குப் பல உத்திகள் இருக்கின்றன. ஆலனின் உள்ளீட்டுச் செயலாக்க உத்தியும் அவற்றில் ஒன்று. புறத்தூண்டுதல்கள்தாம் இங்கு உள்ளீடுகளாகும். அவற்றுக்கு நாம் எவ்வாறு எதிர்வினையாற்றுகிறோம் என்பதை நாம் ஆராய வேண்டும். தொலைபேசி அழைப்புகள், மின்னஞ்சல்கள் போன்றவை இவற்றில் அடக்கம். இவற்றுக்கு நாம் எவ்வாறு எதிர்வினையாற்ற வேண்டும் என்பதையும், எந்தத் தூண்டுதல்களுக்கு நாம் முன்னுரிமை அளிக்க வேண்டும் என்பதையும் நாம் முன்கூட்டியே திட்டமிட்டுக் கொள்ள வேண்டும்.

- மற்றோர் உத்தி, ஐந்து அம்ச இலக்குகள் உத்தி. இதன்படி, இலக்குகள் திட்டவட்டமானவையாக, அளவிடத்தக்கவையாக, அடையப்படக்கூடியவையாக, பொருத்தமானவையாக, காலக்கெடுவுடன்கூடியவையாக இருக்க

வேண்டும். உங்களுடைய இலக்குகளைத் தெள்ளத் தெளிவாக விபரமாக எழுதி வைத்துக் கொள்ளுங்கள். அந்த இலக்குகளை நீங்கள் அடைந்துவிட்டீர்கள் என்பதைக் கண்டுபிடிப்பதற்குத் தேவையான அளவீடுகளையும் நீங்கள் தீர்மானித்துக் கொள்ள வேண்டும். இலக்குகள் நீங்கள் அடைவதற்குச் சாத்தியமுள்ளவையாக இருக்க வேண்டும். உங்களுடைய கொள்கைகளோடு அவை பொருந்திப் போகின்றனவா என்று நீங்கள் பார்க்க வேண்டும். கடைசியாக, உங்களுடைய இலக்குகள் ஒவ்வொன்றுக்கும் ஒரு காலக்கெடுவை நிர்ணயித்துக் கொள்ளுங்கள்.

அத்தியாயம் 4

ஜென் மனநிலையை உடனடியாக அடைவது எப்படி

உங்களுடைய இலக்குகளுக்கு ஒத்திசைவாக இருக்கின்ற விதத்தில் நீங்கள் உங்களுடைய நேரத்தை நிர்வாகம் செய்ய முனைந்தால், உங்களுடைய மனஅழுத்தத்தின் அளவு கட்டுப்பாட்டிற்குள் இருக்கும். பதற்றமான எண்ணங்களால் ஆக்கிரமிக்கப்பட்டிருந்த உங்களுடைய மனம் ஓரளவு ஆசுவாசமடையும். உங்களுக்கு அர்த்தமுள்ளதாகத் தோன்றுகின்ற காரியங்களில் ஈடுபடுவது குறித்துச் சிந்திப்பது உங்களுக்குச் சாத்தியப்படும்.

ஆனால், வாழ்க்கையில் எல்லாவற்றையும் உங்களால் முன்கூட்டியே திட்டமிட முடியாது. எதிர்பாராத நிகழ்வுகள் கண்டிப்பாக நிகழத்தான் செய்யும். அதிலிருந்து தப்பிக்கவே முடியாது. மிகச் சிறப்பான முன்தயாரிப்புகள் இருந்தாலும், சில நேரங்களில் அளவுக்கதிகமான சிந்தனையின் ஆக்கிரமிப்புக்குள் நீங்கள் விழுந்துவிட நேரிடலாம்.

இந்த அத்தியாயத்தில், உங்களைத் தன் பிடியில் எடுத்துக் கொள்ளப் போவதாக அச்சுறுத்திக் கொண்டிருக்கின்ற பதற்றத்தைக் குறைப்பதற்கான, நடைமுறைக்கு உகந்த வழிகள் சிலவற்றை நாம் பார்க்கலாம். இதில் நாம் பார்க்கவிருக்கின்ற உத்திகளை நீங்கள் தினசரித் தடுப்பான்களாகப் பயன்படுத்திக் கொள்ளலாம். அல்லது அது நிகழ்ந்த பிறகு அதற்கான உடனடி நிவாரணியாகவும் பயன்படுத்திக் கொள்ளலாம். ஆனால் ஒன்று மட்டும் உறுதி. மற்ற நல்ல பழக்கங்களைப்போல, ஆசுவாசப்படுத்திக் கொள்வதும் பழக்கப்படுத்திக் கொள்ளப்பட வேண்டிய ஒன்று. ஆசுவாசமடைதல் தானாகவே நிகழ்ந்துவிடும் என்று நாம் காத்துக் கொண்டிருக்க முடியாது. இந்த உத்திகளை,

மிகவும் மோசமாகிவிட்டுள்ள நிலைமையில் மட்டும்தான் பயன்படுத்த வேண்டும் என்று அர்த்தமில்லை. மாறாக, அவற்றை நீங்கள் எப்போது வேண்டுமானாலும் பயன்படுத்தலாம்.

நீங்கள் ஆசுவாசமடைகின்றபோது, உங்களுடைய இதயத்துடிப்பு, சுவாசம், இரத்த அழுத்தம் ஆகியவை குறையும்; உங்களுடைய செரிமானம் சீரடையும்; இரத்தத்திலுள்ள சர்க்கரையின் அளவு மேம்படும்; மனஅழுத்தத்தோடு தொடர்புடைய ஹார்மோன்கள் சரியாக நிர்வகிக்கப்படும்; கடும் களைப்பு குறையும், கவனக்குவிப்பு அதிகரிக்கும்; நன்றாகத் தூக்கம் வரும்; தன்னம்பிக்கை அதிகரிக்கும். இந்நூலில் கூறப்பட்டுள்ள பிற உத்திகளோடு ஆசுவாசமும் சேர்ந்து கொள்கின்றபோது, அது உங்களுடைய மனஅழுத்தத்தைக் கணிசமாகக் குறைக்கும்.

உங்களை ஆசுவாசப்படுத்திக் கொள்வதற்கான மூன்று உத்திகளை இப்போது நாம் பார்க்கலாம். சுயஜனிப்பு ஆசுவாசம், மனக்காட்சிப்படைப்பு ஆசுவாசம், தசையிளக்க ஆசுவாசம் ஆகியவையே அந்த மூன்றும். 5-4-3-2-1 உத்தியைப்போலவே, இவை மூன்றும், நிகழ்கணத்தில் உங்களுடைய உடல் குறித்தப் பிரக்ஞையில் கவனத்தைக் குவித்து, உங்களுடைய மனத்தை அமைதிப்படுத்தவல்லவை. இவற்றை நீங்கள் ஒரு வல்லுநரின் மேற்பார்வையின் கீழ் செய்யலாம். அல்லது அவற்றைக் கற்றுக் கொண்டு தினமும் வீட்டிலேயேகூடச் செய்யலாம். இவற்றை நன்றாகக் கற்றுக் கொண்டவுடன், தேவையான நேரங்களில் இவற்றைப் பயன்படுத்தி உங்களுடைய மனஅழுத்தத்தை உங்களால் கட்டுப்படுத்த முடியும்.

சுயஜனிப்பு ஆசுவாசம்

இந்த ஆசுவாசம் உங்களுக்கு உள்ளேயிருந்து வருகின்ற ஒன்றாகும். உங்களுடைய உடல் குறித்தப் பிரக்ஞை, கற்பனைக் காட்சிப்படைப்பு, சுவாசம் ஆகியவற்றைக் கலந்து நீங்கள் உங்களை அமைதிப்படுத்திக் கொள்ள

இந்த ஆசுவாசம் உங்களுக்கு உதவுகிறது. ஒரு விதத்தில் பார்த்தால், இந்த நூலில் கொடுக்கப்பட்டுள்ள அனைத்து உத்திகளும் சுயஜனிப்பு உத்திகளே. ஏனெனில், அவை அனைத்தும் வெவ்வேறு வழிகளில் நம் உடலுக்குள் உறைந்துள்ள உள்ளார்ந்த மனஅழுத்த எதிர்ப்பு அமைப்புமுறைகளைப பயன்படுத்துகின்றன.

ஜோஹன்னஸ் ஷுல்ட்ஸ் என்ற ஜெர்மானிய உளவியலாளர்தான் 1920களில் இந்த உத்தியை முதன்முதலாகப் பரிந்துரைத்தார். அதோடு, அறிதுயில் நிலை (Hypnosis) மற்றும் பிற ஆழமான ஆசுவாச முறைகளிலும் அவர் ஈடுபாடு கொண்டிருந்தார். நினைத்தபோதெல்லாம் உடலிலும் மனத்திலும் இந்த ஆழ்ந்த அமைதி நிலையை முறையாகத் தூண்டுகின்ற ஓர் உத்திதான் சுயஜனிப்பு ஆசுவாசமாகும். பதற்றத்தால் அவதிப்பட்டுக் கொண்டிருப்பவர்களுக்கு இது ஒரு வரப்பிரசாதமாகும். 'ஏசியன் நர்ஸிங் ரிசர்ச்' ஆய்விதழில், சுயஜனிப்புப் பயிற்சி அளிக்கப்பட்டச் செவிலியருக்கு, உடலில் தோன்றுகின்ற மனஅழுத்த எதிர்வினை அதிகரித்து இருந்ததாகக் கண்டுபிடிக்கப்பட்டது. மிகச் சமீபத்தில், 2021 இல் ரிவேரா மற்றும் அவருடைய குழுவினர், 'ஃபிரான்டியர்ஸ் இன் சைக்காலஜி' என்ற ஆய்விதழில் ஒரு கட்டுரையைப் பிரசுரித்திருந்தனர். ஸ்பெயினில் கோவிட்-19 பெருந்தொற்றுக் காலகட்டத்தில் சுயஜனிப்பு ஆசுவாசப் பயிற்சியானது மனஅழுத்தக் கட்டுப்பாட்டில் குறிப்பிடத்தக்க மேம்பாட்டை ஏற்படுத்தியதாக அந்த ஆய்வு வெளிப்படுத்தியது.

ஷுல்ட்ஸின் ஆய்வின் அடிப்படையில் அமைந்துள்ள சுயஜனிப்புப் பயிற்றுவிப்பு மையங்கள் இன்று உலகெங்கும் நிறுவப்பட்டுள்ளன. இதில் பயிற்சி பெற்றுள்ள உளவியலாளர்களிடமிருந்து நீங்கள் அதைக் கற்றுக் கொள்ளலாம். ஆனால், இந்த உத்தியின் அடிப்படைகளைத் தெரிந்து கொள்வதற்கு நீங்கள் இப்படிப்பட்டப் பயிற்சிகள் எதையும் எடுத்துக் கொள்ளத் தேவையில்லை. நம் உடலில் பதற்றம் தோன்றுகின்ற இடமான மைய நரம்பு மண்டலத்தைத் திட்டமிட்ட முறையில் அமைதிப்படுத்துவதைப் பற்றியதே இது.

உங்களுக்குத் துயரத்தை ஏற்படுத்துகின்ற எண்ணங்கள் மற்றும் உணர்ச்சிகளைக் கட்டுப்படுத்த முடியாமல் தவித்துக்கொண்டிருப்பதற்குப் பதிலாக, உடல்ரீதியாகவும் உளரீதியாகவும் அவற்றைக் கட்டுப்படுத்த நீங்கள் இதில் கற்றுக் கொள்கிறீர்கள்.

பயிற்சி வகுப்புகளில் உடலையும் மனத்தையும் கட்டுப்படுத்துவதற்கு ஆறு உத்திகள் கற்றுக் கொடுக்கப்படுகின்றன. இவற்றைச் செய்து முடிக்க ஏறத்தாழ இருபது நிமிடங்கள் ஆகும். இதில் பயிற்றுவிப்பாளர் அதில் பங்கேற்கின்ற நபர்களை அறிவுறுத்தல்கள் மூலம் வழிநடத்துவார். பங்கேற்பாளர் முதலில் ஒரு சௌகரியமான நிலையில் அமர்ந்து கொள்ள வேண்டும். உடல் உறுப்புகள் குறித்தப் பிரக்ஞையைப் பற்றி, அந்தப் பயிற்றுவிப்பாளர், வாய் வார்த்தைகள் மூலம் அறிவுறுத்தல்களை வழங்கிக் கொண்டிருப்பார். எடுத்துக்காட்டாக, அதில் பங்கேற்கின்ற நபர் ஐந்து அல்லது ஆறு முறை, "நான் முற்றிலும் அமைதியாக இருக்கிறேன்," என்று தனக்குத் தானே கூறுமாறு கேட்டுக் கொள்ளப்படுவார். அதையடுத்து, "என்னுடைய வலது கை கனமாக இருக்கிறது," என்றும், "நான் முற்றிலும் அமைதியாக இருக்கிறேன்," என்றும், அதைத் தொடர்ந்து, "என்னுடைய இடது கை கனமாக இருக்கிறது," என்றும் கூறுமாறு பங்கேற்பாளர்கள் கேட்டுக் கொள்ளப்படுவர். அந்த அறிவுறுத்தல்கள் இப்படியே உடலின் பல அங்கங்கள் குறித்துக் கூறப்பட்டுக் கொண்டிருக்கும். இறுதியில், ஆசுவாச நிலையிலிருந்து வெளியே வருவதற்காக, இவை தலைகீழாகக் கூறப்படும். "என் கை உறுதியாக இருக்கிறது," என்றும், "நான் விழிப்புடன் இருக்கிறேன்," என்றும் அறிவுறுத்தல்கள் தொடரும்.

இதில் பயன்படுத்தப்படுகின்ற ஆறு உத்திகள், கீழ்க்கண்டவற்றைக் குறித்தப் பிரக்ஞையை உங்களுக்கு ஏற்படுத்தும் வண்ணம் அமைக்கப்பட்டிருக்கும்:

- கனமாக இருக்கின்ற உணர்வு
- வெப்பமாக இருக்கின்ற உணர்வு
- இதயத்துடிப்பு குறித்தப் பிரக்ஞை

- சுவாசம் குறித்தப் பிரக்ஞை
- வயிற்றுப் பகுதியில் ஏற்படுகின்ற உணர்வுகள் குறித்தப் பிரக்ஞை
- முன்நெற்றிக் குளிர்ச்சியில் கவனக்குவிப்பு

பயிற்சி வகுப்பின் முடிவில், அதில் பங்கேற்றுள்ளவர், எப்படி ஆசுவாசம் அடைவது என்பதைக் கற்றுக் கொண்டிருப்பதோடு அனைத்து விதமான தூண்டுதல் காரணிகள்மீதும் தனக்குக் கட்டுப்பாடு இருப்பதையும் உணர்ந்திருப்பார். தொடர்ந்து இவற்றைப் பயிற்சி செய்வதன் மூலம், உங்களுடைய அகவுலகின்மீது நீங்கள் கொண்டிருக்கின்ற கட்டுப்பாடு அதிகரிக்கும். உயர் இரத்த அழுத்தம், மனச்சோர்வு, ஆஸ்துமா, ஒற்றைத் தலைவலி, பதற்றம், அச்சக் கோளாறுகள், வலி, தூக்கமின்மை போன்ற பலதரப்பட்டப் பிரச்சனைகளுக்கு இந்த உத்தி திருப்திகரமாகப் பலனளிப்பதாக, ‘அப்லைடு சைக்காலஜி’, ‘பயோஃபீட்பேக்’ ஆகிய ஆய்விதழ்களில் வெளியிடப்பட்டுள்ள ஆய்வு முடிவுகள் தெரிவிக்கின்றன. அப்படியிருக்கும்போது, இந்த உத்தியைத் தொடர்ந்து பயிற்சி செய்து வந்தால், அன்றாட வாழ்வின் மனஅழுத்தங்களையும் அது போக்கும் என்று நம்ப இடமிருக்கிறது. இந்த உத்தியை வீட்டில் நீங்களே செய்து கொள்வதற்கான செயல்முறை கீழே கொடுக்கப்பட்டுள்ளது.

1. இதை நீங்கள் உட்கார்ந்து கொண்டும் செய்யலாம், படுத்த நிலையிலும் செய்யலாம். ஓரிடத்தில் சௌகரியமாக அமர்ந்து கொள்ளுங்கள் அல்லது சௌகரியமாகப் படுத்துக் கொள்ளுங்கள். மெதுவாகவும் ஆழமாகவும் சுவாசியுங்கள். “நான் முற்றிலும் அமைதியாக இருக்கிறேன்,” என்று ஆறு முறை கூறுங்கள்.
2. அடுத்து, “என்னுடைய இடது கை வெப்பமாக இருக்கிறது,” என்று ஆறு முறை கூறுங்கள்.

அதைத் தொடர்ந்து “நான் முற்றிலும் அமைதியாக இருக்கிறேன்,” என்று ஆறு முறை கூறுங்கள். இதை நீங்கள் மெதுவாகக் கூறுங்கள். உணர்வுபூர்வமாக இதில் ஈடுபடுங்கள். சுவாசத்தை மெதுவாக்கி, உங்களுடைய உடலின்மீது மட்டுமே முழுக் கவனம் செலுத்துங்கள்.

3. பிறகு இதேபோல உங்களுடைய மற்றொரு கை, கால்கள், நெஞ்சு மற்றும் வயிற்றுப் பகுதிகள் போன்றவற்றுக்கும் செய்யுங்கள். ஒவ்வொன்றைப் பற்றியும் கூறிய பிறகு, “நான் முற்றிலும் அமைதியாக இருக்கிறேன்,” என்று தொடர்ந்து கூறுங்கள்.

4. இவற்றைக் கூறி முடித்ததும், செயல்முறையைத் தலைகீழாக மாற்றுங்கள். “என் இடது கை உறுதியாக இருக்கிறது,” “நான் விழிப்புடன் இருக்கிறேன்,” என்று கூறுங்கள். இறுதியில், “கண்கள் திறந்து கொள்ளட்டும்,” என்று கூறி உங்களுடைய பயிற்சியை நிறைவு செய்யுங்கள். இதற்கு மொத்தமாகப் பதினைந்திலிருந்து இருபது நிமிடங்கள் ஆகலாம்.

ஒவ்வொரு முறை நீங்கள் இதை முயற்சி செய்கின்றபோதும், வெவ்வேறு உணர்ச்சிகளின்மீது கவனத்தைக் குவியுங்கள். முதலில் கனமான உணர்ச்சி, அடுத்து வெப்பமான உணர்ச்சி என்று நாம் மேலே குறிப்பிட்டிருந்த ஆறு வகைகளையும் முயற்சி செய்யுங்கள். இவை அனைத்தையும் செய்து முடித்தப் பிறகு, இவற்றை நீங்கள் ஒன்றாகச் சேர்த்து ஒரே பயிற்சியாகச் செய்யலாம். எடுத்துக்காட்டாக:

“என் கரங்கள் கனமாக இருக்கின்றன.”

“என் கால்கள் வெப்பமாக இருக்கின்றன.”

“என் இதயத்துடிப்பு சீராகவும் அமைதியாகவும் இருக்கிறது.”

“என் சுவாசம் சீராகவும் அமைதியாகவும் இருக்கிறது.”

"என் வயிற்றுப் பகுதி ஆசுவாசமாக இருக்கிறது."

"என் முன்நெற்றி இதமான அளவு குளிராக இருக்கிறது."

இதில் நீங்கள் முக்கியமாக கவனிக்க வேண்டிய விஷயம், இதை நீங்கள் செய்து கொண்டிருக்கின்றபோது, அந்த உணர்ச்சிகளுக்குள் நீங்கள் உண்மையிலேயே கரைந்து போய்விட வேண்டும். அவசரப்படக்கூடாது. போதுமான நேரம் எடுத்துக் கொள்ளுங்கள். "நான் அமைதியாக இருக்கிறேன்!" என்று நீங்கள் கூறுகின்றபோது, உங்களுடைய உடல் உண்மையிலேயே அமைதியடைவதை உணருங்கள். அது மாயாஜாலம்போல இருக்கும். இந்த சுயஜனிப்பு ஆசுவாச உத்தியின் முழுப் பயனையும் காண்பதற்குச் சிறிது காலம் பிடிக்கலாம் என்பதை நீங்கள் நினைவில் வைத்துக் கொள்ள வேண்டும். இந்தப் பயிற்சியைச் செய்வதற்கு அர்ப்பணிப்பும் விடாப்பிடித்தனமும் உங்களுக்குத் தேவை. ஆனால், இந்தப் பயிற்சியை நீங்கள் தொடர்ந்து செய்து வந்தால், எல்லையற்றப் பயனை உங்களால் அறுவடை செய்ய முடியும். ஏனெனில், எந்த இடத்திலும், எந்த நேரத்திலும் செய்யப்படக்கூடிய ஓர் எளிய பயிற்சியின் மூலம் உங்களுடைய மனஅழுத்தத்தைக் கட்டுப்படுத்துகின்ற வித்தையை நீங்கள் கைவரப் பெற்றிருப்பீர்கள். அதோடு, பொதுவாக நம்முடைய பிரக்ஞைபூர்வமான தாக்கத்திற்கு அப்பாற்பட்ட நிலையில் இருக்கின்ற இதயத்துடிப்பு, உடலின் வெப்பநிலை, இரத்த அழுத்தம் போன்ற உடல்ரீதியான இயக்கங்கள்மீதும் நீங்கள் ஓரளவு கட்டுப்பாட்டைப் பெற்றிருப்பீர்கள். ஒரு நாளில் பல முறை ஒரு சில நிமிடங்கள் எடுத்துக் கொண்டு இந்தப் பயிற்சியைச் செய்து வாருங்கள். இதை நீங்கள் ஒரு பழக்கமாக ஆக்கிக் கொண்டால், அளவுக்கதிகமாகச் சிந்திப்பதை நிறுத்துவதில் இது எந்த அளவுக்கு உதவிகரமாக இருக்கிறது என்பதைக் கண்டு நீங்கள் வியப்படைவீர்கள்.

இந்த உத்தி உங்களுக்குப் பிடித்திருந்தால், உங்கள் பகுதியில் இதை முறைப்படி கற்றுக் கொடுக்கின்ற அமைப்புகள் இருக்கின்றனவா என்று நீங்கள் தேடிப்

பார்க்கலாம். அல்லது இணைய வகுப்புகளில் சேரலாம். நீங்கள் இப்பயிற்சியை மேற்கொள்வதற்குக் குரல் வழியாக உங்களுக்கு வழிகாட்டுகின்ற ஆடியோ பதிவுகளையும் நீங்கள் முயற்சி செய்யலாம். அல்லது தேவையான இடைவெளிகள் விட்டு, நீங்களே உங்களுடைய குரலை ஓர் ஆடியோ ஒலிப்பதிவாகப் பதிவு செய்து கொண்டு அதைப் பயன்படுத்தலாம்.

ஒரு வல்லுநரிடம் கற்றுக் கொள்ளாமல் நீங்களாகவே இதைப் பயிற்சி செய்வதில் சில அபாயங்கள் இருக்கின்றன என்பதையும் இங்கு நான் சுட்டிக்காட்ட விரும்புகிறேன். அபூர்வமாக, இந்த உத்திகள் சிலரிடம் அதிக அளவு பதற்றத்தையும் மனச்சோர்வையும் உருவாக்கக்கூடும். ஆனால், மனநோய்களால் பாதிக்கப்பட்டிருக்காத நபர்கள் இந்த உத்தியைத் தாராளமாகப் பயன்படுத்தலாம். இதயநோய் மற்றும் நீரிழிவு நோய் உள்ளவர்கள் இதை முயற்சி செய்யக்கூடாது. இந்த உத்தியைக் கடைபிடிக்கின்ற சிலருக்கு இரத்த அழுத்தம் அதிகரிக்கவோ அல்லது குறையவோ செய்கிறது. இதுபோன்ற பாதிப்புகளை நீங்கள் கொண்டிருந்தால், இந்தப் பயிற்சியைத் துவக்குவதற்கு முன்பு உங்களுடைய மருத்துவரின் அறிவுரையை நாடுவது நல்லது.

மனக்காட்சிப்படைப்பு ஆசுவாசம்

நீங்கள் சுயஜனிப்பு ஆசுவாசத்தில் ஈடுபட்டிருந்தபோது, நீங்கள் வெப்பமாக இருந்ததாக உணர்ந்தபோது, தனியாக முயற்சி ஏதும் செய்யாமலேயே, உங்கள் உடலைச் சுற்றிச் சிவப்பான ஒளி வெள்ளத்தில் நீங்கள் மூழ்கியிருந்ததாக நீங்கள் கற்பனை செய்திருக்கலாம். அல்லது உங்களுடைய கால் கனமாக இருப்பதாக உங்களுக்கு நீங்களே கூறிக் கொண்டிருந்தபோது, உங்களுடைய கால் ஈயத்தால் ஆன ஒன்றாக இருப்பதுபோல உங்கள் மனத்தில் காட்சிப்படுத்தியிருக்கலாம். இதுபோன்ற மனக்காட்சிகள், உங்களுடைய உணர்வுகள் மற்றும் எண்ணங்களை நிகழ்கணத்தில் இருத்துவதற்கு உதவும். அளவுக்கதிகமாகச் சிந்தித்துக் கொண்டிருக்கின்ற மனத்தை, நம்மை

அமைதிப்படுத்துகின்ற ஓரிடத்தை நோக்கித் திசை திருப்புகின்ற முயற்சிதான் இது.

உங்களுடைய மனத்தால் மணிக்கு ஆயிரம் மைல் வேகத்தில் பறந்து சென்று, எதார்த்தத்திற்குச் சிறிதும் தொடர்பில்லாத விதத்தில் பதற்றத்தை உருவாக்குகின்ற காட்சிகளைக் கற்பனை செய்ய முடியும். ஆனால், உங்களுடைய பௌதிக உடல் மெதுவாக நகரக்கூடியது. உங்களுடைய உணர்வுகளால், நீங்கள் அவற்றோடு ஒத்திசைவாக இருக்கின்ற பட்சத்தில், சுற்றுச்சூழல் குறித்தத் துல்லியமான கணிப்பை வெளிப்படுத்த முடியும். மனக்காட்சிப்படுத்துவது, அலைபாய்ந்து கொண்டிருக்கின்ற நம் மனத்தின் வேகத்தை மட்டுப்படுத்தி அதை நம் கட்டுப்பாட்டுக்குள் கொண்டுவர நமக்கு வெகுவாக உதவும்.

வெறுமனே காட்சிப்படுத்துவதோடு நின்றுவிடாமல், அதோடு புலனுணர்வுகளைச் சேர்த்துக் கொள்வது கூடுதல் பலனளிக்கும். உங்களிடம் நேர்மறை உணர்வுகளைத் தூண்டுகின்ற ஒரு காட்சியை நீங்கள் உங்கள் மனத்தில் காட்சிப்படுத்துகின்றபோது, பார்த்தல், கேட்டல், தொடுதல், ருசித்தல், முகர்தல் ஆகிய ஐந்து உணர்வுகளுக்கும் தீனி போடுகின்ற விதத்தில் அதை நீங்கள் கற்பனை செய்யுங்கள். நாம் அளவுக்கதிகமாகச் சிந்திக்கின்றபோது, இதற்கு எதிர்மறையானதைச் செய்கிறோம். அதாவது, நமக்குத் துன்பத்தை ஏற்படுத்துகின்ற ஓர் உலகைக் கற்பனை செய்து அதில் நம்மை உலாவ விடுகிறோம்.

இந்த உத்தியை நீங்களே தனியாகவும் செய்யலாம். ஒரு வல்லுநரின் வழிகாட்டுதலின்படியும் செய்யலாம். குரல்பதிவு செய்யப்பட்டுள்ள ஒலிநாடாக்களையும் நீங்கள் பயன்படுத்தலாம். இவற்றை மற்ற இரு ஆசுவாச உத்திகளோடும், யோகா போன்றவற்றோடும் சேர்த்துப் பயன்படுத்தலாம். நாம் ஆசுவாசமாக இருக்கின்ற ஒரு காட்சியை நம்மால் கற்பனை செய்ய முடிந்தால், மனஅழுத்தத்திற்கு நாம் எப்படி எதிர்வினையாற்றுகிறோம் என்பதை நம்மால் கட்டுப்படுத்த முடியும்.

உங்களுடைய உடலும் மனமும் இணைந்தே வேலை செய்கின்றன. எடுத்துக்காட்டாக, நீங்கள் ஒரு புளிப்பான எலுமிச்சைப் பழத்தைக் கடிப்பதுபோல விலாவாரியாக உங்கள் மனத்தில் காட்சிப்படுத்துகிறீர்கள் என்று வைத்துக் கொள்வோம். அப்போது உடனே உங்கள் வாயில் எச்சில் ஊறத் துவங்கும். அப்படியெனில், இதே தர்க்கத்தைப் பயன்படுத்தி, நாம் அமைதியான ஓரிடத்தில் ஆசுவாசமாக இருப்பதாகக் கற்பனை செய்தால், நம் உடல் அதை நம்பி ஆசுவாசம் அடையும்தானே? மனக்காட்சிப்படைப்பில் ஈடுபடுவதை நீங்கள் ஒரு பழக்கமாக ஆக்கிக் கொண்டால், நீங்கள் விரும்பும்போதெல்லாம், கற்பனையில் அதே அமைதியான இடத்திற்குச் சென்று உங்களை ஆசுவாசப்படுத்திக் கொள்வது எளிதாகிவிடும்.

இது ஒரு புரட்சிகரமான கண்ணோட்டம். ஏனெனில், இதன்படி, நாம் நம் உடலின் தயவிலோ அல்லது தறிகெட்டு ஓடுகின்ற நம் மனத்தின் தயவிலோ இல்லை என்று ஆகிறது. நம்மால் நம்முடைய மனநிலையைத் திட்டமிட்ட முறையிலும் பிரக்ஞையுடனும் உருவாக்கிக் கொள்ள முடியும். இதை நாம் எந்த அளவுக்கு மீண்டும் மீண்டும் செய்து வருகிறோமோ, அந்த அளவுக்கு இதில் நம்மால் கரை காண முடியும். தியானத்தில், நாம் பிரக்ஞைபூர்வமாக இருப்பதை நாம் வளர்த்துக் கொள்கிறோம், நிகழ்கணத்தில் இலயிக்க நம்மைப் பழக்கப்படுத்திக் கொள்கிறோம். மனக்காட்சிப்படைப்பு ஆசுவாச உத்தியை மேற்கொள்கின்றபோதும் நாம் இதைத்தான் செய்கிறோம் என்றாலும், மனஅழுத்தத்தை உருவாக்குகின்ற எண்ணங்களிலிருந்து நம்மை நாம் விலக்கிக் கொண்ட பிறகு, நம்முடைய பிரக்ஞையை, நாம் தேர்ந்தெடுக்கின்ற இலக்கை நோக்கி நம்மால் செலுத்த முடியும். தியானமும் மனக்காட்சிப்படைப்பும் இணைந்து மிகச் சிறப்பாக வேலை செய்கின்றன.

மனக்காட்சிப்படைப்பு தொடர்பான குறிப்பிடத்தக்க விஷயம் என்னவென்றால், அதைத் துவக்குவதற்குத் தேவையான அனைத்தும் உங்களிடம் ஏற்கனவே இருக்கின்றன. அதை நீங்கள் எங்கு வைத்து வேண்டுமானாலும் செய்ய முடியும், எவ்வளவு நேரம்

வேண்டுமானாலும் செய்ய முடியும், எவ்வளவு அடிக்கடி வேண்டுமானாலும் செய்ய முடியும். உங்களுடைய கற்பனை மட்டுமே அதற்கான ஒரே எல்லை. துவக்கத்தில் வேண்டுமானால், உங்களுக்குப் பொறுமையும் அர்ப்பணிப்பும் தேவைப்படலாம். எந்தவிதத்திலும் உங்களுக்குக் கவனச்சிதறல்களை ஏற்படுத்தாத ஓரிடத்தையும் நேரத்தையும் தேர்ந்தெடுத்து நீங்கள் அதைப் பயிற்சி செய்ய வேண்டும்.

ஆய்வாளர்கள் ஜெசிகா நுயெனும் எரிக் பிரைமரும் 2018 இல், வழிகாட்டுதலுடன்கூடிய மனக்காட்சிப்படைப்பை மனச்சோர்வுக்கான நிவாரணியாகப் பயன்படுத்த முடியுமா என்ற ஆராய்ச்சியில் ஈடுபட்டனர். மனஅழுத்தத்திற்கு எதிர்வினையாற்றுவதில், இயற்கைச் சூழல் குறித்த மனக்காட்சிப்படைப்பு, நகரச் சூழல் குறித்த மனக்காட்சிப்படைப்பைவிடச் சிறப்பாகச் செயல்படுவதாக அவர்கள் கண்டுபிடித்தனர். அதற்காக, அமைதியான காட்டுப் பகுதிகளையோ அல்லது பிரமிப்பூட்டுகின்ற கடலோரப் பகுதிகளையோ நீங்கள் மனக்காட்சிப்படுத்தத் தேவையில்லை. ஆனால், உங்களுடைய மனக்காட்சிப்படைப்பில் இயற்கைக் காட்சிகளைச் சேர்த்துக் கொள்வது குறிப்பிடத்தக்கப் பயன்களை அளிக்கிறது என்பதை மறுக்க முடியாது. குறிப்பாக, எப்போதும் வீட்டுக்குள்ளேயே மாட்டிக் கொண்டிருக்கும் நபர்களுக்கு இது ஒரு சிறந்த தீர்வாக இருக்கும் என்பதில் சந்தேகமில்லை.

இந்த உத்தியை நீங்கள் இவ்வாறு மேற்கொள்ள வேண்டும்:

- ஒரு சௌகரியமான இடத்தைத் தேர்ந்தெடுத்து அமர்ந்து கொள்ளுங்கள். சுவாசத்தை ஆசுவாசப்படுத்திக் கொள்ளுங்கள். உங்களைச் சமநிலைப்படுத்திக் கொண்டு, கண்களை மூடிக் கொள்ளுங்கள்.
- உங்களுக்கு அமைதியும் ஆற்றலும் மகிழ்ச்சியும் அளிக்கின்ற ஓரிடத்தைக்

கற்பனை செய்யுங்கள். அதற்கு எவ்வளவு நேரம் தேவையோ, அவ்வளவு நேரத்தை எடுத்துக் கொள்ளுங்கள். ஓர் அடர்ந்த காடு, அழகான கடற்கரை போன்ற எதுவாக வேண்டுமானாலும் அது இருக்கலாம்.

- நீங்கள் அந்த இடத்தை விலாவாரியாகக் கற்பனை செய்கின்றபோது, அதன் நிறம், அங்கு நிலவுகின்ற வாசனைகள், அங்குக் கேட்கின்ற சத்தங்கள் போன்றவற்றையும், அங்கிருப்பது உங்களுக்கு எத்தகைய உணர்வை எழுப்புகிறது என்பதையும் அதில் சேர்த்துக் கொள்ள வேண்டும். அந்த இடத்தில் நீங்கள் அமைதியாகவும் புன்னகைத்துக் கொண்டும் இருப்பதுபோலக் காட்சிப்படுத்திக் கொள்ளுங்கள்.
- உங்களைக் குறித்தக் குட்டிக் கதை ஒன்றையும் நீங்கள் தயார் செய்து கொள்ளலாம். உங்களுடைய மனஅழுத்தம் முழுவதையும் கரைத்துவிடுகின்ற ஒரு நீரூற்றில் நீங்கள் குளித்துக் கொண்டிருப்பதாகவோ, உங்களுக்கு உதவ வந்துள்ள ஒரு தேவதையுடன் பேசிக் கொண்டிருப்பதாகவோ அல்லது கை நிறையப் பூக்களைப் பறித்துக் கொண்டிருப்பதாகவோ நீங்கள் கற்பனை செய்யலாம். இந்த இடத்தில் குறைந்தபட்சம் ஐந்து அல்லது பத்து நிமிடங்களைச் செலவிடுங்கள்.
- இதைச் செய்து முடித்தவுடன், இதிலிருந்து வெளியேறுங்கள். கண்களைத் திறந்து கொள்ளுங்கள். கை, கால்களை நீட்டி மடக்கிக் கொள்ளுங்கள். உங்களுடைய கற்பனைக் காட்சிக்கு முத்தாய்ப்பு வைப்பதுபோல ஏதாவது ஒன்றை நீங்கள் சேர்த்துக் கொள்ள விரும்பலாம். எடுத்துக்காட்டாக, அந்தக் காட்சியை ஓர் ஓவியத்தைப்போலச் சுருட்டி மடக்கி, பின்னர் பயன்படுத்திக் கொள்வதற்காக உங்களுடைய

பையில் வைத்துக் கொள்ளலாம். இந்த இடத்திற்கு நீங்கள் எப்போது விரும்புகிறீர்களோ அப்போதெல்லாம் உங்களால் வர முடியும் என்று உங்களுக்கு நீங்களே சொல்லிக் கொள்ளுங்கள்.

சுயஜனிப்பு உத்தியைப்போலவே இதிலும் நீங்கள் உங்களுடைய உணர்ச்சி நிலையின்மீது உங்களுடைய கவனத்தைக் குவிக்க விரும்பலாம். "நான் அமைதியாகவும் மனநிறைவோடும் இருக்கிறேன்," என்பது போன்ற வாசகங்களைச் சொல்லிக் கொள்ள நீங்கள் முயற்சிக்கலாம். அல்லது கனமான உணர்வு, சூடான உணர்வு போன்றவை உங்களுக்கு ஏற்படுவதுபோலவும் கற்பனை செய்து கொள்ளலாம். எடுத்துக்காட்டாக, நீங்கள் உங்களுடைய கைகள் அல்லது கால்களின்மீது உங்களுடைய கவனத்தைக் குவித்து வைத்திருக்கின்ற அதே நேரத்தில், உங்களுடைய மனஅழுத்தமும் கவலையும் நீர்க்குமிழிகளைப்போல உங்களிடமிருந்து புறப்பட்டு, காற்றில் மிதந்து உங்களைவிட்டு விலகிச் செல்வதுபோலக் கற்பனை செய்யலாம். உங்களுடைய முன்நெற்றி ஓரளவு குளிராக இருப்பதுபோலக் கற்பனை செய்து கொண்டிருக்கின்ற அதே நேரத்தில், நீங்கள் ஒரு நீரோடையின் அருகே நின்று கொண்டு, உங்களுடைய உடல்மீது அந்தக் குளிர்ந்த நீரைத் தெளிப்பதுபோலவும், அது உங்களிடம் சிறப்பான உணர்வைத் தோற்றுவிப்பதுபோலவும் காட்சிப்படுத்தலாம்.

இந்த உத்தி உங்களுடைய மனஅழுத்தத்தைக் குறைக்க உதவுவதோடு, உங்களுடைய ஆழ்மனத்தில் பொதிந்து கிடக்கின்ற ஞானத்தை அணுகவும் உங்களுக்கு உதவும். இந்த உத்தி சிறப்பாகப் பலனளிப்பதாக இருப்பதால், இப்போது இது வழமையான உளவியல் சிகிச்சைகளோடு சேர்த்துக் கடைபிடிக்கப்பட்டு வருகிறது. பேரதிர்ச்சிக்கு ஆளானவர்கள், பிறரால் துன்புறுத்தல்களுக்கு ஆளானவர்கள், மனச்சோர்வால் பாதிக்கப்பட்டவர்கள் போன்றவர்களிடம்கூட இது மனஅழுத்தத்தைக் குறைத்து, அதைச் சமாளித்துக் கொள்ளக்கூடிய ஒரு பிரச்சனையாக

மாற்றிவிடுவதாகக் கண்டறியப்பட்டுள்ளது.

நீங்கள் பதற்றமடைபவராக இருந்தால், இந்த உத்தி தீவிரமான ஒன்றாக இல்லாமல், வேடிக்கையும் விளையாட்டுமான ஒன்று என்பதை உங்களுக்கு நினைவுபடுத்திக் கொள்ளுங்கள். உங்களுடைய மனக்காட்சிப்படைப்பின் மூலம் உங்களுக்குப் பிடித்த ஓர் உலகத்தை உருவாக்கிக் கொண்டு அதில் சுவாரசியத்துடன் மூழ்குங்கள்.

இது பலனளிப்பதற்குச் சிறிது காலம் பிடிக்கலாம் என்று கூறியிருந்ததற்குக் காரணம், உங்களிடம் அமைதியுணர்வைத் தோற்றுவிக்கின்ற அளவு அது விலாவாரியாக இருக்க வேண்டும் என்பதுதான். அதற்குச் சிறிது காலம் பிடிக்கும். நீங்கள் அளவுக்கதிகமாகச் சிந்திக்கின்ற ஒரு நபராக இருக்கலாம். ஆனால், திட்டமிட்ட முறையில் ஒரு காட்சியை ஐம்புலன்களாலும் அனுபவிக்கின்ற விதத்தில் உங்களுடைய மனத்தில் உருவாக்குவது அவ்வளவு எளிதல்ல என்பதை நீங்கள் உணர்வீர்கள். அதற்கு நீங்கள் முயற்சி செய்கின்றபோது, அக்காட்சி சுவாரசியமற்றதாகவும், வண்ணமயமாக இல்லாமலும், ஆழமற்றும் இருப்பதைக் கண்டு நீங்கள் வியப்படைவீர்கள்.

உங்களுடைய எண்ணங்கள் பொத்தாம் பொதுவானவையாக இருந்தால், அவற்றைப் பிடித்து இழுத்து வாருங்கள். வெறுமனே 'அமைதி' என்று எண்ணிக் கொண்டிருக்காதீர்கள். அதை உணர முயற்சி செய்யுங்கள். அது எப்படிக் காட்சியளிக்கிறது? அங்கு என்ன சத்தம் கேட்டுக் கொண்டிருக்கிறது? அங்கு என்ன வாசனை படர்ந்திருக்கிறது? இதற்குப் பொருத்தமான கதை எதுவாக இருக்கும்?

தொடக்கத்தில் இந்த நடவடிக்கை உங்களிடம் ஓர் அசௌகரிய உணர்வையும் குழப்பத்தையும் ஏற்படுத்தக்கூடும். நீங்கள் உருவாக்கி வைத்துள்ள காட்சிக்குள் உங்களை அமிழ்த்திக் கொள்ள நீங்கள் போராடக்கூடும். விஷயங்களை எளிதாக்குவதற்குச் சிலர் தங்களுடைய கற்பனையில் தங்களுக்கு ஒரு வழிகாட்டியைக் கற்பனை செய்து கொள்கின்றனர். நீங்களே அங்குச்

செல்வதற்குப் பதிலாக, அந்த ஆசுவாசமான இடத்திற்கு அந்த வழிகாட்டி உங்களை அழைத்துச் செல்வார். இதை நீங்கள் எப்படிச் செய்தாலும் சரி, இது சுயஅறிதுயில் நிலைக்குச் செல்வதைப் போன்றது. அப்போது நீங்கள் ஓர் ஆழமான ஆசுவாச நிலையை எட்டுவீர்கள். அதன் காரணமாக, துவக்கத்தில் இருந்ததைவிடச் சிறப்பான நேர்மறை மனப்போக்கு உங்களிடம் தோன்றும்.

தசையிளக்க ஆசுவாசம்

இது தசைகள் குறித்தப் பிரக்ஞை மற்றும் கட்டுப்பாட்டோடு தொடர்புடையது. மனஅழுத்தம் ஏற்படுகின்றபோது, 'எதிர்த்தல் அல்லது தப்பி ஓடுதல்' என்ற மனநிலையில் ஒன்றை நாம் தேர்ந்தெடுப்போம். எதிர்த்து நிற்க வேண்டியிருந்தாலும் சரி அல்லது தப்பி ஓட வேண்டியிருந்தாலும் சரி, அதற்கு நமக்கு ஆற்றல் தேவைப்படும் என்பதால், நம் மூளை ஏகப்பட்ட ஹார்மோன்களையும் நரம்புணர்வுக் கடத்திகளையும் சுரக்கும். இந்த ஹார்மோன்களின் விளைவாக நம்முடைய தசைகள் இறுக்கமடையும். அதனால்தான் அடிக்கடிப் பதற்றமடைபவர்களுக்கு வலிகள், தசைப் பிடிப்பு, தலைவலி போன்றவை ஏற்படுகின்றன.

குறிப்பாக, சமூக நிகழ்வுகள் குறித்தப் பதற்றம் இருக்கும் நபர்களுக்கு இப்படித் தசை இறுக்கம் ஏற்படுவதற்கு அதிக வாய்ப்புகள் உண்டு. இதை அவர்கள் அறியாமலேயேகூட இருக்கலாம்.

உடலும் மனமும் ஒன்றோடொன்று பின்னிப் பிணைந்தவை என்பதை நீங்கள் மறக்கக்கூடாது. நீங்கள் அளவுக்கதிகமாகச் சிந்திக்கின்றபோது, உங்களுடைய மூளையில் மின்வேதித் தூண்டுதல்கள் ஏற்படுகின்றன. அவை பின் உயிரியல்ரீதியான வினைகளைத் தூண்டி, ஹார்மோன்களையும் நரம்புணர்வுக் கடத்திகளையும் உடலெங்கும் அனுப்புகின்றன. அது உங்களுடைய தசைகள் இறுக்கமடைய வழி வகுக்கிறது.

நாம் பதற்றமடைகின்றபோது, காரியங்கள் நம்முடைய மண்டையோட்டுக்குள் மட்டும் நிகழ்ந்து

கொண்டிருப்பதில்லை. நம்முடைய மொத்த உடலும் அதன் தாக்கத்திற்கு ஆளாகிறது. பதற்றத்தால் அவதிப்பட்டுக் கொண்டிருப்பவர்கள், தங்களுக்கு இருக்கும் தோள் வலி போன்ற உடல்வலிகளுக்கும் தங்களுடைய பதற்றத்திற்கும் இடையேயுள்ள தொடர்பை உணர்வதில்லை. மூளை பதற்றமடைகின்றபோது, உடலிலுள்ள தசைகள் இறுக்கமடைகின்றன.

'நீண்டநாள் வலியும், நீண்டநாள் மன அழுத்தமும் ஒரே நாணயத்தின் இரு பக்கங்களா?' என்ற தலைப்பில் 2017 இல் வெளியிடப்பட்ட ஓர் ஆய்வறிக்கை, எதிர்மறையான எண்ணங்கள், எதிர்மறையான உணர்ச்சிகள், மற்றும் எதிர்மறையான நினைவுகளைக் கட்டுப்படுத்த முடியாமைதான் மன அழுத்தத்திற்கும் உடல்வலிக்கும் காரணம் என்று தெரிவித்தது. மன அழுத்தத்தால் நம்முடைய தசைகளை உண்மையிலேயே இறுக்கமடையச் செய்ய முடியும். அதே நேரத்தில், வலி குறித்த நம்முடைய கண்ணோட்டத்தையும் அதனால் மாற்ற முடியும்.

தசையிளக்க ஆசுவாச உத்தியைப் பயன்படுத்தி, தசையிறுக்கத்திலிருந்தும் பதற்றத்திலிருந்தும் உங்களால் நிவாரணம் பெற முடியும். அதோடு, உங்களுடைய செரிமானம் மேம்படும், இரத்த அழுத்தம் குறையும்.

தசையிளக்க ஆசுவாச உத்தியின் மூலம் உங்களால் உங்களுடைய தசையை மெதுவாக இளக்கி, உங்களுக்கு ஆசுவாசமான உணர்வை ஏற்படுத்திக் கொள்ள முடியும், உங்களுடைய உணர்வுகள் குறித்தப் பிரக்ஞையைக் கூர்தீட்டிக் கொள்ள முடியும், அவற்றின்மீது நீங்கள் கொண்டுள்ள கட்டுப்பாட்டின் அளவை அதிகரித்துக் கொள்ள முடியும். தசைகளை இறுக்கிப் பின்னர் அவற்றை இளக்கமடைய வைத்தால், அவை முன்பிருந்ததைவிடக் கூடுதலாக இளக்கமடையும் என்று மருத்துவர்கள் நீண்டகாலமாகவே அவதானித்துள்ளனர். தசையை நேரடியாக இளக்க நிலைக்குக் கொண்டு செல்வதற்குப் பதிலாக, முதலில் அதை இறுக்கமடைய வைத்துப் பின்னர் இளக்க நிலைக்குக் கொண்டு செல்கின்றபோது உங்களுக்குக் கிடைக்கின்ற ஆசுவாசம் ஆழமானதாக இருக்கும்.

ஒருவரால் உடல்ரீதியாக ஆசுவாசமாக இருக்க முடியுமென்றால், அவர் கண்டிப்பாக மனரீதியாகவும் ஆசுவாசமாகத்தான் இருப்பார் என்று எட்மன்ட் ஜேகப்சன் 1930களிலேயே கூறியுள்ளார். தினமும் பத்து முதல் இருபது நிமிடங்கள்வரை தசையிளக்கப் பயிற்சிகளில் ஈடுபடும்படி அவர் பரிந்துரைத்தார். இதை உங்களால்தியானத்துடனோ அல்லது உடற்பயிற்சியுடனோ எளிதாகச் சேர்த்துக் கொள்ள முடியும். அல்லது நீங்கள் தூங்கப் போவதற்கு முன்பு, படித்தல், பிரார்த்தித்தல், நன்றிக்குறிப்பேடு எழுதுதல், மனக்காட்சிப்படைப்பு மேற்கொள்ளுதல் போன்றவற்றோடு அதை நீங்கள் சேர்த்துக் கொள்ளலாம்.

இந்த உத்தியை மேற்கொள்கின்ற முறை பின்வருமாறு:

- முதலில் ஒரு சௌகரியமான இடத்தில் உட்கார்ந்து கொள்ளுங்கள். கண்களை மூடிக் கொள்வது நல்லது. உங்களுடைய கவனத்தை உங்களுடைய உடலின் ஓர் அங்கத்தின்மீது குவியுங்கள். அந்த இடத்திலுள்ள தசையை முதலில் இறுக்கமாக்குங்கள். பின் அதை இளக்குங்கள். அடுத்து மற்றோர் அங்கத்திற்குச் செல்லுங்கள். இப்படி உடலிலுள்ள ஓர் அங்கத்திலிருந்து மற்றோர் அங்கத்திற்குச் சென்று கொண்டேயிருங்கள்.
- முதலில் கை விரல் அல்லது கால் விரல் போன்ற, உங்கள் உடலின் நுனிப் பகுதியிலிருந்து துவக்குங்கள். பின்னர் படிப்படியாக உடலின் உட்பகுதிக்குச் செல்லுங்கள். வயிற்றுப் பகுதி, நெஞ்சுப் பகுதி ஆகியவை வழியாக முகம் மற்றும் தலைப் பகுதிக்குச் செல்லுங்கள். நீங்கள் விரும்பினால் இதைத் தலையிலிருந்து துவக்கி உடலின் நுனிப்பகுதியை நோக்கி நகரலாம்.
- மூச்சை உள்ளே இழுத்துக் கொண்டு, ஐந்து அல்லது பத்துவரை எண்ணுகின்றவரை தசையை இறுக்குங்கள். மூச்சை முழுமையாக

ஒரேயடியாக வெளியேற்றுங்கள். அதே நேரத்தில், தசையை முழுமையாக டக்கென்று விடுவியுங்கள். அந்தக் குறிப்பிட்டத் தசையில் ஏதாவது உணர்வு தோன்றுகிறதா என்று அவதானியுங்கள். இங்கு மனக்காட்சிப்படைப்பு உங்களுக்கு உதவக்கூடும். ஒரு ஸ்பாஞ்சிலிருந்து நீரை வெளியேற்றுவதுபோல உங்களுடைய தசையிலிருந்து அழுத்தத்தை வெளியேற்றுங்கள்.

- ஆழமாக சுவாசிப்பதுடன் இதை நிறைவு செய்யுங்கள். கை, கால்களை நீட்டி மடக்கிக் கொள்ளலாம். நீங்கள் எப்படி உணர்கிறீர்கள் என்பதை அவதானியுங்கள். இந்த உத்தி, உடல்ரீதியாக நீங்கள் ஆசுவாசமாக உணர உதவுவதோடு, உங்களுடைய உடலின் அங்கங்கள் குறித்த உங்களுடைய பிரக்ஞையை அதிகரிக்கவும் உதவும். அதன் மூலம், உங்களுடைய உடலில் எந்தப் பகுதியில் அழுத்தம் சேர்ந்துள்ளது என்பது குறித்தப் புரிதலும் உங்களுக்குக் கிடைக்கும். அதோடு, காலப்போக்கில் உங்களால் உங்களுடைய உடலை நெருக்கமாகப் 'படிக்க' முடிவதால், உங்களுடைய உடலின் ஒட்டுமொத்த ஆரோக்கியம் குறித்த உங்களுடைய உள்ளுணர்வு சக்தியும் கூடியிருக்கும்.

நீங்கள் உங்களுடைய உடலின் வெவ்வேறு அங்கங்களின் சதையை வெவ்வேறு வழிகளில் இறுக்க வேண்டும். எடுத்துக்காட்டாக, உங்களுடைய கை, கால் தசைகளை நீட்டி மடக்குவதன் மூலம் இறுக்கமாக்க முடியும். தோள்களின் பக்கமுள்ள தசையை, தோள்களைக் காதுகளின் பக்கம் சாய்ப்பதன் மூலம் இறுக்கமடையச் செய்யலாம். நெற்றியைச் சுருக்கிக் கொள்வதன் மூலம் அதிலுள்ள தசையை இறுக்கமடைய வைக்கலாம். உங்களுடைய தாடை மற்றும் முகத்திலுள்ள தசைகளை

இறுக்குவதற்கு, உங்களால் எவ்வளவு விசாலமாகப் புன்னகை புரிய முடியுமோ அவ்வளவு விசாலமாகப் புன்னகை புரிய வேண்டும். வயிற்றிலுள்ள தசையை இறுக்குவதற்கு, வயிற்றை உள்ளே இழுத்தால் போதும். முதுகைப் பொறுத்தவரை, அதை நீங்கள் பின்புறமாக வளைக்க வேண்டும். முதலில் முயற்சி செய்கின்றபோது, ஏராளமான விஷயங்களை நினைவில் வைத்துக் கொள்ள வேண்டியிருப்பதுபோலத் தோன்றலாம். ஆனால், ஒரு சில முறை செய்த பிறகு, அவற்றை நீங்கள் உள்ளுணர்வுரீதியாகச் செய்யத் தொடங்கிவிடுவீர்கள்.

இந்த உத்தியை ஒரு வழக்கமாக நீங்கள் செய்து வந்தால், பதற்றத்தைக் குறைப்பதைத் தவிர்த்து வேறு பல பயன்கள் இருப்பதை நீங்கள் உணர்வீர்கள். இது உங்களுடைய தூக்கத்தின் தரத்தை மேம்படுத்தும். உங்களுக்குக் கழுத்து அல்லது முதுகு வலி இருந்தால் அதைக் குறைக்கும். ஒற்றைத் தலைவலி அடிக்கடி வருவதைத் தடுக்கும். வேறு சில ஆரோக்கியப் பயன்களும் உங்களுக்குக் கிடைக்கும்.

சுயஜனிப்பு ஆசுவாசம், மனக்காட்சிப்படைப்பு ஆசுவாசம், தசையிளக்க ஆசுவாசம் ஆகிய மூன்றுமே, ஒரு விதத்தில் பார்த்தால், ஒரே விஷயத்தின் வெவ்வேறு வடிவங்கள்தாம். உங்களுடைய பிரக்ஞையை உங்கள் கைகளில் எடுத்துக்கொண்டு, நிகழ்கணத்தில் அதை உங்கள் அங்கங்களை நோக்கிச் செலுத்துவதுதான் அது. இதில் நீங்கள் உங்களுடைய ஐம்புலன்களையும் பயன்படுத்தி அளவுக்கதிகமான சிந்தனையிலிருந்து உங்களை விலக்கிக் கொள்கிறீர்கள். உங்களுக்கு உங்களுடைய எண்ணங்களின்மீது மட்டுமல்லாமல், உங்களுடைய உடல் மற்றும் உணர்வுகளின்மீதும் கட்டுப்பாடு இருக்கிறது என்பதையும் நீங்கள் படிப்படியாகக் கற்றுக் கொள்கிறீர்கள்.

கவலைப்படுவதைத் தள்ளிப்போடுதல்

பதற்றச் சுழற்சிக்குள் சிக்கிக்கொள்ளாமல் இருப்பதற்கான இறுதி உத்தியின் பெயர் ‘கவலைப்படுவதைத்

தள்ளிப்போடுதல்' என்பதாகும். இது ஒட்டுமொத்த மனஅழுத்த நிர்வாகத்திற்கான மிகச் சிறந்த உத்தியாகும்.

நெதர்லாந்திலுள்ள லைடன் பல்கலைக்கழகத்தில் ஆங்கி வெர்ஸ்லூயிஸ் என்ற ஆய்வாளரும் அவருடைய குழுவினரும் மேற்கொண்ட ஓர் ஆய்வு, நாம் முற்றிலுமாகக் கவலையை ஒழிக்க வேண்டிய அவசியமில்லை, அதை உடனடியாகச் செய்ய வேண்டியதில்லை என்று உங்களுக்கு நீங்களே உறுதி பூண்டு கொண்டால் போதும் என்று தெரிவிக்கிறது. அவர்களுடைய ஆய்வு, ஆரோக்கியம் குறித்து மக்கள் பொதுவாக முன்வைக்கின்ற புகார்களைப் பற்றியதாக இருந்துள்ளபோதிலும், பதற்றத்தை அளவிடுவதற்கும் அதை நாம் தாராளமாகப் பயன்படுத்திக் கொள்ளலாம். ஒருவர் தனக்கும் தனக்குத் துயரத்தை ஏற்படுத்துகின்ற எண்ணங்களுக்கும் இடையே ஓர் இடைவெளியை உருவாக்கிக் கொள்வதற்கு, கவலைப்படுவதைத் தள்ளிப்போடுகின்ற உத்தி மிகவும் உதவிகரமாக இருக்கும் என்று அவர்கள் கண்டுபிடித்துள்ளனர். அதோடு, அது பதற்றத்தைக் குறைக்க உதவுகின்ற சுயசிந்தனையோட்டப் புரிதலுக்கும் இட்டுச் செல்லும்.

கவலைகள் ஒட்டிக் கொள்ளக்கூடியவை, ஊடுருவக்கூடியவை. உங்கள் மனத்திற்குள் கவலையான எண்ணம் ஒன்று புகுந்துவிட்டால், அதை அலட்சியம் செய்வதோ அல்லது மாற்றுவதோ கடினம். உடனடியாக உங்களுக்குக் கவனச்சிதறல் ஏற்படும். நிகழ்கணத்திலிருந்து நீங்கள் பிடுங்கப்படுவீர்கள். ஏனெனில், உங்களுடைய மூளை, "ஓ! இப்போது நான் கவனம் செலுத்த வேண்டிய விஷயம் இதுதான்," என்று நினைத்துச் செயல்படத் துவங்கும்.

அதாவது, உங்களுடைய கவலைகள் உங்களைக் கட்டுப்படுத்தத் துவங்கிவிடும். கவலையான எண்ணம் ஒன்று உங்களுக்குள் புகுந்து சாட்டையைச் சுழற்றும். நீங்கள் அதற்கு அடிபணிவீர்கள். நம் மனத்திற்குள் ஓர் எதிர்மறை எண்ணம் புகுந்துவிட்டால், அதில் கவனத்தைக் குவிப்பதைத் தவிர நமக்கு வேறு வழியில்லை என்று நாம் தவறாக நினைத்துக் கொள்கிறோம். நம்முடைய மூளை

எப்போதுமே எதிர்மறைச் சாய்வுடையது என்பதையும், மோசமான செய்திகளை ஊதிப் பெரிதாக்குகின்ற வேலையைச் செய்கின்ற விதத்தில் அது பரிணாம வளர்ச்சி அடைந்திருக்கிறது என்பதையும் நினைவில் கொள்ளுங்கள். "ஆபத்து மற்றும் பயத்திற்குத்தான் நான் எப்போதும் முன்னுரிமை அளிப்பேன்," என்று அது சொல்லாமல் சொல்கிறது.

"என் முன்னால் நின்றுகொண்டிருக்கும் புலி என்னைத் தனக்கு விருந்தாக்கிக் கொள்ளப் போகிறதா?" என்ற எண்ணத்திற்கு மூளை முன்னுரிமை அளிப்பதை நம்மால் புரிந்து கொள்ள முடியும். ஆனால் இப்போதெல்லாம், "என்னுடைய விளக்கவுரை மோசமாக இருப்பதாக ஜென்னி நினைக்கக்கூடும்," என்றோ, "என் அடையாளம், இணையத் திருடர்களால் களவாடப்படக்கூடும்," என்றோதான் நாம் கவலைப்படுகிறோம். அதாவது, முக்கியத்துவமற்ற விஷயங்களுக்கு நம்முடைய மூளை முன்னுரிமை அளிக்கிறது.

கவலைப்படுவதைத் தள்ளிப்போடுதல் என்று சொல்கின்றபோது, கவலை ஒரேயடியாக நிர்மூலமாக்கப்படும் என்ற அர்த்தத்தில் அது சொல்லப்படுவதில்லை. கவலை எந்த இடத்தில் வைக்கப்பட வேண்டுமோ அந்த இடத்தில் அதை நீங்கள் வைக்கிறீர்கள், அவ்வளவுதான். பதற்றமான எண்ணங்கள் உங்களுடைய மனத்திற்குள் தோன்றும்போதெல்லாம், உடனடியாகத் துள்ளியெழுந்து அதற்கு நம் கவனத்தை அளிப்பதற்குப் பதிலாக, அதைக் காத்திருக்க வையுங்கள். உங்களுடைய பிரக்ஞை எதன்மீது இலயிக்கிறதோ, அதன்மீதுதான் உங்களுடைய கட்டுப்பாடு நிலைக்கும். அதனால், உங்களுடைய கவனக்குவிப்பைச் சீர்குலைக்கின்ற எதையும் அனுமதிக்காதீர்கள்.

கவலைப்படுவதைத் தள்ளிப்போடுதல் என்றால், கவலையான ஓர் எண்ணம் தோன்றுகின்றபோது, அதைப் பின்னர் பார்த்துக் கொள்ளலாம் என்று வலுக்கட்டாயமாக அதைத் தள்ளிப்போடுதலாகும். "நான் இதற்கெல்லாம் கவலைப்பட மாட்டேன்," என்று கூறுவதிலிருந்து இது வேறுபட்டது. ஆனால்,

கவலைப்படாமலேயே இருப்பது சாத்தியமில்லை. கவலைப்படுவதைத் தள்ளிப்போடுதல் என்பது, உங்களுடைய கவலையை உங்களுடைய கட்டுப்பாட்டில் எடுத்துக் கொண்டு அதை நிர்வகிப்பதாகும். அதாவது, ஒரு கவலையான எண்ணம் உங்களுடைய வாழ்க்கையின்மீது எந்த அளவுக்குத் தாக்கம் ஏற்படுத்த அனுமதிக்கலாம் என்பதை இங்கு நீங்கள்தான் தீர்மானிக்கிறீர்கள். ஒரு கவலையான எண்ணம் தோன்றுகின்ற கணத்தில், அது அவசரமானதாகவும், எல்லாவற்றையும்விட முக்கியமானதாகவும் தோன்றக்கூடும். அதனோடு உங்களால் பேரம்பேச முடியாது என்று நீங்கள் நினைப்பீர்கள். உங்களுடைய ஆற்றல் அனைத்தையும் அப்போது அதில் கொட்ட வேண்டும் என்று நீங்கள் நம்புவீர்கள். ஆனால், உண்மையில் தேர்ந்தெடுப்பதற்கு உங்களுக்கு வழியிருக்கிறது.

நம்மைப் பதற்றத்திற்கு இட்டுச் செல்வது கவலை அல்ல; மாறாக, அது தொடர்பாக நாம் வைத்திருக்கும் கண்ணோட்டம்தான் என்று சில ஆய்வுகள் தெரிவிக்கின்றன. சாதாரணமான கவலைகளை ஊதிப் பெரிதாக்குகின்ற விதத்தில் அது குறித்து நாம் கொண்டிருக்கின்ற எதிர்மறைச் சிந்தனைகள் நமக்குப் பதற்றக் கோளாறுகளை உண்டுபண்ணுகின்றன என்று அட்ரியன் வெல்ஸ் என்ற ஆய்வாளர் தெரிவிக்கிறார். ஒரு சாதாரணமான கவலையை ஆரோக்கியமற்றதாகக் கருதி அதை நாம் எதிர்க்க முனைகின்றபோது, இப்போது இருப்பதைவிடப் பெரிய பிரச்சனையாக அதை நாம் சித்தரிக்கிறோம். கவலைப்படுவதைத் தள்ளிப்போடுகின்ற உத்தியைப் பயன்படுத்துகின்றபோது, “இது ஒரு பிரச்சனையே அல்ல. எந்த அளவுக்கு வேண்டுமானாலும் என்னால் கவலைப்பட்டுக் கொண்டிருக்க முடியும். அது தடை செய்யப்பட்ட ஒன்றல்ல. ஆனால் அதை இப்போது என்னால் செய்ய முடியாது, அவ்வளவுதான்,” என்று நீங்கள் உங்களிடமே கூறிக் கொள்கிறீர்கள். இது ஒன்று மட்டுமே, கவலையையும், கவலை குறித்த நம்முடைய கண்ணோட்டத்தையும் பிசுபிசுக்க வைத்துவிடும்.

கவலைப்படுவதைத் தள்ளிப்போடுவதைப் பல்வேறு

வழிகளில் மேற்கொள்ள முடியும். அடிப்படையில், வேண்டுமென்றே பிரக்ஞையுடன் கவலைக்குக் கட்டுப்பாடு விதித்தலைப் பற்றியது இது. கவலைக்குக் கடிவாளம் போடுவது இது.

கவலை தோன்றுகின்றபோது, அதைச் செய்வதற்குப் பின்னர் ஒரு முகூர்த்த வேளையைக் குறித்துக் கொள்வது கவலைப்படுவதைத் தள்ளிப்போடுவதற்கான ஒரு முறை. எடுத்துக்காட்டாக, நீங்கள் இரவு படுக்கைக்குச் செல்கிறீர்கள். அப்போது உங்களுடைய மூளை திடீரென்று கவலையான ஒரு விஷயத்தைச் சுற்றி வட்டமடிக்கிறது. அப்போது நீங்கள் உங்களிடம் இவ்வாறு சொல்லிக் கொள்ளலாம்: "இதிலொன்றும் பிரச்சனை இல்லை. கவலைப்படுவதற்கு என்னை நான் அனுமதித்துக் கொள்கிறேன். ஆனால், அதை இப்போது நான் செய்ய மாட்டேன். இதை நான் நாளை காலை பத்து மணிக்குச் செய்ய போகிறேன். அதுவரை நான் இதைப் பற்றிச் சிந்திப்பதற்கு ஒரு கணத்தைக்கூட வீணடிக்க மாட்டேன்."

பின் அப்படியே செய்யுங்கள். அதைத் தொடர்ந்து தூங்கிவிடுங்கள். அதற்காக, மறுநாள் காலையில் சரியாகப் பத்து மணிக்கு உங்களுடைய கவலை உங்களுக்காகக் காத்துக் கொண்டிருக்கும் என்று நீங்கள் எண்ண வேண்டியதில்லை. அப்படியும் அதைப் பற்றி யோசிக்க நீங்கள் விரும்பினால், மறுநாள் காலையில் நீங்கள் முந்தைய இரவைவிட அதிகப் புத்துணர்ச்சியுடன் இருப்பீர்கள் என்பதால், அப்போது அதைப் பற்றி நீங்கள் யோசிக்கலாம்.

கவலைப்படுவதைத் தள்ளிப்போடுவதற்கான மற்றொரு முறை, எவ்வளவு நேரம் கவலைப்படுவது என்று அதற்கு ஓர் எல்லையை நிர்ணயித்துக் கொள்வது. முந்தைய எடுத்துக்காட்டில் பார்த்ததுபோலவே, நீங்கள் படுக்கையில் விழுந்ததும் கவலை உங்களைச் சூழ்ந்து கொள்கிறது என்று வைத்துக் கொள்வோம். இப்போது நீங்கள் உங்களிடம் இவ்வாறு சொல்லிக் கொள்ளலாம்: "ஏய், கவலையே, வந்துவிட்டாயா? பரவாயில்லை. ஆனால், உனக்கு என்னால் அதிகபட்சமாக ஐந்து நிமிடங்களை மட்டுமே ஒதுக்க முடியும். அதற்குப் பிறகு நான் தூங்கச்

செல்லப் போகிறேன்.” ஐந்து நிமிடங்களுக்கு ஓர் அலாரம் வைத்துக் கொள்ளுங்கள். எவ்வளவு வேண்டுமானாலும் கவலைப்பட்டுக் கொள்ளுங்கள். ஐந்து நிமிடங்கள் முடிந்ததும் கவலைக்கு விடைகொடுத்துவிட்டுத் தூங்கிவிடுங்கள்.

இந்த முறைகளைப் பயன்படுத்துகின்றபோது உங்களால் சிலவற்றை அவதானிக்க முடியும். முதல் முறையில், நீங்கள் கவலைப்படுவதைத் தள்ளிப்போட்டப் பிறகு, பின்னர் அதைப் பற்றி நினைக்க விரும்புவதில்லை. இரண்டாவது முறையில், நீங்கள் கவலைக்கு விதித்திருந்த காலக்கெடு முடியும்போது, உங்களுடைய பதற்றத்தின் அளவு அப்படியேதான் இருக்கிறது என்பதை நீங்கள் உணர்வீர்கள். அதாவது, அந்த ஐந்து நிமிடக் கவலைப்படுதல் உங்களுடைய பதற்றத்தை எள்ளளவும் குறைத்திருக்கவில்லை என்பதை நீங்கள் புரிந்து கொள்வீர்கள். ஆக மொத்தத்தில், இந்த இரண்டு முறைகளிலும், கவலை உங்கள்மீது ஏற்படுத்துகின்ற தாக்கத்தின் அளவை உங்களால் குறைக்க முடியும் என்பதை நீங்கள் உணர்கிறீர்கள்; இதில் தேர்ந்தெடுப்பதற்கு உங்களுக்கு ஒரு தெரிவு இருக்கிறது என்பதையும், உங்களுக்குள் ஊடுருவ முயல்கின்ற எண்ணங்களின் தயவில் நீங்கள் இல்லை என்பதையும் நீங்கள் புரிந்து கொள்கிறீர்கள்.

இந்த உத்தியை மேற்கொள்வதற்கு நீங்கள் சில தயாரிப்புகளை மேற்கொள்ள வேண்டியிருக்கும். கவலைப்படுவதற்கென்று ஒரு நாளில் ஒரு குறிப்பிட்ட நேரத்தை ஒதுக்கிக் கொள்ளுங்கள். நீங்கள் எந்த நேரத்தில் சிறப்பாக உணர்வீர்களோ அந்த நேரத்தைத் தேர்ந்தெடுத்துக் கொள்ளுங்கள். சில சோதனைகளை மேற்கொள்ளுங்கள். பல விதங்களில் அதை முயற்சி செய்து பாருங்கள். பின்னர் உங்களுக்கு எது சரிப்பட்டு வருகிறதோ அதைப் பின்பற்றுங்கள்.

“நீங்கள் சொல்வது கேட்பதற்கு நன்றாக இருக்கிறது. ஆனால், இச்சமயத்தில் நான் இந்த விஷயம் குறித்துக் கவலைப்பட்டே ஆக வேண்டும் என்ற நிலை இருந்தால் நான் என்ன செய்ய வேண்டும்?” என்று நீங்கள்

கேட்கலாம். உங்களுடைய கவனத்தைப் பெறுவதற்குக் கவலை புதுமையான முயற்சிகளை மேற்கொள்ளும். இப்போது இதை நீங்கள் அடக்கிவிட்டால், பின்னர் இது பூதாகரமாகக் கிளம்பும் என்று உங்களை நம்ப வைக்க அது முற்படும்.

ஒரு வாதத்திற்காக, சில நேரங்களில் நாம் கவலைப்படுகின்ற விஷயங்கள் முக்கியத்துவம் வாய்ந்தவையாகவும் உடனடியாகக் கவனம் செலுத்தப்பட வேண்டியவையாகவும் இருக்கக்கூடும் என்றே வைத்துக் கொள்வோம். அப்போது, நாம் வெறுமனே அளவுக்கதிகமாகச் சிந்தித்துக் கொண்டிருப்பதற்கும் இப்படிப்பட்டச் சூழ்நிலைகளுக்கும் இடையேயுள்ள வேறுபாட்டைக் கண்டுபிடிப்பதற்கு நமக்கு ஒரு வழி தேவைப்படும். அதைக் கண்டறிவதற்கு நாம் இந்தக் கேள்விகளை நம்மிடமே கேட்டுக் கொள்ள வேண்டும்: இக்கவலை உண்மையிலேயே ஒரு முக்கியமான பிரச்சனையா? இது குறித்து இப்போது என்னால் ஏதேனும் செய்ய முடியுமா?

இதற்கு நீங்கள் நேர்மையாக விடையளிக்க வேண்டும். உங்களுக்குக் கவலையை உருவாக்கியுள்ள பிரச்சனை உண்மையிலேயே முக்கியமானதாகவும் இருக்க வேண்டும், அதே நேரத்தில், அது குறித்து ஏதாவது நடவடிக்கை மேற்கொள்ளப்படுகின்ற விதத்திலும் அது இருக்க வேண்டும். இப்படி ஒரு சூழலைக் கற்பனை செய்து கொள்ளுங்கள். நீங்கள் அவசரமாகத் தொடர்பு கொள்ள வேண்டிய ஒரு நபரை மறுநாள் காலைவரை உங்களால் தொடர்பு கொள்ள முடியாது என்பது அன்று மாலையில்தான் உங்களுக்குத் தெரிய வருகிறது. உங்களைப் பொறுத்தவரை அது ஒரு முக்கியமான பிரச்சனைதான் என்பதில் சந்தேகம் கிடையாது. ஆனால், அது குறிதது உங்களால் எதுவும் செய்ய முடியாது. மற்றோர் எடுத்துக்காட்டு: உங்களுடைய குழந்தைக்கு இலேசாகக் காய்ச்சலடிக்கிறது. ஆனாலும் நீங்கள் பதறியடித்துக் கொண்டு மருத்துவமனைக்கு ஓடுகிறீர்கள். இது உங்களால் உடனடியாக நடவடிக்கை மேற்கொள்ளத்தக்க ஒரு பிரச்சனையாக இருந்தாலும்,

அது முக்கியமானதொரு பிரச்சனை அல்ல. இறுதியாக இப்படிக் கற்பனை செய்யுங்கள்: உங்களுடைய சமீபத்திய வாடிக்கையாளர் ஒருவர் உங்களுடைய விற்பனைப் பொருள் ஒன்றைப் பற்றி ஒரு மோசமான விமர்சனத்தை எழுதவிருக்கிறார் என்று வைத்துக் கொள்வோம். இது ஒரு முக்கியமான பிரச்சனையே அல்ல. ஏனெனில், ஓர் ஒற்றை விமர்சனத்தால் எந்தத் தொழிலும் கவிழ்ந்ததாகச் சரித்திரம் இல்லை. அதோடு, அது குறித்து உங்களால் எதுவும் செய்யவும் முடியாது.

அதே நேரத்தில், அது உண்மையிலேயே ஒரு முக்கியமான பிரச்சனையாக இருந்து, அது குறித்து உங்களால் உடனடியாக நடவடிக்கை எடுக்க முடியும் என்றால், அக்கணமே செயலில் இறங்குங்கள்.

செயலில் இறங்குங்கள், ஆனால், அது குறித்துக் கவலைப்படாதீர்கள். கவலைப்படுவது வெட்டி வேலை. குறிப்பாகச் செயல்நடவடிக்கை தேவைப்படுகின்ற ஒரு சூழலில் அது அர்த்தமற்றது. மேலும், இங்கேதான் கூடுதலாக அமைதியாக இருக்க வேண்டும். ஏனெனில், நீங்கள் தெளிவாகவும் அமைதியாகவும் இருக்கும்போதுதான், உங்களால் விரைவாக ஒரு தீர்வு குறித்து யோசிக்க முடியும். உங்களுடைய பதற்றமான எண்ணம் முக்கியமானதாக இருந்து, அக்கணத்தில் அது குறித்து உங்களால் ஏதேனும் செய்ய முடியும் என்றாலொழிய அதை நீங்கள் தள்ளிப்போடுங்கள்.

ஒரு விஷயம் கவலைப்படுவதற்கு உகந்ததல்ல என்று நீங்கள் முடிவெடுத்தப் பிறகு, அதை ஈவு இரக்கமின்றிக் கையாளுங்கள். ஒரு சங்கிலியில் கட்டப்பட்டுள்ள ஒரு நாய் அது என்று கற்பனை செய்து கொண்டு, அதை நிகழ்கணத்தைநோக்கிஇழுங்கள். உங்களால் உங்களுடைய ஐம்புலன்களையும் நிகழ்கணத்தில் இலயிக்க வைக்க முடிந்தால், இதை உங்களால் எளிதாகச் செய்துவிட முடியும். இதற்கு நீங்கள் *5-4-3-2-1* உத்தியையும் இதோடு சேர்த்துப் பயன்படுத்திக் கொள்ளலாம்.

கவலையைக் கையாள்வதற்கு நீங்கள் தள்ளிப்போட்டிருந்த நேரம் வருகின்றபோது, அந்தக் கவலையின் அவசரத்தன்மை குறைந்திருக்கிறதா என்று

பாருங்கள். ஒரு நேரத்தில் அவசரத்தனத்துடன் இருக்கின்ற விஷயங்கள் தொடர்ந்து அப்படியே இருக்க வேண்டிய அவசியமில்லை என்பதை நினைவில் வைத்திருங்கள். கவலை எண்ணங்களைப் புதிய கண்களைக் கொண்டு பாருங்கள். பிரச்சனைகளுக்குத் தீர்வு காண்கின்ற மனப்போக்குக்குள் சென்று, அதற்கேற்ற நடவடிக்கைகளை எடுப்பது என்று நீங்கள் உறுதி பூணுவது பதற்றத்தைக் குறைக்கிறதா என்று பாருங்கள். சில நேரங்களில், கவலையைக் கையாள்வதற்கு, அதை ஒரு பிரச்சனையாக மாற்றி அதற்குத் தீர்வு காண்பது ஒரு நல்ல வழியாக அமையக்கூடும்.

சுருக்கமாக

- சில நேரங்களில், உங்களுடைய பதற்றம் ஓர் உச்சகட்டத்தை அடைந்து, உங்களுடைய கட்டுப்பாட்டை மீறிச் சென்று கொண்டிருப்பது போன்ற உணர்வு உங்களுக்கு ஏற்படலாம். அப்படிப்பட்ட சமயங்களில், உங்களுடைய பதற்றத்தின் அளவைக் குறைக்க ஏற்கனவே நடைமுறையில் பரிசோதிக்கப்பட்டு நிரூபணமான சில உத்திகளை நீங்கள் முயற்சி செய்து பார்க்கலாம்.
- அதில் முதலாவது சுயஜனிப்பு ஆசுவாச உத்தி. ஆறு வெவ்வேறு விதமான பயிற்சிகளின் மூலம் உங்களால் உங்களுடைய உணர்ச்சிகள் மற்றும் எண்ணங்களை உங்களுடைய கட்டுப்பாட்டின் கீழ் கொண்டுவர முடியும். இந்த உத்தியைப் பயன்படுத்துவதற்கு, நீங்கள் முதலில் ஒரு சௌகரியமான இடத்தைத் தேர்ந்தெடுத்து அதில் அமர்ந்து கொள்ளுங்கள் அல்லது படுத்துக் கொள்ளுங்கள். அடுத்து மெதுவாகவும் சீராகவும் சுவாசித்துக் கொண்டே, “நான் இப்போது முற்றிலும் அமைதியாக இருக்கிறேன்,” என்று கூறுங்கள். அந்த உணர்வை உடலெங்கும் உணருங்கள்.

இதில் வல்லமை பெறுவதற்குச் சிறிது காலம் பிடிக்கும் என்றாலும், இது எளிமையானது, எந்த நேரத்திலும், எந்த இடத்திலும் செய்யப்படக்கூடியது என்பது இதிலுள்ள அனுகூலம்.

- இரண்டாவது, மனக்காட்சிப்படைப்பு ஆசுவாச உத்தி. இதிலும் நீங்கள் ஒரு சௌகரியமான இடத்தைத் தேர்ந்தெடுத்து அதில் அமர்ந்து கொள்ளுங்கள். உங்களுடைய ஐம்புலன்களைப் பயன்படுத்த முடிகின்ற ஓர் இடத்தைக் கற்பனை செய்து கொள்ளுங்கள். அடிப்படையில் அது உங்களுக்கு ஆசுவாசமளிக்கின்ற ஒன்றாக இருக்க வேண்டும், அவ்வளவுதான். உங்களுடைய கற்பனையை முழுமையாகப் பயன்படுத்தி அதை விலாவாரியாக உங்கள் மனத்தில் காட்சிப்படுத்திக் கொள்ளுங்கள்.
- மூன்றாவது, தசையிளக்க ஆசுவாச உத்தி. இந்த உத்தி, உடல்ரீதியாக ஆசுவாசமடைவது உளரீதியான ஆசுவாசத்திற்கு வழிவகுக்கும் என்ற கோட்பாட்டை அடிப்படையாகக் கொண்டது. அதனால் இந்த உத்தியின் நோக்கம் தசைகளை இளக்குவதாகும். இதிலும் முதலில் நீங்கள் ஒரு சௌகரியமான நிலையில் அமர்ந்து கொள்ள வேண்டும். பின்னர் உங்கள் உடலிலுள்ள ஒவ்வோர் அங்கத்தின் தசையையும் முதலில் இறுக்கமடையச் செய்து, பின்னர் இளக்கமடையச் செய்ய வேண்டும். இதில் நீங்கள் கால்களில் தொடங்கி உங்கள் தலையை நோக்கிப் படிப்படியாக முன்னேறலாம். அல்லது அதைத் தலைகீழாகச் செய்யலாம்.
- இறுதியாக, கவலைப்படுவதைத் தள்ளிப்போடுதல் என்ற உத்தி ஒன்று உள்ளது. பதற்ற உணர்வுக்குள் சிக்கிக் கொண்டு அதிலிருந்து வெளியே வர முடியாமல்

தவிப்பவர்களுக்கு இது ஒரு வரப்பிரசாதமாக இருக்கும். கவலை உங்களைச் சூழ்ந்து கொள்கின்றபோது, நீங்கள் கவலைப்படுவதற்கு வருங்காலத்தில் ஒரு நேரத்தை ஒதுக்கி அதைத் தள்ளிப்போட வேண்டும். பிறகு உங்களுடைய மனத்தை நிகழ்கணத்திற்குக் கொண்டுவர வேண்டும். நம்முடைய வாழ்விலிருந்து நம்மால் கவலையை முற்றிலுமாக ஒழித்துக்கட்ட முடியாது. ஆனால், அது எப்போது வருகிறது, அந்த உணர்வு எவ்வளவு நேரம் இருக்கிறது என்பதை நம்மால் கட்டுப்படுத்த முடியும்.

அத்தியாயம் 5

உங்களுடைய மூளையை மீள்உருவாக்கம் செய்யுங்கள்

இதற்கு முந்தைய அத்தியாயங்களில், அளவுக்கதிகமாகச் சிந்திப்பதைக் கட்டுப்படுத்துவதற்கு மனஅழுத்த நிர்வாக முறைகள், ஆசுவாசப்படுத்திக் கொள்வதற்கான உத்திகள், நேர நிர்வாக வழிமுறைகள் போன்றவற்றை எப்படிப் பயன்படுத்துவது என்று பார்த்தோம். இந்த அத்தியாயத்தில் நாம் எண்ணங்கள் குறித்து அலசலாம்.

மனம், உடல், உணர்வுகள் ஆகிய மூன்றும் ஒன்றுக்கொன்று தொடர்புடையவை. அவை ஒன்றின்மீது மற்றொன்று தாக்கம் ஏற்படுத்தக்கூடியவை. ஆனால், பதற்றத்தைப் பொறுத்தவரை மனம் மிக முக்கியமான பங்கு வகிக்கிறது. நாம் சிந்திக்கின்ற முறை, நம்முடைய மனத்தின் கட்டமைப்பு, புறவுலகம் குறித்து மனம் கொண்டிருக்கின்ற கண்ணோட்டம் போன்றவைதான் நம் அனுபவத்தைச் செதுக்குகின்றன. இதைப் புரிந்து வைத்துள்ளதால், புலனுணர்வுசார் நடத்தை சிகிச்சை (Cognitive Behavioral Therapy) என்று அழைக்கப்படுகின்ற உளவியல் சிகிச்சை, உலகம் குறித்து மனம் கொண்டிருக்கின்ற கண்ணோட்டத்தின் அடியாழத்திற்குச் செல்ல முயல்கிறது. அதன் மூலம், மக்கள் உதவிகரமான, பொருத்தமான எண்ணங்களை சுவீகரித்துக் கொள்ள அது உதவுகிறது.

இது தொடர்பாக 2018 இல் ஜோசப் கார்ப்பென்டரும் அவருடைய குழுவினரும் மிகப் பெரிய ஆய்வு ஒன்றை மேற்கொண்டனர். புலனுணர்வுசார் நடத்தை சிகிச்சை அனைத்து விதமான பதற்றங்களையும் குறைப்பதாக அந்த ஆய்வின் முடிவுகள் தெரிவித்தன. 2019 இல் கோலட் ஹிர்ச்சும் அவருடைய குழுவினரும் மேற்கொண்ட ஆய்வு. புலனுணர்வுசார் நடத்தை சிகிச்சை

எடுத்துக் கொண்டிருந்தவர்களில் 74 சதவீதத்தினர் அதனால் பயனடைந்திருந்தனர் என்று தெரிவித்தது. அப்படியானால், மீதமுள்ள 26 சதவீதத்தினர்?

நான் இதைப் பற்றி இந்நூலின் இப்பின்பகுதியில் குறிப்பிட்டுள்ளதற்கு ஒரு முக்கியமான காரணம் இருக்கிறது. இதற்கு முந்தைய அத்தியாயங்களில் கூறப்பட்டுள்ள விஷயங்களைக் கிரகித்துக் கொள்ளாவிட்டால், புலனுணர்வுசார் நடத்தை சிகிச்சையால் உங்களால் பெரிதாகப் பயனடைய முடியாது. ஏராளமான நபர்கள் இதைக் காலம் கடந்தே தெரிந்து கொள்கின்றனர். தங்களுடைய அளவுக்கதிகமாகச் சிந்தித்தல் ஒரு பிரச்சனை என்பதைப் புரிந்து கொள்கின்ற அவர்கள், அதை மனம் மற்றும் புலனுணர்வுத் தளங்களில் கையாளப் பார்க்கின்றனர். அளவுக்கதிகமாகக் காபி, தேநீர் போன்றவற்றை அருந்துதல், பரபரப்பான வாழ்க்கைச் சூழல், தீர்க்கப்படாத பேரதிர்ச்சித் தாக்கங்கள், குறைவான தூக்கம் போன்ற தங்களுடைய பிரச்சனைகளை அவர்கள் கணக்கில் எடுத்துக் கொள்வதே இல்லை. அதனால், அவர்கள் தங்களுடைய பதற்றக் கோளாறுகளுக்காக, நல்ல நோக்கத்துடன் புலனுணர்வுசார் நடத்தை சிகிச்சை எடுத்துக் கொள்ள முயன்றாலும், பழைய பதற்றக் கோளாறால் தூண்டப்படுகின்றபோது நிலைகுலைந்து போய்விடுகின்றனர்.

எண்ணங்கள், நம் உடலின் ஓர் அங்கமாக இருக்கின்ற மூளையின் மின்வேதிச் செயல்பாடுகளிலிருந்து உதிக்கின்றன. சிந்தித்தல் என்பது நம்முடைய உயிரியல் செயல்பாட்டின் வெளிப்பாடு. அளவுக்கதிகமாச் சிந்தித்தலை வெறும் எண்ணங்களின் தளத்திலிருந்து மட்டுமே அணுகுவது பெரிதாகப் பலனளிக்காது. ஏனெனில், அளவுக்கதிகமாகச் சிந்திக்கின்ற பிரச்சனைப் புதிரில் இடம் பெற்றிருக்கும் பிற அம்சங்களைக் கணக்கில் எடுத்துக் கொள்ள நீங்கள் தவறிவிடுகிறீர்கள்.

அளவுக்கதிகமாகச் சிந்திப்பதற்குப் பின்னால் எதிர்மறையான எண்ணவோட்டங்கள்தாம் இருக்கின்றன. பொதுவாக, உங்களுடைய மனத்தை ஆக்கிரமித்துக் கொண்டிருக்கின்ற எண்ணங்களின்

எண்ணிக்கை மட்டுமே பிரச்சனையாக இருப்பதில்லை. அவற்றின் தரத்தையும் நீங்கள் இங்குக் கணக்கில் எடுத்துக் கொள்ள வேண்டும். சரியான கண்ணோட்டங்களைக் கொண்டிருக்கின்ற எண்ணற்ற நபர்கள் ஏராளமாகச் சிந்தித்தாலும், அதனால் பதற்றம் அடைவதில்லை. புலனுணர்வுசார் நடத்தை சிகிச்சையை நீங்கள் மேற்கொள்கின்றபோது, திரிக்கப்பட்டுள்ள எண்ணங்களின் ஆணிவேர்வரை சென்று, அதைப் பிடுங்கிவிட்டு, அந்த இடத்தில், இந்த உலகில் அமைதியாகவும் சுயகட்டுப்பாட்டுடனும் வலம் வருவதற்குத் தேவையான மேம்பட்ட எண்ணங்களை நீங்கள் நடுகிறீர்கள்.

பக்மின்ஸ்டர் ஃபுல்லர் ஓர் உளவியலாளராக இல்லாதிருந்தபோதிலும், “ஏற்கனவே இருக்கின்ற எதார்த்தத்தோடு மோதி நீங்கள் எதையும் ஒருபோதும் மாற்றுவதில்லை. நீங்கள் ஒன்றை மாற்ற விரும்பினால், பழைய மாதிரியைத் தேவையற்றதாகச் செய்கின்ற புதிய மாதிரி ஒன்றை உருவாக்குங்கள்,” என்று கூறியதன் மூலம் புலனுணர்வுசார் நடத்தை சிகிச்சையின் கோட்பாடுகளை நன்றாகப் புரிந்து வைத்திருந்தார் என்பது தெளிவாகிறது. நாம் பழைய விஷயங்களை அசைபோட்டு அளவுக்கதிகமாகச் சிந்திக்கின்றபோது, நாம் எதார்த்தத்தை மாற்ற முயல்கிறோம் அல்லது அதை மாற்றுவது குறித்துக் கவலைப்படுகிறோம். ஆனால், புலனுணர்வுசார் நடத்தை சிகிச்சை உத்திகளைப் பயன்படுத்துகின்றபோது, நாம் மாதிரியை மாற்றுகிறோம். அதாவது, நம் கண்ணோட்டத்தை மாற்றிக் கொள்கிறோம்.

புலனுணர்வுசார் நடத்தை சிகிச்சை பல விதமான பதற்றக் கோளாறுகளைச் சரி செய்வதற்காகப் பயன்படுத்தப்படுகிறது. அதிலுள்ள சில உத்திகளை, நம்முடைய அன்றாடப் பதற்றங்களைக் குறைப்பதற்கு, குறிப்பாக நம்முடைய பதற்றத்தின் மூலாதாரம் எண்ணங்களாக இருக்கும்போது நாம் பயன்படுத்திக் கொள்ளலாம்.

நாம் இந்த உலகை எப்படிப் பார்க்கிறோம் என்பதையும் நாம் எப்படி நடந்து கொள்கிறோம்

என்பதையும் தீர்மானிப்பது நம்முடைய எண்ணங்களே அன்றி, புறவுலகக் காரணிகள் அல்ல என்பதுதான் புலனுணர்வுசார் நடத்தை சிகிச்சையின் அடிப்படை அம்சமாகும். எண்ணங்கள் உணர்ச்சிகளை உருவாக்குகின்றன. உணர்ச்சிகள் நம்முடைய கண்ணோட்டத்தைச் செதுக்கி, நம்மைப் பற்றி நாம் கொண்டிருக்கின்ற நம்பிக்கைகளையும் நாம் நடந்து கொள்கின்ற விதத்தையும் மாற்றுகின்றன. நாம் நம்முடைய எண்ணங்களை மாற்றும்போது, அனைத்துமே மாறுகின்றன. "தோல்வி தாங்கிக் கொள்ளத்தக்கதல்ல. நான் தோற்றால் நான் ஒரு மோசமான நபராகிவிடுவேன்," என்ற எண்ணம் உங்களிடம் ஆழமாக வேரூன்றியுள்ளது என்று வைத்துக் கொள்வோம். அப்போது, நீங்கள் தோற்றால் நீங்கள் மிகவும் மோசமாக உணர்வீர்கள். அது உங்களுடைய நடத்தையின்மீது தாக்கம் ஏற்படுத்தும். அதனால், நீங்கள் அதற்குப் பிறகு தோற்காதிருக்கக் கடுமையாக முயற்சி செய்வீர்கள். மாறாக, "தோல்வி இயல்பானது. அதோடு உலகமே நின்றுவிடப் போவதில்லை," என்ற எண்ணம் உங்களிடம் ஆழமாக ஊடுருவியிருக்கிறது என்று வைத்துக் கொள்வோம். அப்போது, நீங்கள் தோற்றால் நீங்கள் சிறிதளவு ஏமாற்றமடைவீர்கள் என்றாலும், உடனடியாக அதை மறந்துவிட்டு முன்னே செல்லத் துவங்குவீர்கள்.

"தோல்வியை, மேலும் கற்றுக் கொள்வதற்கான ஒரு படிப்பினையாக, மேலும் வலுப் பெறுவதற்கான ஒரு வாய்ப்பாக நான் பார்க்கிறேன்," என்ற ரீதியில் உங்களுடைய எண்ணம் இருக்கிறது என்று வைத்துக் கொள்வோம். அப்போது நீங்கள் தோற்றுப் போனால், நீங்கள் அதனால் ஊக்கமடைவீர்கள். அடுத்த முறை முன்பைவிடச் சிறப்பாகச் செயல்பட முனைவீர்கள். இப்போது நாம் பார்த்திருந்த மூன்று சூழல்களிலுமே ஒரே விதமான தோல்விதான் ஏற்பட்டது. ஆனால், அவற்றுக்குப் பின்னாலிருந்த எண்ணங்கள் வெவ்வேறானவையாக இருந்தன. அதன் காரணமாக உருவான உணர்ச்சிகளும் நடத்தையும்கூட வெவ்வேறாக இருந்தன. அதனால், இந்த எண்ணங்கள், நம்பிக்கைகள் மற்றும் எதிர்பார்ப்புகளுக்குப்

பின்னாலுள்ள மூலகாரணத்தைத் தோண்டியெடுத்து, நீங்கள் விரும்பியிருந்த உணர்ச்சிகளுக்கும் நடத்தைக்கும் அது இட்டுச் சென்றதா என்று பார்க்க வேண்டும். இல்லையெனில், அது மாற்றப்பட வேண்டும்.

அடுத்து, உங்களுக்குப் பலனளிக்காத எண்ணங்களை எப்படி அடையாளம் காண்பது, அவற்றை எவ்வாறு தூண்டுவது, பின் அவற்றை எப்படி மறுசீரமைப்பது அல்லது உதவிகரமான வேறொன்றால் எப்படி இட்டு நிரப்புவது என்பதைப் பார்க்கலாம். இத்திறமையைக் கற்றுக் கொள்வது என்பது அடிப்படையில் சமாளிக்கின்ற ஒரு திறன்தான். உங்களுடைய பதற்றத்தை ஆழமாக அறிந்து கொள்வதற்கு அது உதவும். அதோடு, அந்த பயங்கள் உங்களைக் கட்டுப்படுத்துவதற்குப் பதிலாக அவற்றை நேருக்கு நேர் எதிர்கொண்டு அவற்றைச் சமாளிப்பது எப்படி என்பதையும் நீங்கள் கற்றுக் கொள்வீர்கள்.

தீங்கு விளைவிக்கின்ற எண்ணங்களை அடையாளம் காணுதல்

இதுவரை நீங்கள் இப்படிச் சிந்தித்திருக்க மாட்டீர்கள். உலகம் குறித்த உங்களுடைய கண்ணோட்டம் எந்த அளவுக்குத் துல்லியமானது? நாம் எந்த வடிகட்டி மூலமாக இந்த உலகைப் பார்த்துக் கொண்டிருக்கிறோம் என்பதை நாம் அறிவதில்லை. ஆனால், நாம் ஒவ்வொருவரும் நம்முடைய சொந்த வண்ணக் கண்ணாடியின் வழியாகத்தான் இந்த உலகைப் பார்த்துக் கொண்டிருக்கிறோம் என்பதே உண்மை. நம்முடைய சொந்த நம்பிக்கைகள், விழுமியங்கள், எதிர்பார்ப்புகள், மனப்போக்குகள், பாகுபாடுகள், அனுமானங்கள், நாமே உருவாக்கிக் கொண்டுள்ள மாயைகள் ஆகியவற்றின் ஊடாக நாம் இந்த உலகைப் பார்க்கிறோம். அளவுக்கதிகமாகச் சிந்திப்பவர்கள், இந்த உலகம் குறித்தத் தங்களுடைய கண்ணோட்டம் மட்டுமே சரி என்ற மனப்போக்கைக் கொண்டிருப்பர்.

தீங்கு விளைவிக்கின்ற எண்ணங்களின் வகைகளில் கீழ்க்கண்டவை முக்கியமானவை:

மொத்தமாக உண்டு அல்லது மொத்தமாக இல்லை என்ற சிந்தனைப் போக்கு

இது மிகவும் குறுக்கப்பட்டதொரு சிந்தனைப் போக்காகும். ஒன்று, மற்றவர் முற்றிலும் சரியானவராக இருப்பார் அல்லது அவர் முற்றிலும் தவறானவராக இருப்பார். கருப்பு அல்லது வெள்ளை. இடைப்பட்டச் சாம்பல் நிறம் என்ற பேச்சுக்கே இடம் கிடையாது. எதிர்த்தல் அல்லது தப்பித்து ஓடுதலோடு தொடர்புடைய உணர்ச்சி நிலை இது. இங்குத் திட்டவட்டமான வார்த்தைப் பிரயோகங்கள் இடம்பெற்றிருக்கும். ஒருபோதும், எப்போதும், முழுமையாக, முற்றிலுமாக, ஒன்றுமேயில்லை போன்றவை இதற்கான எடுத்துக்காட்டுகள். ஆனால், இந்த வகையான சிந்தனைப் போக்கில், சமரசம், படைப்பாற்றல், நுட்பமான வேறுபாடு போன்றவற்றுக்கு இடமே கிடையாது. கையறுநிலை, மனச்சோர்வு, வளைந்து கொடுக்காமை போன்றவற்றுக்கு இங்கு இடமுண்டு. “ஒன்று நீங்கள் எங்கள் பக்கம், இல்லையெனில், நீங்கள் எங்களுக்கு எதிரானவர்கள்,” என்று ஓர் அரசியல்வாதி கூறும்போதோ, “இதைச் சரியாகச் செய்யாவிட்டால், அனைத்தும் வீணாகிவிடும்,” என்று உங்களுடைய மூளை உங்களிடம் கூறும்போதோ இந்த வகையான சிந்தனைப் போக்கையே நீங்கள் செவிமடுக்கிறீர்கள்.

அதீதப் பொதுமைப்படுத்துதல்

இது மொத்தமாக உண்டு அல்லது மொத்தமாக இல்லை என்ற சிந்தனைப் போக்கோடு தொடர்புடையது. இங்கு நாம் மிகக் குறைவான தரவுகளை அடிப்படையாக வைத்துக் கொண்டு, எல்லாவற்றுக்கும் பொருந்துகின்ற அறிவிப்புகளை மேற்கொள்கிறோம். “எல்லா மக்களும் இப்படித்தான்,” “எனக்கு எப்போதும் இப்படித்தான் நிகழ்ந்து கொண்டிருக்கிறது,” போன்றவை இதற்கான எடுத்துக்காட்டுகள். நடைமுறையில் நீங்கள் அப்படிப்பட்ட ஒரே ஒரு மனிதரைத்தான் பார்த்திருந்திருப்பீர்கள்; அதைப் போன்ற ஒரே ஒரு நிகழ்வுதான் உங்களுடைய

வாழ்க்கையில் நிகழ்ந்திருக்கும். இந்த வகையான சிந்தனைப் போக்கு, உங்களுடைய எதிர்பார்ப்புகளை மலையென உயர்த்தும், உங்களுடைய பதற்றத்தை அதிகரிக்கும், கச்சித மனப்போக்கை மேலும் விசிறிவிடும். 2017 இல் குரு மற்றும் அவருடைய குழுவினரால் மேற்கொள்ளப்பட்ட ஓர் ஆய்வு, சமூகப் பதற்றக் கோளாறால் அவதிப்பட்டுக் கொண்டிருப்பவர்களிடம் அதீதப் பொதுமைப்படுத்துதல் தூக்கலாக இருப்பதை வெளிப்படுத்தியது.

சுயசார்பாக்கம்

சமூகப் பதற்றக் கோளாறால் அவதிப்படுபவர்களிடம் இருக்கின்ற மற்றோர் அம்சம் இது. சுயசார்பாக்கம் என்பது விஷயங்களைத் தனிப்பட்ட முறையில் எடுத்துக் கொள்வதாகும். இதில், உண்மையில் நம்முடைய கட்டுப்பாட்டில் இல்லாத விஷயங்களுக்கும் நாம் நம்மீது பழிபோட்டுக் கொள்கிறோம். அல்லது எதேச்சையான விளைவுகளுக்கும் நமக்கும் முடிச்சுப் போட்டுக் கொள்கிறோம்.

எடுத்துக்காட்டாக, நாம் ஓர் உணவகத்திற்குச் செல்கின்றபோது, யாரோ ஒருவர் நம்முடைய ஆடையின்மீது ஏதோ ஒரு பானத்தைக் கொட்டிவிடுகிறார் என்று வைத்துக் கொள்வோம். அதை நாம் தனிப்பட்ட முறையில் எடுத்துக் கொள்கிறோம். உலகத்திலேயே நம் ஒருவருக்கு மட்டும்தான் அது நடப்பதுபோல நாம் நினைத்துக் கொள்கிறோம். அவருக்கு நம்மீது ஏதாவது தனிப்பட்டக் காழ்ப்புணர்ச்சி இருந்திருக்கும் என்று நாம் கருதுகிறோம். நம்முடைய நெருங்கிய நண்பர் ஒருவர் மோசமான மனநிலையில் இருப்பார். அதற்கு நாம் எந்தவிதத்திலும் காரணமாக இல்லாதிருந்தாலும் நாம்தான் அதற்குப் பொறுப்பு என்று நாம் நினைத்துக் கொள்வோம். அல்லது, பள்ளியில் நம்முடைய குழந்தை சரியாகப் படிக்காவிட்டால், நாம்தாம் குழந்தையைச் சரியாக வளர்க்கவில்லை என்று நாம் குற்றவுணர்வு கொள்வோம். நமக்குத் துளிகூடத் தொடர்பு இல்லாத விஷயங்களுக்கு நாம்தான் பொறுப்பு என்று நினைத்துப்

பதற்றத்தை வளர்த்துக் கொள்கின்ற இந்தப் போக்குக்கு, எதார்த்தத்தைத் திரிக்கின்ற நம்முடைய எண்ணங்கள்தாம் காரணம்.

புறவயப்படுத்துதலும் அகவயப்படுத்துதலும்

சில புற நிகழ்வுகளுக்கு நாம் எப்படி விளக்கமளிப்போம்? அதற்கு நாம்தாம் காரணம் என்று தவறுதலாக அனுமானித்துக் கொண்டால், அதை நாம் அகவயப்படுத்துகிறோம் என்று பொருள். எடுத்துக்காட்டாக, “நான் என் அறையைச் சுத்தமாக வைத்துக் கொள்ளாமல் இருந்ததால்தான் என் பெற்றோர் விவாகரத்து செய்து கொண்டனர்!” என்று எண்ணுதல். இது, எல்லாவற்றுக்கும் நம்மீது பழி போட்டுக் கொள்வது, சுயமதிப்புக் குறைவு ஆகியவற்றுக்கு இட்டுச் செல்கிறது. சுயகண்டிப்பு தூக்கலாக இருக்கின்ற, அளவுக்கதிகமான சிந்தனைக்கு இது வழி வகுக்கிறது. புறவயப்படுத்துதல் என்பது இதற்கு நேர் எதிரானது. எல்லாவற்றுக்கும் பிறர்மீது பழி போடுவது அது. எடுத்துக்காட்டாக, “நான் சொன்ன விஷயத்திற்காக அவள் மனமுடைந்து போயிருப்பதற்கு நான் பொறுப்புக் கிடையாது. அவள் இந்த அளவு உணர்ச்சிவசப்படுபவளாக இருக்கக்கூடாது,” என்று கூறுதல். இந்த இரண்டு மனப்போக்குகளுமே நம்மிடம் கையாலாகாத்தனத்தைத் தோற்றுவிக்கும்.

எதிர்மறையை ஊக்குவித்தலும் நேர்மறையைத் தள்ளுபடி செய்தலும்

இது மிகவும் பரவலாகக் காணப்படுகின்ற ஒன்று. நாம் நூறு தேர்வுகளில் ஒன்றில் மட்டும் தோற்றிருப்போம். ஆனால், நாம், “இதில் நான் தோற்றுவிட்டேன்,” என்று கூறுகின்றபோது, நாம் மீதி தொண்ணூற்று ஒன்பது வெற்றிகளையும் உதாசீனம் செய்கிறோம். வெற்றிகளை நம்முடைய அதிர்ஷ்டம் என்று நாம் நினைத்துக் கொள்கிறோம். அதே நேரத்தில், அபூர்வமான ஒரு விபத்து, “எல்லா மோசமான விஷயங்களும்

எனக்குத்தான் எப்போதும் நடக்கின்றன!" என்று நம்மைப் புலம்ப வைத்துவிடுகிறது. இந்தப் பாகுபாடு, விஷயங்கள் எப்போதும் மோசமாகத்தான் இருக்கும் என்ற நம்முடைய அடிப்படை நம்பிக்கையைப் பறைசாற்றுகிறது. அதன் காரணமாக நல்ல விஷயங்கள் நம் கண்களில் படாமலேயே போய்விடுகின்றன.

உணர்ச்சிரீதியான காரணப்படுத்துதல்

இதில், நம்முடைய உணர்வுகள் எப்போதும் உண்மையைத்தான் சுட்டிக்காட்டும் என்று நாம் அனுமானித்துக் கொள்கிறோம். எடுத்துக்காட்டாக, உங்களுடைய அலுவலகத்தில் வருடாந்திர வேலை மதிப்பீடு வரவிருக்கிறது என்று வைத்துக் கொள்வோம். அது சிறப்பாக இருக்காது என்ற உணர்வு உங்களுக்குள் தோன்றுகிறது. உண்மையில் அது எப்படி நடக்கும் என்பது அப்போது உங்களுக்குத் தெரியாது என்றாலும், உங்களுடைய உணர்வின் அடிப்படையில் அது குறித்து நீங்கள் மனக்கலக்கம் அடைகிறீர்கள். அது உங்களுடைய சுயமதிப்பு குறைவதற்கு இட்டுச் செல்கிறது.

நாம் மேலே பார்த்தவை பரவலாக இருப்பவை. இவை தவிர வேறு சிலவும் இருக்கின்றன. அவற்றில் இவையும் அடங்கும்: "ஏதாவது நடக்கும் என்றால், அது மிக மோசமான ஒன்றாகத்தான் இருக்கும்," என்ற பேரழிவுச் சிந்தனை; "நான் புறப்படுகின்ற நேரத்தில் அந்தப் பூனை குறுக்கே செல்கிறது. அதனால், நான் உடனடியாக வெளியே செல்லாமல் இருப்பதுதான் நல்லது," என்ற சகுனச் சிந்தனை; "அவன் என்னை வெறுக்கிறான், அது எனக்குத் தெரியும்," என்கிற ஊகச் சிந்தனை; "இது கண்டிப்பாக நடக்கும் அதை நான் அறிவேன்," என்ற குறிசொல்லும் சிந்தனை; முனைவர் பட்டம் பெற்றப் பிறகும் ஒரு குழந்தையைப்போல ஒருவர் வெகுளியாக நடந்து கொள்கின்ற காலாவதிச் சிந்தனை.

நம்மில் பலர் இவற்றில் ஒன்றுக்கு மேற்பட்டவற்றை ஒரே நேரத்தில் பயன்படுத்துகிறோம். எடுத்துக்காட்டாக, நம்முடைய வாழ்க்கைத்துணைவர் நம்மிடம்

நேர்மையாக இல்லை என்று நாம் சந்தேகப்படுகிறோம் என்று வைத்துக் கொள்வோம். அப்போது அவர் நம்மை ஏற்கனவே ஏமாற்றிவிட்டிருந்ததாக நாம் அனுமானித்துக் கொள்வோம் *(உணர்ச்சிரீதியான காரணப்படுத்துதல்)*. அதோடு, இதற்கு, நாம் போதுமான நபராக இல்லாமல் இருப்பதுதான் காரணம் என்று காரணம் கற்பித்துக் கொள்கிறோம் *(அகவயப்படுத்துதல்)*. இதோடு நின்றுவிடாமல், அது விவாகரத்தில்தான் முடியும் என்று சிந்திப்பதற்கு *(பேரழிவுச் சிந்தனை)* அது நம்மை இட்டுச் செல்லக்கூடும். எந்தக் கணத்தில் நீங்கள் இந்தச் சிந்தனைக்குள் புகுகிறீர்களோ அந்தக் கணத்திலேயே அதைக் கவனித்துவிடுவதன் மூலம் அந்த அளவுக்கதிகமான சிந்தனையை உங்களால் கட்டுக்குள் கொண்டுவர முடியும்.

முன்னோடி நடத்தை விளைவு

*1970*களில் எட்வர்டு காரும் அவருடைய குழுவினரும் ஓர் ஆய்வை மேற்கொண்டனர். பெரும்பாலானோரின் பிரச்சனைக்குரிய நடத்தைகளுக்கு அந்த நபர்களின் முன்னோடி நடத்தைகள் காரணமாக இருப்பதை அந்த ஆய்வு எடுத்துரைத்தது. அந்த ஆய்வின் முடிவை, அளவுக்கதிகமாகச் சிந்திக்கின்ற நடத்தைக்கு நம்மால் பொருத்திக் கொள்ள முடியும். ஒரு குறிப்பிட்ட எண்ணவோட்டத்தால் உந்தப்பட்டு மேற்கொள்ளப்படுகின்ற நடத்தைக்கு முன்னால் எது வரும், பின்னால் எது வரும் என்று இப்போது பார்க்கலாம். முன்னோடி நடத்தை விளைவு என்ற கருத்தாக்கம், நடத்தைகள் மற்றும் செயல்நடவடிக்கைகளில் மட்டும் கவனத்தைக் குவிக்கிறது என்றாலும், நம்முடைய செயல்நடவடிக்கைகள் நம்முடைய எண்ணங்களாலும் நாம் கொண்டிருக்கின்ற நம்பிக்கைகளாலும் முடுக்கிவிடப்படுகின்றன என்பதை நாம் ஏற்கனவே பார்த்துள்ளோம்.

முன்னோடி என்பது ஒரு குறிப்பிட்ட நடத்தையைக் குறிப்பால் உணர்த்துகின்ற ஒரு தூண்டுகோல்.

எடுத்துக்காட்டாக, நீங்கள் கடற்கரைக்குச் செல்கின்ற ஒவ்வொரு முறையும் ஐஸ்கிரீம் வாங்கிச் சாப்பிடுதல்; உங்களுடைய வாழ்க்கைத்துணைவர் தாமதமாக வருகின்ற ஒவ்வொரு முறையும் அவர்மீது கோபப்பட்டு அவரோடு ஒரு மௌன யுத்தம் நடத்துதல். இப்படி முன்னோடி நடத்தையைத் தூண்டுவது ஒரு நபராக, ஒரு சுற்றுச்சூழலாக, ஒரு வார்த்தையாக, ஓர் உணர்வாக, ஒரு நிகழ்வாக, ஒரு நாளின் ஒரு குறிப்பிட்ட நேரமாக அல்லது இவற்றின் கலவையாக இருக்கலாம்.

நடத்தை என்பது அந்தத் தூண்டுகோலால் விளைகின்ற ஒரு செயல்நடவடிக்கை. அது உதவிகரமாகவும் இருக்கலாம், உதவிகரமாக இல்லாமலும் இருக்கலாம். நீங்கள் பதற்றமடைகின்ற ஒவ்வொரு முறையும் மதுவை நாடினால், அது உதவிகரமான நடத்தை அல்ல என்பது வெளிப்படை. சில நடத்தைகள் சவால்களைச் சமாளிக்க நமக்கு உதவும். சில நம்முடைய உற்பத்தித்திறனைப் பாதித்து, நம்மை மோசமாக உணரச் செய்யும்.

விளைவு நல்லதாகவும் இருக்கலாம், மோசமானதாகவும் இருக்கலாம். சில நடத்தைகள் ஒரு சூழலை மேம்படுத்தும் அல்லது நம்மைச் சிறப்பாக உணரச் செய்யும். வேறு சில, ஆரோக்கியமற்றவையாகவும், நமக்கு உதவாதவையாகவும் இருக்கலாம். விளைவுகளை வைத்தே நாம் நடவடிக்கைகளை நல்லவை அல்லது மோசமானவை என்று பிரிக்கிறோம்.

இந்த மூன்று அம்சங்களைப் பற்றியும் கோடிட்டுக் காட்டியிருந்ததற்குக் காரணம், அவை ஒன்றோடொன்று தொடர்புடையவை என்பதை நீங்கள் புரிந்து கொள்ள வேண்டும் என்பதுதான். சில நேரங்களில், நம்முடைய எண்ணங்கள் எப்படி நம்முடைய நடத்தையின்மீது தாக்கம் ஏற்படுத்துகின்றன என்பதையும், அந்த நடத்தை எப்படி நம்முடைய வாழ்க்கையை பாதிக்கிறது என்பதையும் பார்க்க நாம் தவறிவிடுகிறோம். சில நேரங்களில் நம்முடைய நடத்தையை எது உண்மையிலேயே தூண்டுகிறது என்பதையும் நாம் அறிந்திருப்பதில்லை. ஆனால், அதை அறிந்த பிறகு, நேரடியாக அந்த நடத்தையை மாற்றிக் கொள்ள அல்லது தவிர்க்க முயற்சி

செய்வதற்குப் பதிலாக, அந்தத் தூண்டுகோல்களை மாற்றிக் கொள்வதற்கு அல்லது தவிர்ப்பதற்கு நம்மால் முயற்சி செய்ய முடியும்.

உங்களுடைய நடத்தைகளில் சிலவற்றை எவை தூண்டுகின்றன, அவற்றின் விளைவுகள் என்ன என்பதைப் பற்றிச் சிறிது நிதானமாக அமர்ந்து உங்களால் சிந்திக்க முடியுமா? நீங்கள் ஏன் அப்படி நடந்து கொள்கிறீர்கள்? அதன் விளைவுகள் நீங்கள் விரும்பியிருந்தபடி இருந்துள்ளனவா? துவக்கத்தில் நீங்கள் ஓர் ஆய்வாளரைப்போல, உங்களுடைய நடத்தை குறித்தத் தரவுகளைச் சேகரிக்க வேண்டியிருக்கும், அந்தத் தகவல்களில் ஏதாவது ஓர் ஒழுங்குமுறை இருக்கிறதா என்று பார்க்க வேண்டியிருக்கும். அடுத்து, நான்கு நெடுவரிசைகளைக் கொண்ட ஓர் அட்டவணையைத் தயாரியுங்கள். அவற்றில் முன்னோடி, நடத்தை மற்றும் விளைவு என்று எழுதிக் கொள்ளுங்கள். உங்களுடைய வாழ்க்கை நிகழ்வுகள் சிலவற்றின் முன்னோடி, நடத்தை மற்றும் விளைவுகளைக் குறித்துக் கொள்ளுங்கள். அதிலிருந்து ஓர் ஒழுங்குமுறை அமைப்பைக் கண்டுபிடிக்கும்வரை, ஓரிரு வாரங்களுக்கு நீங்கள் தரவுகளைச் சேகரியுங்கள். அதற்கான ஓர் எடுத்துக்காட்டு கீழே கொடுக்கப்பட்டுள்ளது:

நிகழ்வு	முன்னோடி	நடத்தை	விளைவு
நிகழ்வு 1	ஒரு பல்பொருள் அங்காடியில் உணவு இடைவேளையின்போது இருத்தல்	காரில் ஏறியவுடன், வாங்கி வந்த ‘டோநட்’ முழுவதையும் தின்று தீர்த்தல்	உடல்நிலை சரியில்லாததுபோல உணர்தல், குற்றவுணர்வு கொள்ளுதல்
நிகழ்வு 2	அலுவலகத்தில் சக ஊழியரின் பிறந்தநாள் விழாக் கொண்டாட்டம்	ஒரு பெரிய துண்டு கேக்கை வாயில் அடைத்துக் கொள்ளுதல்	உடல்நிலை சரியில்லாததுபோல உணர்தல், குற்றவுணர்வு கொள்ளுதல்

நிகழ்வு 3	குழந்தைகளுடன் விவாதத்தில் ஈடுபட்டப் பிறகு மோசமாக உணர்தல்	வீட்டு அலமாரியிலுள்ள பெரிய பிஸ்கெட் பாக்கெட் ஒன்றைத் திறந்து அதிலுள்ள அனைத்தையும் சாப்பிடுதல்	கட்டுப்பாடு இல்லை என்று உணர்தல்

மேற்கண்ட எடுத்துக்காட்டுகளைப் பார்க்கின்றபோது மக்கள் ஒரு விஷயத்தைப் புரிந்து கொள்வர். அதாவது, தாங்கள் அளவுக்கதிகமாகச் சாப்பிடுவது தாங்கள் பேராசை பிடித்த நபர்கள் என்பதால் அல்ல; மாறாக, தங்களுடைய மனஅழுத்தத்தைச் சமாளிப்பதற்காகவோ அல்லது சுற்றுச்சூழல் காரணிகளின் தாக்கத்தாலோதான் (அலுவலக விருந்தில் கேக் சாப்பிடுதல்) தாங்கள் அளவுக்கதிகமாகச் சாப்பிடுகிறோம் என்பதை அவர்கள் உணர்கின்றனர்.

மேற்கண்ட அட்டவணை சில விஷயங்களை வெளிப்படுத்துகிறது: அந்த நடத்தை உண்மையில் வேலை செய்யவில்லை என்பது அவற்றில் ஒன்று. ஏனெனில், அதன் விளைவு எப்போதும் எதிர்மறையாகவே இருக்கிறது. அதிலிருந்து ஒன்றை நாம் புரிந்து கொள்ளலாம்: நாம் விரும்பாத இந்த நடத்தையைத் தவிர்க்க வேண்டுமென்றால், எது அதைத் தூண்டுகிறதோ அதை நாம் சரி செய்ய வேண்டும்.

இது பயனுள்ளதாக இருந்தாலும், எளிமையான நடத்தைகளுக்கே இது பொருத்தமாக இருக்கும். சிக்கலான, புரிந்து கொள்வதற்குக் கடினமான நடத்தைகளுக்கு நீங்கள் வல்லுநர்களைத்தான் அணுக வேண்டும். இந்த உத்தியைப் பயன்படுத்துவதில் இரண்டு பகுதிகள் இருக்கின்றன. உங்களுடைய தற்போதைய நடத்தைகள் குறித்து அறிந்து கொள்வதற்கு, அவை தொடர்பான தரவுகளைப் பெறுதல் ஒன்று. தேவையற்ற நடத்தைகளைக் கையாள்கின்ற முயற்சியில், அவற்றைத் தூண்டுகின்ற விஷயங்களையும் அவற்றின் விளைவுகளையும் மாற்றியமைத்தல் இரண்டாவது.

நடத்தை மாற்றம் சாத்தியம்தான். ஆனால், அதற்குக் காலம் பிடிக்கும். உங்களுடைய நடத்தையின்மீது தாக்கம்

ஏற்படுத்துகின்ற சுற்றுச்சூழல் காரணிகளை மட்டும் கணக்கில் எடுத்துக் கொள்ளாமல், அந்த நடத்தைக்கு ஆதரவளிக்கின்ற உங்களுடைய எண்ணங்களையும் நீங்கள் கணக்கில் எடுத்துக் கொள்கின்றபோது, அது இன்னும் சிறப்பாக வேலை செய்யும். அளவுக்கதிகமான சிந்தனை என்று வருகின்றபோது, முன்னோடி நடத்தை விளைவுகளின் மாதிரியைப் பின்பற்றி, நம்முடைய நடவடிக்கைக்கு முன்பு தோன்றிய, அதனோடு சேர்ந்து வருகின்ற மற்றும் அதைப் பின்தொடர்ந்து வருகின்ற எண்ணங்களை நாம் அலசலாம்.

சில நேரங்களில், வெகுமதியளிக்கின்ற பின்விளைவுகள், மோசமான நடத்தைகள் உறுதிப்படுவதற்குத் தெரியாத்தனமாக வழி வகுத்துவிடும். எடுத்துக்காட்டாக, விருந்துகளின்போது, நீங்கள் எப்போதெல்லாம் அளவுக்கதிகமாகக் குடிக்கிறீர்களோ, அப்போதெல்லாம் நீங்கள் அந்த விருந்தின் கதாநாயகனாக ஆகிவிடுகிறீர்கள், நண்பர்களின் ஏகோபித்த வரவேற்பைப் பெறுகிறீர்கள் என்று வைத்துக் கொள்வோம். இதை நீங்கள் உன்னிப்பாக அவதானித்தால், இதற்குப் பின்னாலுள்ள எண்ணங்களை உங்களால் அலச முடியும். “நான் குடித்தால் மக்கள் என்னைக் கொண்டாடுகின்றனர். அப்படியெனில், நான் குடிக்காவிட்டால் மக்கள் என்னை விரும்ப மாட்டார்கள்,” என்ற ரீதியில் உங்களுடைய சிந்தனை போகலாம். குடிப்பதை நீங்கள் திடீரென்று நிறுத்தலாம்தான். அது வெற்றிகரமாகவும் முடியலாம், தோல்வியிலும் முடியலாம். ஆனால், இந்தக் குடிப்பிரச்சனைக்குப் பின்னாலுள்ள நடத்தைக்கு உறுதுணையாக இருக்கின்ற நம்பிக்கைகள் மற்றும் எண்ணங்களை நீங்கள் ஒப்புக் கொள்ளாதவரை, குடிப்பிரச்சனை தொடர்பான பதற்றத்தை உங்களால் வெற்றிகரமாகக் கையாள முடியாது.

ஒழுங்கற்ற எண்ணங்களைப் பதிவு செய்யுங்கள்

நீங்கள் விரும்பாத பின்விளைவுகள் உங்களுடைய வாழ்க்கையில் ஏற்படக் காரணமாக இருக்கின்ற

நடத்தைகளுக்குப் பின்னாலுள்ள எண்ணங்களைக் கையாள்வது, அளவுக்கதிகமான சிந்தனையைக் குறைப்பதற்கான ஒரு வழியாகும். ஒழுங்கற்ற எண்ணங்களின் பதிவு என்பது நாம் விரும்புகின்ற விளைவுகளுக்கு இட்டுச் செல்லாத எண்ணங்களை (தன்னிச்சையான எண்ணங்கள் உட்பட), அவற்றை அலசுவதற்காக ஒரே இடத்தில் பதிவு செய்து வைத்துக் கொள்வதாகும்.

இதற்குக் கீழ்க்கண்ட விதத்தில் ஓர் அட்டவணையைத் தயார் செய்து கொண்டு, அதில் எண்ணங்களைப் பதிவு செய்ய வேண்டும்.

நாள் மற்றும் நேரம்	சூழ்நிலை	தன்னிச்சையான எண்ணங்கள்	உணர்ச்சிகள்	மாற்றுச் செயல்விடை	விளைவு

ஒவ்வொரு முறை நீங்கள் எதிர்மறை உணர்ச்சிகளை அனுபவிக்கின்றபோதும், அதை உங்களுடைய அட்டவணையில் குறித்துக் கொள்ளுங்கள். பின்னர் நீங்கள், எண்ணங்கள், உணர்ச்சிகள் போன்றவற்றை அலசி ஆராய்ந்து, அந்த நேரத்தில் உங்களுடைய மனநிலை எப்படி இருந்தது என்பதை உங்களால் கண்டுபிடிக்க முடியும். நீங்கள் தரவுகளின் அடிப்படையில் மாற்றம் ஏற்படுத்த விரும்பினால், இது உங்களுக்கு மிகவும் உதவிகரமாக இருக்கும். அடுத்து, இந்த அட்டவணையில் இடம் பெற்றுள்ள ஒவ்வொன்றையும் பார்க்கலாம்.

சூழ்நிலை

சில குறிப்பிட்ட எண்ணங்கள் மற்றும் உணர்வுகளுக்கு முன்பாக நிகழ்ந்திருந்த தூண்டுதல் நிகழ்வு அல்லது சூழ்நிலையை நீங்கள் இதில் பதிவு செய்ய வேண்டும். அது ஒரு ஞாபகம், எண்ணம், உணர்ச்சி, யோசனை, பகற்கனவு போன்றவற்றில் ஏதாவது ஒன்றாக இருக்கலாம்.

தன்னிச்சையான எண்ணங்கள்

இதில் உங்களுடைய எண்ணங்களோடு, உங்களுடைய மனத்தில் தோன்றிய காட்சிகள், உங்களுடைய நம்பிக்கையின் அளவு போன்றவற்றையும் பதிவு செய்யுங்கள்.

உணர்ச்சிகள்

தன்னிச்சையான எண்ணங்களை ஊக்குவித்த உணர்ச்சிகளை இங்கு நீங்கள் பதிவு செய்வதோடு, அவற்றின் தீவிரத்தன்மையை சதவீத எண்ணாகக் குறிப்பிடுங்கள்.

மாற்றுச் செயல்விடை

நீங்கள் ஆய்வு செய்து கொண்டிருக்கின்ற நிகழ்வு குறித்து நீங்கள் ஆற்றியிருந்த எதிர்வினைக்குப் பதிலாக, வித்தியாசமான, சிறப்பான மாற்றுச் செயல்விடை ஒன்றை யோசித்துப் பாருங்கள். இதைப் பற்றிப் பின்னர் நாம் விரிவாகப் பார்க்கலாம்.

விளைவு

நீங்கள் உங்களுடைய மூல எண்ணங்களையும் உணர்ச்சிகளையும் ஆராய்ந்து மாற்றுச் செயல்விடை குறித்த முடிவுகளுக்கு வந்த பிறகு இதைப் பதிவு செய்து கொள்ளுங்கள். நீங்கள் எப்படி உணர்கிறீர்கள், தன்னிச்சையான எண்ணங்கள் மற்றும் உங்களுடைய உணர்ச்சிகளின் தீவிரத்தில் நீங்கள் எந்த அளவு நம்பிக்கை வைத்திருக்கிறீர்கள், நீங்கள் எப்படிச் செயல்பட விரும்புகிறீர்கள் போன்றவற்றையும் அதில் குறித்துக் கொள்ளுங்கள்.

தேவையெனில், அந்த நிகழ்வுகள் தொடர்பாக நீங்கள் கடைபிடித்திருந்த மனரீதியான பாகுபாடுகளைக் குறித்துக் கொள்ளக் கூடுதலாக ஒரு செங்குத்து வரியையும்

நீங்கள் சேர்த்துக்கொள்ளலாம். காலப்போக்கில் இவற்றை மட்டும் தனியாக ஆராய இது உதவிகரமாக இருக்கும்.

முன்னோடி நடத்தைவிளைவு மாதிரியும் இந்தப் பதிவு செய்கின்ற விதமும் பல விதங்களில் ஒன்றுபட்டாலும், முதலாவது, நடத்தையின்மீது கவனத்தைக் குவிக்கிறது; இரண்டாவது, எண்ணங்களின்மீது கவனத்தைக் குவிக்கிறது. உங்களுடைய சூழலைப் பொறுத்து நீங்கள் இந்த இரண்டில் எதை வேண்டுமானாலும் முயற்சி செய்யலாம் அல்லது இரண்டையுமே பயன்படுத்தலாம். நீங்கள் எதைத் தேர்ந்தெடுத்திருந்தாலும் சரி, ஒரு சில வாரங்களுக்குப் பிறகு, அடுத்தக் கட்டத்திற்குச் செல்லத் தேவையான அளவு தரவுகள் உங்களிடம் இருக்கும். உங்களுடைய எண்ணங்களுக்கு சவால்விடுதல் மற்றும் அவற்றை மாற்றுதல்தான் அடுத்தக் கட்டம்.

மனரீதியான பாகுபாடுகளை ஒழித்துக்கட்டுங்கள்

இந்த இரண்டு முறைகளில் நீங்கள் எதைப் பின்பற்றினாலும் சரி, அவற்றின் நோக்கம், உங்களைப் பதற்றமடைய வைக்கின்ற எண்ணப் போக்குகளின்மீதான உங்களுடைய கட்டுப்பாட்டை மீட்டெடுத்து, தேவையெனில் அந்த எண்ணப் போக்குகளை அப்புறப்படுத்தி, உங்களுக்கு அமைதியை ஏற்படுத்துகின்ற எண்ணப் போக்குகளால் அவற்றை இட்டு நிரப்புவதாகும். எடைபோடுவதற்குப் பதிலாக, பரிவுடன்கூடிய ஆர்வத்தை வளர்த்துக் கொள்வது நல்லது என்பதை இங்கு நான் உங்களுக்கு மீண்டும் நினைவுபடுத்த விரும்புகிறேன். அளவுக்கதிகமாகச் சிந்திப்பவர்கள், பொதுவாகத் தங்கள்மீது கடும் விமர்சனங்களை வைக்கின்ற, தங்களிடம் இருப்பதாக அவர்கள் நினைத்துக் கொள்கின்ற பலவீனங்கள் மற்றும் குறைபாடுகளைக் கடுமையாகச் சாடுகின்ற நபர்களாக இருப்பர். இப்படி நாம் நம்முடைய மோசமான எண்ணங்களை அலசுவதற்குக் காரணமே, அவற்றை நீக்கிவிட்டு அந்த இடத்தில் நம்முடைய உண்மையான கொள்கைகளைப் பிரதிபலிக்கின்ற எண்ணங்களை

இட்டு நிரப்ப முயல்வதுதான். இது தொடர்பான சில அணுகுமுறைகளை இப்போது நாம் பார்க்கலாம்.

எண்ணங்களின் மறுசீரமைப்பு

நாம் சிந்திக்கின்ற அனைத்தும் சரியானவை என்று நாம் அடிக்கடி எண்ணிக் கொண்டிருப்பது வியப்பானது, இல்லையா? பெரும்பாலான நேரங்களில் நம்முடைய மனங்களில் ஓடிக் கொண்டிருக்கும் எண்ணங்களை நாம் கேள்வி கேட்பதே இல்லை. ஆனால், நாம் நின்று நிதானமாக நம்முடைய எண்ணங்களை ஆராய்ந்தால், அவற்றின் துல்லியமின்மை, அவற்றிலுள்ள திரிபுகள், பதற்றச் சுழற்சிக்குள் நம்மை மாட்டிவிடுகின்ற தவறான கூற்றுகள் போன்றவற்றை நம்மால் அடையாளம் காண முடியும். பழைய பழக்கங்களின் காரணமாகவோ அல்லது பேரதிர்ச்சித் தாக்குதலின் விளைவாகவோ அல்லது பிறர் நமக்குக் கற்றுக் கொடுத்துள்ள நம்பிக்கைகளின் காரணமாகவோ, இந்தத் தவறான கூற்றுகள், எதார்த்தங்களின் உண்மையான அம்சங்களாகத் தம்மைக் காட்டிக் கொள்கின்றன.

ஆனால், நாம் அறிவியலறிஞர்களைப்போல நடந்து கொண்டு, நம்முடைய சொந்த எண்ணங்களைக் கேள்விக்கு உட்படுத்த வேண்டும். எண்ணங்கள் ஏன் தறிகெட்டு ஓடுகின்றன என்பதற்கான சான்றுகளைத் தேட வேண்டும். இது நமக்கு ஒரு தெளிவைக் கொடுக்கும். அந்தத் தெளிவு, பயனுள்ள எண்ணங்களுக்கும் பயனற்ற எண்ணங்களுக்கும் இடையேயுள்ள வேறுபாட்டை நாம் புரிந்து கொள்ள நமக்கு உதவும்.

புலனுணர்வுசார் நடத்தை சிகிச்சையின் தந்தைகளில் ஒருவராக மதிக்கப்படுகின்ற ஆல்பர்ட் எல்லிஸ், எண்ணங்களை மறுசீரமைப்பதை நம்மால் தேர்ந்தெடுக்க முடியும் என்றும், அதற்கு நாம் தொகுத்துள்ள சான்றுகளைப் பயன்படுத்திக் கொள்ள முடியும் என்றும் தெரிவிக்கிறார்.

தங்களுடைய எண்ணங்கள், அனுமானங்கள் போன்றவை எதார்த்த உலகோடு ஒத்துப் போகின்றனவா

இல்லையா என்பதை நிரூபிக்கின்ற தரவுகளைச் சேகரிக்கும்படி ஓர் உளவியலாளர் தன்னிடம் சிகிச்சைக்கு வருகின்ற நபரிடம் கேட்டுக் கொள்ளக்கூடும். தரவுகளை அலசும்போது, நீங்கள் எதார்த்தம் என்று கருதிக் கொண்டிருக்கின்ற எண்ணங்களில் பெரும்பாலானவை அப்படியில்லை என்பதை நீங்கள் புரிந்து கொள்வீர்கள். உங்களால் ஒருவிதமான எண்ணங்களைத் தேர்ந்தெடுக்க முடியும் என்றால், வேறு வகையான எண்ணங்களையும் உங்களால் தேர்ந்தெடுக்க முடியும் என்று அதற்கு அர்த்தம். அதாவது, உங்களுக்கு விருப்பமான எண்ணங்களை உங்களால் தேர்ந்தெடுக்க முடியும்.

நாம் எப்படி உணர்கிறோம் என்பதை நமக்கு நடக்கின்ற விஷயங்கள் தீர்மானிப்பதில்லை. மாறாக, என்ன நடக்கும் என்று நாம் எண்ணிக் கொண்டிருக்கிறோமோ அதுதான் அதைத் தீர்மானிக்கிறது. விஷயங்களைப் பார்க்கின்ற பார்வையை நாம் மாற்றிக் கொள்கின்றபோது, நாம் உணர்கின்ற விதமும் மாறுகிறது. நான் முன்பு குறிப்பிட்டிருந்ததைப்போல, நீங்கள் உங்களுடைய எண்ணங்களை அவதானித்து வந்திருந்தால், நீங்கள் மனரீதியாக உங்களைக் கட்டமைத்துக் கொள்கின்ற விதத்திற்குக் கொடுக்கின்ற கவனத்தில் ஏற்கனவே மாற்றம் ஏற்பட்டிருக்கும். கேள்வியே கேட்காமல் நம்முடைய எண்ணங்களின் போக்கில் செயல்பட்டுக் கொண்டிருக்காமல், நம்முடைய எண்ணங்களை உற்றுக் கவனிப்பது மட்டுமே நம்மைத் தெளிவாகவும் பகுத்தறிவுரீதியாகவும் சிந்திக்க வைக்கும். பதற்றத்தைத் தோற்றுவிக்கின்ற சிந்தனைப் பழக்கங்களை மீற அது உதவும்.

இதை நாம் அடுத்தக் கட்டத்திற்கு எடுத்துச் செல்லலாம். நீங்கள் எதிர்மறை உணர்ச்சிகளை உணர்கின்றபோது, உடனடியாக அதை நிறுத்துங்கள். அதை நிறுத்திவிட்டு, எச்சரிக்கை கொள்ளுங்கள். உங்களுடைய உணர்வுகளை விலாவாரியாகப் பதிவு செய்யுங்கள். அது எங்கு, எப்போது நிகழ்ந்தது, அப்போது அங்கு யார் இருந்தனர் போன்றவற்றை நீங்கள் அதில் சேர்த்துக் கொள்ளலாம். அந்த உணர்வுக்கு

முன்னோடியாக வந்த தூண்டுகோலை அடையாளம் கண்டு அதைக் குறித்துக் கொள்ளுங்கள்.

உங்களிடம் தன்னிச்சையாகத் தோன்றுகின்ற எண்ணங்களையும், அவை மிகத் தெளிவாக இல்லையென்றாலும்கூடக் குறித்துக் கொள்ளுங்கள். உங்களுடைய சுயபேச்சுகள், மூளையில் திடீரென்று உதிக்கின்ற கேள்விகள், உடனடியாக உங்களுக்கு நீங்களே சொல்லிக் கொள்கின்ற கதைகள், விளக்கங்கள் போன்றவற்றை அவதானியுங்கள். இதில் சிக்கல் என்னவென்றால், தீங்கு விளைவிக்கின்ற தன்னிச்சையான எண்ணங்கள்தாம் இருப்பதிலேயே மிகவும் தெளிவற்று இருக்கும். அதனால், அவற்றை அவதானிப்பதுதுவக்கத்தில் சற்றுச் சிரமமாக இருக்கலாம். எண்ணங்களைத் தொடர்ந்து வருகின்ற உணர்ச்சிகளையும், அவற்றை நீங்கள் எந்த அளவு தீவிரமாக உணர்கிறீர்கள் என்பதையும் அவதானியுங்கள். எண்ணங்களும் உணர்ச்சிகளும் ஒன்றே என்பதுபோல முதலில் உங்களுக்குத் தோன்றக்கூடும். மிகவும் கவனமாக உற்று நோக்கி, அவற்றை நீங்கள் பிரிக்க வேண்டும். ஒன்றுக்கு மேற்பட்ட உணர்ச்சிகளை நீங்கள் உணரக்கூடும்.

இதற்கு நீங்கள் பழக்கப்பட்டுவிட்டால், நாம் அடுத்த முக்கியமான கட்டத்திற்குச் செல்லலாம். எண்ணங்களை மாற்றுவதுதான் அது. போதுமான அளவு தரவுகளைச் சேகரித்தப் பின்புதான் நீங்கள் எண்ணங்களின் மறுசீரமைப்பில் இறங்க வேண்டும். ஏனெனில், நாம் எதை மாற்றப் போகிறோம் என்பது குறித்தத் தெளிவும், மாற்று வழிகள் குறித்த யோசனைகளும் அப்போதுதான் நமக்குக் கிடைக்கும். இந்தச் செயல்முறையை நீங்கள் முதலில் துவக்கும்போது, உங்களால் எவ்வளவு முடியுமோ அவ்வளவு மாற்று வழிகளை யோசியுங்கள். அவை நடைமுறைக்கு உகந்தவையா, இல்லையா என்பதைப் பற்றிக் கவலைப்படாதீர்கள். இங்கு நீங்கள் மாற்று வழிகள் குறித்துச் சிந்திப்பதற்காக உங்களுடைய மனத்தைத் திறக்கிறீர்கள் என்பதுதான் முக்கியம். பல்வேறு விதமான விளக்கங்கள் சாத்தியமா என்று பாருங்கள். இதில் நீங்கள் கொஞ்சம் நீக்குப்போக்காக இருக்கலாம்.

இதற்கு உங்களுக்கு உதவக்கூடிய சில கேள்விகள் இதோ:

- என்னுடைய தன்னிச்சையான எண்ணங்கள் உண்மையா இல்லையா என்பது குறித்து என்னிடம் என்ன நிரூபணம் இருக்கிறது?
- வேறு விதமான விளக்கங்கள் ஏதேனும் இருக்கின்றனவா?
- இதில் நான் ஏதேனும் தவறுகள் செய்துள்ளேனா அல்லது அனுமானங்கள் மேற்கொண்டுள்ளேனா?
- இது தொடர்பாக மிக மிக மோசமாக நடக்கக்கூடிய காரியம் என்னவாக இருக்கும்? அது உண்மையிலேயே அந்த அளவு மோசமானதா?
- எண்ணங்கள் தொடர்பாக நான் எத்தகைய பாகுபாடுகளைப் பயன்படுத்திக் கொண்டிருக்கிறேன்? இவற்றை விலக்கிவிட்டால், அந்த எண்ணங்கள் எப்படியிருக்கும்?
- இப்படி எண்ணிக் கொண்டிருக்கும் ஒரு நண்பரை அல்லது குடும்ப உறுப்பினரைப் பற்றி நான் எத்தகைய யோசனையைக் கொண்டிருக்கிறேன்?
- நான் அனைத்துத் தகவல்களையும் பார்த்துவிட்டேனா அல்லது ஒரு சிலவற்றை மட்டும் பார்த்துள்ளேனா?
- என்னுடைய எதிர்வினை நேர்மையானதா அல்லது பழக்கத்தின் காரணமாக நான் அவ்வாறு செயல்பட்டுக் கொண்டிருக்கிறேனா?
- இது தொடர்பாக வேறு என்னென்ன கண்ணோட்டங்கள் இருக்கின்றன? இந்தச் சூழ்நிலையை மற்றவர்கள் எப்படிப் பார்ப்பார்கள்?

- இந்த எண்ணம் உண்மையிலேயே எங்கிருந்து வந்தது? அதற்கு ஒரு நம்பத் தகுந்த மூலாதாரம் இருக்கிறதா?

உங்களால் முடிந்த அளவு எண்ணிக்கையில் மாற்று வழிகளை எழுதிக் கொள்ளுங்கள். ஆனால், குறைந்தபட்சம் மூன்றாவது இருக்க வேண்டும். பின் மீண்டும் உங்களுடைய அட்டவணையைப் பாருங்கள். உங்களுடைய எண்ணங்களையும் உணர்ச்சிகளையும் ஒரு புதிய கண்ணோட்டத்தில் பாருங்கள். உங்களுடைய எண்ணங்களை நீங்கள் மறுசீரமைத்துள்ளதால், அவற்றில் ஏதாவது வித்தியாசம் தெரிகிறதா? அதன் விளைவாக ஏதேனும் பலன் ஏற்பட்டிருப்பது தெரிந்தால், அதை மெச்சுங்கள். எண்ணங்களின் மறுசீரமைப்பு உங்களை நன்றாக உணர வைத்து, உங்களுடைய வாழ்க்கையை உண்மையிலேயே மேம்படுத்துகிறது என்பதை நீங்கள் ஆழமாக அகவயப்படுத்திக் கொண்டால், அதை நீங்கள் தொடர்ந்து செய்து அதன் பலன்களை அறுவடை செய்வீர்கள்.

இப்போது நாம் கற்பனையானதோர் எடுத்துக்காட்டைப் பார்க்கலாம். மைக் தன்னுடைய அலுவலக வேலை குறித்து அளவுக்கதிகமாகக் கவலைப்பட்டுப் பதற்றம் அடைகின்ற ஒருவர். எந்த நேரத்திலும் ஒரு பேராபத்து தன்னைச் சூழ்ந்து கொள்ளும் என்று அவர் அச்சம் கொண்டிருந்ததால், அவரால் ஒரு கணம்கூட ஆசுவாசமாக இருக்க முடியவில்லை. அவர் தன்னுடைய எண்ணங்களை ஒரு சில வாரங்களுக்குப் பதிவு செய்து வந்தார். அவை எதிர்ப்புறம் கொடுக்கப்பட்டுள்ளன.

ஒரு சில வாரங்களுக்குப் பிறகு, மீண்டும் ஒரே விதமான பாகுபாட்டுடன்கூடிய எண்ணங்கள் தன்னிடம் தோன்றுவதை அவர் கவனிக்கிறார். நாம் முன்பு கொடுத்திருந்த கேள்விகளின் அடிப்படையில் அவர் சில மாற்றுச் செயல்விடைகளை உருவாக்குகிறார்.

நாள் மற்றும் நேரம்	சூழ்நிலை	தன்னிச்சையான எண்ணங்கள்	உணர்ச்சிகள்	மாற்றுச் செயல்விடை	விளைவு
ஜுலை 9, காலை 10.45	காலையிலேயே அவசர அவசரமாகப் பதற்றத்துடன் அலுவலகத்தை வந்தடைகிறேன்; எதேச்சையாக மேலதிகாரியைச் சந்திக்கிறேன்; அவர் கேட்டக் கேள்விக்கு என்னால் உடனடியாகப் பதில் கூற முடிவில்லை; அவர் சிரித்தவாறே நகர்கிறார்.	"பிறர் என்னைத் தொடர்ந்து கண்காணித்துக் கொண்டும் எடைபோட்டுக் கொண்டும் இருக்கின்றனர்." "எல்லா நேரங்களிலும் நான் சரியாகவும் ஒழுங்காகவும் இருப்பதாகத் தோற்றமளிக்க வேண்டும்." "நான் என் வேலையைச் சரியாகச் செய்து கொண்டிருக்கவில்லை. நான் ஒரு தோல்வியாளன்."	பேரச்சம் (80%) அவமான உணர்வு (10%). என்னால் ஒருபோதும் ஆசுவாசமாக இருக்க முடியாது என்ற உணர்வு. நான் ஒரு மோசடிக்காரன் என்ற உணர்வு.	பாகுபாடான எண்ணங்கள்: எதிர்மறையின் கவனக்குவிப்பு; பிறர் சிந்தனை குறித்து அனுமானித்தல்; பேராபத்து சூழப் போகிறது என்ற உணர்வு; அதீதப் பெரிதுபடுத்துதல்.	நான் என்னுடைய எண்ணங்களை மறுசீரமைப்பு செய்த பிறகு, முன்பைவிட சௌகரியமாக உணர்கிறேன்.

"மக்கள் என்னை எடைபோட்டுக் கொண்டிருக்கிறார்கள் என்பதை நிரூபிப்பதற்கு என்னிடம் போதுமான சான்றுகள் இல்லை."

"என்னுடைய மேலதிகாரி எந்த அளவுக்கு என்னை உன்னிப்பாகக் கவனித்துக் கொண்டிருக்கிறார் என்பதை நான் மிகைப்படுத்திக் கொண்டிருக்கலாம்."

"ஒரு சிரிப்பின் உள்ளர்த்தம் மோசமாக இருப்பதாக நான் தவறாகப் புரிந்து கொண்டிருக்கலாம்."

"என் மேலதிகாரி என் வேலை குறித்து மகிழ்ச்சியாக இருக்கிறார் என்பதற்கு என்னிடம் ஏராளமான சான்றுகள் இருக்கின்றன."

"நான் சிறிய தவறுகளைச் செய்து, அவற்றைப் பிறர் பார்த்தால்கூட உலகமே இடிந்து விழுந்துவிடப் போவதில்லை. அதற்காக நான் உடனடியாக வேலையிலிருந்து தூக்கி எறியப்படப் போவதுமில்லை."

"மற்றவர்கள் என்னைப் பற்றி என்ன நினைத்துக் கொண்டிருக்கிறார்கள் என்று எனக்குத் தெரியாது. ஆனால், அவர்கள் என்னைப் பற்றி மோசமாக நினைத்துக் கொண்டிருக்கிறார்கள் என்பதை நிரூபிப்பதற்கான சான்றுகள் எதுவும் என்னிடமில்லை."

இவற்றைப்போல இன்னும் பற்பல எண்ணங்கள்.

இப்படிப்பட்ட எண்ணங்கள் தன்னிடம் வேரூன்றத் தொடங்கியதும், 80 சதவீதமாக இருந்த பேரச்ச உணர்வு 30 சதவீதமாகக் குறைந்திருந்ததை மைக்கால் பார்க்க முடிந்தது. தான் நேர்மறையாகச் சிந்திக்கின்றபோது தன்னிடம் அவமான உணர்வு துளிகூட எழுவதில்லை என்பதையும் அவர் கவனிக்கிறார். அடுத்த முறை, தீங்கான எண்ணங்கள் தோன்றுகின்றபோது, அவர் அதை நிறுத்திவிட்டு, தன் எண்ணங்கள் தன் கட்டுப்பாட்டில்தான் இருக்கின்றன என்பதையும், தன்னால் சில விஷயங்களைத் தேர்ந்தெடுக்க முடியும் என்பதையும் அவர் தனக்குத் தானே நினைவுபடுத்திக் கொள்கிறார். பதற்றத்திற்கு வழி வகுக்கின்ற எண்ணங்களின் பக்கம் தான் செல்ல வேண்டுமா அல்லது சௌகரியமான எண்ணங்களைத் தேர்ந்தெடுக்க வேண்டுமா என்று அவர் யோசிக்கிறார்.

நடத்தைசார் பரிசோதனைகள்

மேற்கண்ட அணுகுமுறையை நீங்கள் பயன்படுத்துகின்றபோது, அளவுக்கதிகமாகச் செயல்பட்டுக் கொண்டிருக்கின்ற உங்களுடைய மனத்தைக் கட்டுப்படுத்தி, அது உருவாக்குகின்ற தன்னிச்சையான, உதவிகரமற்ற எண்ணங்களைக் கேள்விக்கு உட்படுத்துகிறீர்கள். ஓர் அறிவியலறிஞரைப்போல, விஷயங்களின் அடியாழம்வரை செல்கிறீர்கள். நாம் நம்முடைய எண்ணங்களை அலசி ஆராய்ந்த பிறகும், நாம் மிகவும் கொண்டாடுகின்ற ஒரு சில அனுமானங்களும் ஒருபுறச் சாய்வுகளும் தொடர்ந்து அங்கு இருந்து கொண்டுதான் இருக்கும்.

எடுத்துக்காட்டாக, "என்னை எல்லோரும் வெறுக்கிறார்கள்" என்ற எண்ணம் உங்களிடம் தோன்றியிருக்கிறது என்று வைத்துக் கொள்வோம். இது உங்களுடைய குழந்தைப்பருவத்திலிருந்தே உங்களிடம் ஆழமாக வேரூன்றியிருந்திருக்கலாம். அல்லது உங்களுடைய ஆளுமையின், உங்களால் உதறப்பட முடியாத ஒரு பகுதியாக ஆகியிருந்திருக்கலாம். நீங்கள் உங்களுடன் விவாதிக்கலாம், மாற்று விளக்கங்களைத் தேடலாம். ஆனால், உங்களுடைய மனத்தின் அடியாழத்தில் இது உண்மை என்று நீங்கள் நம்பிக் கொண்டிருக்கலாம். இது உண்மையா இல்லையா என்பதைத் தெரிந்து கொள்வதற்கு ஒரு வழி இருக்கிறது. சோதிப்பதுதான் அது.

நம்முடைய எண்ணங்கள் எதார்த்தத்தின் அடிப்படையில் உருவாக்கப்பட்டிருக்கவில்லை என்பதை நமக்கு நாமே நிரூபித்துக் கொள்வதற்கு, சில நேரங்களில் நாம் சில 'பரிசோதனைகளை' மேற்கொள்ள வேண்டியிருக்கலாம். ஆழமான நம்பிக்கைகள், உணர்ச்சிப் போக்குகளைத் தன்னகத்தே கொண்டிருக்கும். அவற்றை வெளியேற்றுவதற்கு நீங்கள் இந்த உத்தியைப் பயன்படுத்தலாம்:

நம்பிக்கையைத் தெளிவுபடுத்துங்கள்

உங்களுடைய எண்ணம் என்ன என்பதைத் தெளிவாக விவரித்து அதையும், அதோடு தொடர்புடைய உணர்ச்சிகளையும் எழுதிக் கொள்ளுங்கள். இதற்கான ஓர் எடுத்துக்காட்டு, நாம் முன்பு பார்த்திருந்த எடுத்துக்காட்டில் இடம் பெற்றிருந்த இந்த வாசகம்: “என்னை எல்லோரும் வெறுக்கிறார்கள்.”

ஒரு கருத்தாக்கத்தை உருவாக்குங்கள்

ஒரு கருத்தாக்கத்தை உருவாக்குங்கள். அது மாற்றுச் செயல்விடைகளை உள்ளடக்கியதாக இருக்கட்டும். எடுத்துக்காட்டு: “சிலர் என்னை வெறுக்கவில்லை.”

ஒரு பரிசோதனையை உருவாக்குங்கள்

இந்தக் கருத்தாக்கத்தைச் சோதிப்பதற்கு ஒரு பரிசோதனையை உருவாக்குங்கள். அதற்கு நீங்கள் என்ன செய்ய வேண்டும்? கடந்தகாலங்களில் பிறர் உங்களைத் தங்களுக்குப் பிடித்திருந்ததாகக் கூறியிருந்த தருணங்களை நினைவுபடுத்திப் பார்க்கலாம். அல்லது ஒரு வாரம் பிறரை அவதானித்து அவர்கள் உங்களிடம் எப்படி நடந்து கொள்கிறார்கள் என்று பார்க்கலாம். இது, நீங்கள் கொண்டுள்ள, “சிலர் என்னை வெறுக்கிறார்கள்” என்ற கருத்தாக்கத்தோடு உடன்படுகிறதா என்று பரிசோதிக்கலாம்.

அந்தப் பரிசோதனையை மேற்கொள்ளுங்கள்

உங்களால் முடிந்த அளவு இந்தப் பரிசோதனையைத் திறந்த மனத்துடன் மேற்கொள்ளுங்கள். பின் உங்களுடைய அவதானிப்புகளை எழுதி வைத்துக் கொள்ளுங்கள். பரிசோதனைக்கு நீங்கள் தேர்ந்தெடுத்திருந்த வாரத்தில் மக்கள் உங்களுடன் நேரத்தைச் செலவழிக்க தாங்கள் விரும்புவதாகத் தெரிவிக்கலாம் அல்லது உங்களைச் சுற்றியிருக்க முயற்சி செய்யலாம்.

அவற்றின் விளைவுகளை ஆராயுங்கள்

பரிசோதனையிலிருந்து நீங்கள் என்ன முடிவுக்கு வருவீர்கள்? "என்னை எல்லோரும் வெறுக்கிறார்கள்" என்ற உங்களுடைய கருத்தாக்கம் சரியானதாக இருந்துள்ளதா? அதோடு, நீங்கள் உங்களுடைய நம்பிக்கையை மாற்றிக் கொள்கின்றபோது, உங்களுடைய உணர்வில் ஏற்படுகின்ற மாற்றத்தையும் அவதானியுங்கள்.

உங்கள் நம்பிக்கையில் மாற்றங்களை ஏற்படுத்துங்கள்

பரிசோதனையின் முடிவுகளுக்கு ஏற்ப, உங்களுடைய கருத்தாக்கத்தில் தேவையான மாற்றங்களைச் செய்யுங்கள். உங்களுக்கு சந்தேகம் வருகின்றபோது, மீண்டும் நீங்கள் மேற்கொண்ட சோதனையில் உங்களுடைய கருத்தாக்கம் தவறு என்பதை நீங்கள் நிரூபித்திருந்தீர்கள் என்பதை நினைவுபடுத்திக் கொள்ளுங்கள். மாற்று நம்பிக்கையின் ஊடாகப் பிறந்த உணர்வுகளையும் ஞாபகப்படுத்திக் கொள்ளுங்கள்.

நடத்தை தொடர்பான பரிசோதனைகள் பல இருக்கின்றன. நாம் மேலே பார்த்ததற்கு, 'நேரடிக் கருத்தாக்கப் பரிசோதனை' என்று பெயர். இந்தப் பரிசோதனையின் மூலமாகக் கண்டுபிடிக்கப்படாத சில கருத்தாக்கங்களை நாம் கொண்டிருக்கலாம். வேறு சில நேரங்களில், நாம் கொண்டுள்ள பயமும் எதிர்மறை எண்ணங்களும் சோதனைக்கு உட்படுத்தப்பட முடியாதவையாக இருக்கலாம். எடுத்துக்காட்டாக, தனியனாக இருக்கின்ற ஒரு நபர், தனக்கு ஏதாவது நிகழ்ந்தால் யாராவது அது குறித்துக் கவலைப்படுவார்களா என்பதை அறிந்து கொள்வதற்காக, தன்னைக் காயப்படுத்திக் கொள்கின்ற பரிசோதனை முயற்சியில் இறங்க முடியாது, இல்லையா?

இது போன்ற சூழ்நிலைகளை எதிர்கொள்கின்றவர்கள், மாற்றுப் பரிசோதனை ஒன்றை முயற்சி செய்யலாம். எடுத்துக்காட்டாக, உங்களுடைய மனத்தில் புகுந்து கொள்கின்ற எண்ணங்கள் உங்களுக்கே வெறுப்பூட்டுவதாக இருப்பதாக

வைத்துக் கொள்ளலாம். அதனால், அவற்றை வேறொருவருடன் உங்களால் பகிர்ந்து கொள்ள முடியாது. இப்படிப்பட்டச் சூழல்களில், பதற்றக் கோளாறால் அவதிப்படுகின்ற, உங்களுக்குத் தெரிந்த நபர்களிடம், அவர்களுக்கும் இதுபோன்ற எண்ணங்கள் தோன்றுகின்றனவா என்று நீங்கள் கேட்கலாம் அல்லது இணையத்தில் தேடலாம். அப்படித் தேடும்போது, உங்களைப்போலவே ஏராளமானோர் இருப்பதை நீங்கள் அறிகின்றபோது, உங்களுடைய எண்ணங்கள் நீங்கள் நினைத்துள்ளதைப்போல ஆபத்தானவையோ அல்லது மோசமானவையோ அல்ல என்பதை நீங்கள் புரிந்து கொள்வீர்கள்.

மூன்றாவது வகை பரிசோதனை ஒன்றும் இருக்கிறது. அதற்குக் 'கண்டுபிடிப்புப் பரிசோதனை' என்று பெயர். பொதுவாகப் பதற்றக் கோளாறால் அவதிப்படுகின்ற நபர்கள், எந்தவிதமான காரணங்களுமின்றி, சில குறிப்பிட்ட நபர்களைப் பற்றி, இந்த உலகைப் பற்றி, ஏன், தங்களைப் பற்றிக்கூட, திட்டவட்டமான சில கண்ணோட்டங்களை உறுதியாகப் பற்றிக் கொண்டிருப்பர். அவர்கள் பகுத்தறிவுக்குப் புறம்பான அச்சங்களைத் தங்களுக்குள் ஆழமாக வளர்த்துக் கொண்டிருப்பதால், மாற்று எண்ணங்களைப் பற்றி யோசிக்கக்கூட முடியாத நிலையில் இருப்பர். சில விஷயங்களைத் தாங்கள் செய்யாவிட்டால், அல்லது தவிர்க்காவிட்டால், அதன் விளைவுகள் படுமோசமாக இருக்கும் என்று அவர்கள் தங்களைத் தாங்களே நம்ப வைத்துக் கொண்டிருப்பர். எடுத்துக்காட்டாக, ஒரு சிறுமியாக இருந்தபோது பாலியல்ரீதியாகத் துன்புறுத்தலுக்கு ஆளான ஓர் இளம்பெண், தொடர்ந்து தன்னைக் குறித்து அவமான உணர்வு கொண்டிருக்கக்கூடும். தன்னை இப்படித் துன்புறுத்தியவனால் தான் 'சேதப்படுத்தப்பட்டுள்ளதாக' அவள் உணரக்கூடும். பிறரால் துன்புறுத்தலுக்கு ஆளானதால் ஒருவர் என்றென்றைக்குமாகச் சேதமடைந்திருக்க முடியும் என்பதற்கான தெளிவான காரணம் ஏதும் கிடையாது என்றாலும், அப்பெண்

இப்படி நீண்டகாலமாக எண்ணி வந்திருந்ததால், "நான் சேதப்படுத்தப்பட்டவள் அல்லள்," என்று சிந்திப்பது அவளுக்கு மிகவும் கடினமாக இருக்கும் என்பதில் சந்தேகமில்லை.

இப்படிப்பட்ட ஒரு சூழலில், அந்த நபர் தனக்குத் தானே, "நான் சேதப்படுத்தப்பட்டிராதவள்போல நடந்து கொண்டால் என்னவாகும்?" என்று கேட்டுக் கொள்ள வேண்டும். நாம் முன்பு பார்த்திருந்த பரிசோதனைகளுக்கும் இதற்கும் இடையே ஒரு வேறுபாடு இருக்கிறது. இது வெறும் ஓர் எண்ணத்தின் உண்மைத்தன்மையைப் பற்றிய பரிசீலனை அல்ல. நீங்கள் அப்படி நடந்து கொண்டால் உங்களைச் சுற்றியுள்ள மக்கள் அதற்கு எப்படி எதிர்வினை புரிவர் என்பதை நீங்கள் பார்க்க முயல்கிறீர்கள். அது பலருக்கு மலைப்பான ஒரு விஷயமாக இருக்கக்கூடும் என்பது உண்மைதான் என்றாலும், தாங்கள் நம்பிக் கொண்டிருப்பது உண்மையா இல்லையா என்பதைக் கண்டறிய இதுதான் ஒரே வழியாக இருக்கக்கூடும். ஏனெனில், நடந்தவற்றை அசைபோட்டுப் பார்த்து எண்ணங்களை மாற்றுவது என்பது இந்த விஷயத்தில் பலனளிக்காது. நாம் இதுவரை பார்த்திருந்த அனைத்துப் பரிசோதனைகளிலும் இதுதான் உங்களுக்கு நம்பத் தகுந்த முடிவுகளை வழங்கும். ஏனெனில், இங்கு உங்களுடைய சொந்த அனுபவம் உண்மையை உங்களுக்குச் சுட்டிக்காட்டிவிடும்.

உங்களுடைய சுயபேச்சைச் சுத்தம் செய்வதற்குப் புலனுணர்வுசார் நடத்தை சிகிச்சையைப் பயன்படுத்துதல்

நீங்கள் உங்களுடைய எண்ணங்களை உற்றுப் பார்க்கின்றபோது உங்களிடம் தோன்றுகின்ற எண்ணங்களின் அளவால் நீங்கள் திக்குமுக்காடலாம். அளவுக்கதிகமாகச் சிந்திப்பவர்களை சுயபேச்சுகள் அலையென வந்து புரட்டியெடுக்கும். வெள்ளமென வந்து கொண்டிருக்கின்ற இந்த எண்ணவோட்டத்திலிருந்து ஒரே ஒரு யோசனையைத் தனியாகப் பிரித்தெடுப்பது

கடினமான காரியமாக இருக்கும். நாம் அன்றாடம் நம்முடைய பணிகளைத் தொடர்ந்து கொண்டிருக்கின்றபோது, தொடர்ச்சியாக நாம் நம் மனத்தில் நடத்திக் கொண்டிருக்கின்ற உரையாடல்கள், விளக்கவுரைகள், மற்றும் வர்ணனைகள்தாம் சுயபேச்சு. அது நடுநிலையானதாக இருக்கலாம் (வெறும் கவனிப்பு மற்றும் அவதானிப்பு எண்ணங்கள்), நேர்மறையானதாக இருக்கலாம் (ஊக்குவிக்கின்ற, மகிழ்ச்சியளிக்கின்ற, அதிகாரமளிக்கின்ற எண்ணங்கள்) அல்லது எதிர்மறையானதாக இருக்கலாம் (நம்மைப் படுமோசமாக உணர வைகின்ற, பதற்றமடைய வைக்கின்ற எண்ணங்கள்).

தவறான, ஆழமான ஒற்றை நம்பிக்கைக்கும் ('பிறரால் நேசிக்கப்படுவதற்கு நான் கச்சிதமானவனாக இருக்க வேண்டும்' என்பது போன்றவை) எதிர்மறையான சுயபேச்சுக்கும் என்ன வித்தியாசம்? இரண்டும் ஒன்றோடொன்று நெருக்கமானவை என்பதில் சந்தேகமில்லை. இந்த வேறுபாட்டை ஓர் எடுத்துக்காட்டின் மூலம் விளக்குவது எளிது. 'பிறரால் நேசிக்கப்படுவதற்கு நான் கச்சிதமானவனாக இருக்க வேண்டும்' என்ற நம்பிக்கை ஏராளமான சுயபேச்சுகளை உருவாக்கக்கூடும். "நீ ஒரு தோல்வியாளன். இந்தத் திட்டம் எப்படி மோசமாகப் போய்க் கொண்டிருக்கிறது என்பதை நீ பார்த்துக் கொண்டுதானே இருக்கிறாய்? நீ இந்த அளவு உருப்படாதவனாக இருந்தால், யார்தான் உன்னுடன் குப்பை கொட்ட ஆசைப்படுவர்? சரி, சரி. நீ உனக்காக துக்கம் கொண்டாடியது போதும். இந்த அளவு பதற்றத்துடன் இருப்பவனுடன் எவன்தான் நட்பு பாராட்ட விரும்புவான்? நீ தனிக்கட்டையாக இருப்பதில் வியப்பேதுமில்லை. நீ எதை முயற்சித்தாலும் அதில் தோல்விதான் அடைகிறாய். ஏன் அப்படி? உன்னிடம் அப்படி என்னதான் பிரச்சனை?" இப்படிப் போய்க் கொண்டேயிருக்கும்.

இதில் இடம் பெற்றுள்ள ஒவ்வோர் எதிர்மறைக் கூற்றையும் தனித்தனியாகக் கையாள்வது சரிப்பட்டு வராது. ஆனால், பொறுமையாக ஆராய்ந்தால், இவை அனைத்திற்கும் அடிப்படையான ஒரு நம்பிக்கை

இருப்பதை உங்களால் கண்டுபிடிக்க முடியும். அது வெவ்வேறு விதங்களில் தன்னை வெளிப்படுத்திக் கொள்கிறது, அவ்வளவுதான். எதிர்மறையான சுயபேச்சை, அதில் தொக்கி நிற்கின்ற உணர்ச்சிகளின் வாயிலாக எளிதில் அறிந்து கொள்ளலாம். மேலே கொடுக்கப்பட்டுள்ள சுயபேச்சில் இடம் பெற்றிருந்த சுயசந்தேகம், சுயநிந்தனை, அவமானம் போன்ற உணர்ச்சிகளை உங்களால் அடையாளம் காண முடிகிறதா?

நீண்டகாலமாக ஒருவரிடம் படிந்துள்ள சுயசந்தேகம், குறைவான சுயமதிப்பு, சுயஎடைபோடுதல் போன்றவற்றிலிருந்து உருவாகின்ற சுயபேச்சைக் கையாள்வதற்குப் புலனுணர்வுசார் நடத்தை சிகிச்சை உதவும். நாம் ஏற்கனவே பார்த்திருந்த உத்திகளைப் பயன்படுத்தி, சுயபேச்சுக்குப் பின்னாலுள்ள தூண்டுதல் காரணிகளை நம்மால் அடையாளம் காண முடியும். அது எப்போது துவங்கியது என்பது உங்களுக்கு உண்மையிலேயே தெரியாது என்பதால் அவற்றைக் கண்டுபிடிப்பது சில சமயங்களில் கடினமாக இருக்கலாம். ஆனால் நீங்கள் சேகரித்து வைத்துள்ள தரவுகளைப் பயன்படுத்தி, உங்களுடைய சுயபேச்சுக்குப் பின்னாலுள்ள ஒற்றை உணர்ச்சி அம்சத்தைக் கண்டுபிடிக்க முடியுமா என்று பாருங்கள். அதை வைத்து, இந்த எண்ணவோட்டத்தைத் தூண்டிவிட்ட உங்களுடைய ஆழமான நம்பிக்கையை உங்களால் பிரித்தெடுக்க முடியும்.

நீண்டகாலமாக உங்களிடம் ஆழமாகப் படிந்துள்ள சுயபேச்சைக் கையாள்வதற்கு அதை உணர்ச்சிரீதியாக அணுகுவது பலனளிப்பதாக இருக்கும். உங்களுடைய மண்டைக்குள் ஓடிக் கொண்டிருக்கின்ற எண்ணங்களின் துல்லியத்தன்மை, உண்மைத்தன்மை, அதற்குப் பின்னாலுள்ள தர்க்கம் போன்றவற்றில் கவனம் செலுத்திக் கொண்டிருக்காமல், அதற்குப் பின்னால் இருக்கின்ற உணர்ச்சியை அடையாளம் கண்டு, அதை நீங்கள் நேரடியாகக் கையாள வேண்டும். சற்று முன்பு நாம் பார்த்த எடுத்துக்காட்டில், உங்களுடைய

எண்ணத்தை, “நான் கச்சிதமற்றவன்தான். ஆனால், நான் எப்படியிருக்கிறேனோ, அப்படியே பிறரால் நேசிக்கப்படுகிறேன்,” என்று மாற்றுவதோடு நிறுத்திக் கொள்ளாமல், உங்களுடைய குறைவான சுயமதிப்பு உணர்வை அப்புறப்படுத்திவிட்டு, அங்கு சுயநேசம், பரிவு ஆகியவற்றை உட்கார வைக்க வேண்டும்.

நேர்மறையான சுயபேச்சை ஊக்குவித்து உறுதிப்படுத்துவதற்கான சுயவசனங்கள்

எண்ணங்கள், உணர்ச்சிகள் மற்றும் நடத்தைகள் எப்போதும் சிக்கலான விதங்களில் பின்னிப் பிணைந்து கிடக்கின்றன என்பது ஒரு கசப்பான உண்மை. நாம் சுயபேச்சில் ஈடுபடுகின்றபோது, அக்கூற்றுகளின் கச்சிதத்தன்மை எந்த அளவுக்கு முக்கியமானதோ, அதே அளவுக்கு, அதற்கு நாம் பயன்படுத்துகின்ற மொழிநடையும் முக்கியமானது. சுயபேச்சில் ஈடுபடுகின்றபோது நம்மை நாம் அழைத்துக் கொள்கின்ற விதம், நாம் ஈடுபட்டிருக்கின்ற ஒற்றைச் சிந்தனையோடு மட்டும் தொடர்பு கொண்டது அல்ல. அது நம்முடைய மனப்போக்கு மற்றும் பழக்கவழக்கங்களோடும் தொடர்புடையது. பரிவு மற்றும் மரியாதையின் அடிப்படையில் காலப்போக்கில் எப்படி நாம் பிற உறவுகளை வளர்த்துக் கொள்கிறோமோ, அதேபோல, நம்மால் நம்முடனான உறவையும் வளர்த்துக் கொள்ள முடியும்.

சுயபேச்சு என்பது தனிப்பட்டக் கூற்றைத் தாண்டிய ஒன்று என்பதால், நீங்கள் எல்லா நேரங்களிலும் உங்களைப் பற்றி நேர்மறையாகவும் ஊக்குவிக்கின்ற விதத்திலும் உங்களோடு பேசிக் கொண்டிருக்க வேண்டும். நீங்கள் உங்களுடன் எப்படிப் பேசிக் கொண்டிருக்கிறீர்கள்? நேர்மறையாகவா அல்லது எதிர்மறையாகவா? துல்லியமாகவா அல்லது பொத்தாம் பொதுவாகவா? எதார்த்தமாகவா அல்லது எதார்த்தமற்றா? பரிவாகவா அல்லது பரிவற்றா? உதவுகின்ற நோக்கத்துடனா அல்லது அதற்கு நேர்மாறாகவா?

எந்நேரமும் நம்முடன் நாம் நடத்திக் கொண்டிருக்கின்ற உரையாடல்கள்மீதான முழுமையான கட்டுப்பாட்டை நம் கைகளில் எடுத்துக் கொள்வதற்கு, அந்த வசனங்களை நாமே வலுக்கட்டாயமாக எழுதுவதுதான் ஒரே வழி. மனஅழுத்தமிக்கச் சூழல்களின்போது, தன்னிச்சையாக மேலெழுகின்ற சுயபேச்சை அலட்சியம் செய்துவிட்டு, நம்முடைய சுயபேச்சின் வசனங்கள் நேர்மறையான விதத்தில் இருக்கும்படி அவற்றை நம்மால் வலிந்து எழுத முடிந்தால், காலப்போக்கில் அது நம்முள் படிந்துவிடும். நேர்மறையான சுயபேச்சுகள் தன்னிச்சையானவையாக மாறிவிடும். நீங்கள் சுயவசனங்களை, தியானம், மனக்காட்சிப்படைப்பு, தசையிளக்க ஆசுவாசப் பயிற்சி போன்றவற்றோடு சேர்த்துச் செய்யலாம். தேவையெனில், மேற்கோள்களையும் பயன்படுத்தலாம். நீங்கள் வலுவாகவும் மகிழ்ச்சியாகவும் இருக்கின்றபோது, ஊக்குவிக்கின்ற சுயவசனங்களை எழுதி வைத்துக் கொள்ளுங்கள். நீங்கள் பதற்றமாக இருக்கின்றபோது, சாதாரணமான நிலைக்கு மீண்டுவர அவற்றைப் பயன்படுத்திக் கொள்ளுங்கள்.

உங்களைப் பதற்ற நிலைக்குள் தள்ளுவதற்குத் தூண்டுகின்ற காரணிகளுடன் உங்களுக்கு நல்ல பரிச்சயம் இருந்தால், அந்த நிலைக்கு நீங்கள் செல்லப் போவதை உணரும்போது, நீங்கள் ஏற்கனவே எழுதி வைத்துள்ள சுயவசனங்களை உங்களுடன் நீங்கள் பேசத் துவங்கிவிடலாம். எடுத்துக்காட்டாக, பலர் முன்னிலையில் பேசுவது என்ற எண்ணம் உங்களுக்குப் பதற்றத்தைத் தூண்டுகின்ற ஒன்றாக இருக்கிறது என்று வைத்துக் கொள்வோம். அப்போது நீங்கள் உங்களை அமைதிப்படுத்துகின்ற சுவாசப் பயிற்சி, மனக்காட்சிப்படைப்பு ஆகியவற்றோடு, "இதுவொன்றும் பெரிய விஷயமல்ல. இதற்கு முன்பு நான் ஏகப்பட்ட முறை பொதுவெளிகளில் பேசியிருக்கிறேன்தானே," என்ற ரீதியில் அமைந்த சுயபேச்சையும் சேர்த்துக் கொள்ளலாம். இந்த வழியில் நீங்கள் உங்களைத் தயார் செய்து கொள்வதுடன், உங்கள்மீது உங்களுக்கு இருக்கும்

கட்டுப்பாட்டையும் அதிகரித்துக் கொள்கிறீர்கள்.

ஒருவிதத்தில் பார்த்தால், சுயவசனங்கள் என்பவை சுயஅறிதுயில் நிலைதான். இங்கு நீங்கள் உங்களுடைய கவனத்தை எங்கு நிலைநிறுத்த விரும்புகிறீர்களோ அங்கு நிலைநிறுத்துகிறீர்கள். பொதுவாக சுயபேச்சுகள் பிரக்ஞையற்ற முறையில் நிகழ்த்தப்படுவதாக இருக்கலாம் என்றாலும், வலிந்து நீங்கள் ஏற்கனவே எழுதி வைத்துள்ள சுயவசனங்களைப் பேசுகின்றபோது, அதை நீங்கள் பிரக்ஞைபூர்வமாக மேற்கொள்கிறீர்கள். நீங்கள் அமைதியாக இருக்கும்போது சுயவசனங்களைப் பேசிப் பழகிக் கொண்டால், பதற்றமடைகின்ற சூழலில் அவற்றை உங்களால் எளிதாகப் பயன்படுத்திக் கொள்ள முடியும். அவற்றை எழுதி வைத்துக் கொள்ளுங்கள். அல்லது சில முக்கியமான வார்த்தைகளை எழுதி, உங்கள் கண்களில் படுகின்ற இடத்தில் அவற்றை வைத்துக் கொள்ளுங்கள். சில காலம் கழித்து உங்களுடைய சுயவசனங்கள் உங்களுடைய மனநிலையில் ஏதாவது மாற்றங்களை ஏற்படுத்தியுள்ளனவா என்று பாருங்கள். அப்படி ஏற்படுத்தியிருந்தால், அவற்றை அலசுங்கள். தேவைக்கு ஏற்ப அவற்றில் மாறுதல்களைச் செய்து கொள்ளுங்கள். வெவ்வேறு சூழல்களில், வெவ்வேறு தூண்டுகோல்களைச் சமாளிக்கின்ற விதத்தில், வெவ்வேறு வகையான சுயவசனங்களை நீங்கள் தயாரித்து வைத்துக் கொள்ளலாம்.

நேர்மறைகள் குறித்து இங்கு நான் சில விஷயங்களைக் கூறக் கடமைப்பட்டிருக்கிறேன். நாம் உண்மையிலேயே நம்பிக்கை வைக்காத சில சுயபிரகடனங்கள் ஏராளமாக இருப்பதை நாம் அனைவரும் அறிவோம். நேர்மறையான சுயபேச்சு எதார்த்தத்திலிருந்து வெகுதூரம் தள்ளியிருக்க வேண்டும் என்று அவசியமில்லை; அதற்காக உங்களுக்கு நீங்களே வாய் கூசாமல் பொய் சொல்லிக் கொள்ள வேண்டிய தேவையில்லை; அதேபோல, நீங்கள் எதிர்கொண்டுள்ள பிரச்சனை உண்மையில் இருக்கவேயில்லை என்று நம்ப வேண்டிய கட்டாயமில்லை. வாழ்க்கை குறித்த உங்களுடைய கண்ணோட்டத்திற்கு ஒரு நேர்மறைச்

சாய்வை நீங்கள் கொடுக்கிறீர்கள், அவ்வளவுதான்.

பதற்றத்தை, எதிர்கால உறுதியின்மையை அல்லது சவால்களை முற்றிலுமாக ஒழித்துக்கட்டுவது உங்களுடைய இலக்கு அல்ல என்பதை நீங்கள் நினைவில் வைத்திருக்க வேண்டும். இங்கு நீங்கள், அனைத்தும் கச்சிதமாக இருக்கின்ற ஒரு சொர்க்கபுரியில் உங்களை வைக்க முயன்று கொண்டிருக்கவில்லை. சில மனஅழுத்தங்கள் உங்களுடைய செயற்திறனை அதிகரிக்கின்றன, உங்களை ஊக்குவிக்கின்றன என்பதை மறக்காதீர்கள்!

சுருக்கமாக

- நமக்கு ஏராளமாகப் பதற்றத்தைத் தோற்றுவிக்கின்ற சில எதிர்மறை எண்ணச் சுழலுக்குள் மாட்டிக் கொள்கின்ற பழக்கம் நம்மில் பலருக்கு இருக்கிறது. அத்தகைய மனப்போக்குகளை அடையாளம் கண்டு, உங்களுடைய மனநிலையை மேம்படுத்துகின்ற நேர்மறையான எண்ணங்களால் அவற்றை இட்டு நிரப்புவதற்குப் புலனுணர்வுசார் நடத்தை சிகிச்சை உங்களுக்கு உதவும்.
- முதலில் நீங்கள் உங்களிடம் இருக்கின்ற பாகுபாட்டுடன்கூடிய எண்ணங்களை அடையாளம் காண வேண்டும். எல்லாவற்றையும் கருப்பு அல்லது வெள்ளையாகப் பார்க்கின்ற சிந்தனை அவற்றில் ஒன்று. எல்லாவற்றையும் நீங்கள், ஒன்று, இந்தக் கோடியில் வைத்துப் பார்ப்பீர்கள் அல்லது மறுகோடியில் வைத்துப் பார்ப்பீர்கள். உங்களைப் பொறுத்தவரை, ஒன்று அற்புதமாக இருக்கும் அல்லது மகாமட்டமாக இருக்கும். பொதுவாக, இங்கு நீங்கள் ஒரு சூழ்நிலையிலுள்ள நேர்மறையான விஷயங்களில் கவனத்தைக் குவிக்காமல், அதிலுள்ள மோசமான அம்சத்தில்

அளவுக்கதிகமாக கவனத்தைக் குவிப்பீர்கள். இப்படிப்பட்டத் திரிபுகள் பல நம்மிடம் இருக்கும். சில சமயங்களில் அவற்றில் சிலவற்றை நாம் ஒன்றாகச் சேர்த்துக் கொள்வோம்.

- அடுத்து நாம் நம்முடைய கவனத்தை, உங்களுடைய எண்ணப் போக்குகளைத் தூண்டிவிடுகின்ற சூழ்நிலைகள் அல்லது மக்கள்மீது செலுத்த வேண்டும். பின், உங்களுக்குப் பலனளிக்காத எண்ணங்களை, அவை தொடர்பான பிற விபரங்களோடு நீங்கள் பதிவு செய்து வைத்துக் கொள்ள வேண்டும். நீங்கள் ஓர் எதிர்மறை எண்ணச் சுழலுக்குள் விழப் போகிறீர்கள் என்ற எண்ணம் உங்களுக்குத் தோன்றும்போதெல்லாம், உங்களுடைய எண்ணப் போக்கை நிறுத்திவிட்டு, அதற்கு முன்னோடியாக இருந்த எண்ணம், சூழ்நிலை அல்லது நிகழ்வுகளை அடையாளம் காண வேண்டும். பின் அதற்கேற்றப் பகுத்தறிவுரீதியான எதிர்வினையாற்றல் குறித்து நீங்கள் சிந்திக்க வேண்டும்.
- நம்முடைய எண்ணச் சாய்வுகள் குறித்து நாம் அதிகம் புரிந்து கொண்டவுடன், அந்த எண்ணப் போக்குகளை மாற்றுவதற்கான வழிகளைக் கண்டுபிடிக்க வேண்டும். அதற்கான சிறந்த வழிகளில் ஒன்று நடத்தைசார் பரிசோதனைகளை மேற்கொள்ளுதல். இதில் நீங்கள் உங்களுடைய எதிர்மறை எண்ணம் அல்லது நம்பிக்கையைத் தெளிவாகக் குறிப்பிட வேண்டும். பின் அது தவறு என்ற கருத்தாக்கத்தை நீங்கள் உருவாக்கிக் கொள்ள வேண்டும். அதைத் தொடர்ந்து, இது உண்மைதான் என்று நிரூபிப்பதற்குத் தேவையான சான்றுகள் அல்லது உங்களுடைய பழைய

அனுபவங்களை நீங்கள் தேட வேண்டும். உங்களுடைய மூல நம்பிக்கை தவறானதாக இருப்பதாக நீங்கள் சந்தேகித்தால், அதற்குப் பொருத்தமான விதத்தில், உங்களுடைய எண்ணப் போக்கில் மாறுதல்களைச் செய்து கொள்ள வேண்டும்.

அத்தியாயம் 6

புதிய மனப்போக்குகளும் உணர்வுரீதியான கட்டுப்பாடுகளும்

நாம் இதுவரை அளவுக்கதிகமான சிந்தனையைப் பற்றியும், அதைக் கையாள்வதற்கான வழிமுறைகளைப் பற்றியும் பார்த்தோம். ஆனால், நம்முடைய இலக்கு, இவற்றைப் பயன்படுத்தி, எப்போதும் அமைதியாக இருக்கின்ற, வாழ்க்கையைத் தன் கட்டுப்பாட்டில் வைத்திருக்கின்ற, வாழ்க்கையைத் தன்னம்பிக்கையுடன் எதிர்நோக்குகின்ற ஒரு புதிய, முழுமையான மனிதனாக உருவாவதுதான். எதிர்மறைச் சிந்தனைகளால் திக்குமுக்காடிக் கொண்டிருக்கின்ற ஒரு மனிதனுக்கும், எந்தச் சவால்களையும் அமைதியாக எதிர்கொள்கின்ற நபருக்கும் இடையே என்ன வேறுபாடு? அவர்கள் கொண்டிருக்கின்ற மனப்போக்குதான்.

இப்போது நாம் எந்தச் சவால்களையும் அமைதியாக எதிர்கொள்வதற்கு உதவுகின்ற ஐந்து மனப்போக்குகளைப் பார்க்கலாம். முந்தைய அத்தியாயங்களில் கொடுக்கப்பட்டுள்ள உத்திகளை நீங்கள் முறையாகவும் தொடர்ச்சியாகவும் பயிற்சி செய்து வந்தால், உங்களால் இந்த மனப்போக்குகளைக் கைவசப்படுத்த முடியும்.

மனப்போக்கு 1: உங்களால் கட்டுப்படுத்த முடிகின்ற விஷயங்களில் மட்டும் கவனத்தைக் குவியுங்கள்

பிரக்ஞைபூர்வமாக உங்களால் ஒரு நேரத்தில் ஒரு விஷயத்தில் மட்டுமே கவனம் செலுத்த முடியும். விஷயங்கள் நம் கட்டுப்பாட்டில் இல்லை என்ற உணர்வு நமக்கு ஏற்படும்போதுதான் நாம் அளவுக்கதிகமான சிந்தனையால் அலைக்கழிக்கப்படுகிறோம். நம்முடைய கட்டுப்பாட்டில் இல்லாத விஷயங்களின்மீது நாம்

நம்முடைய கவனத்தைக் குவிக்கின்றபோது, இயல்பாகவே, நாம் ஆற்றல் இல்லாதவர்களாக உணர்கிறோம். விஷயங்களை மாற்றுவதற்கு நமக்கு இருக்கின்ற சுதந்திரத்தை நாம் அலட்சியப்படுத்துகிறோம். நம்மால் ஒன்றுமே செய்ய முடியாத விஷயங்கள்மீது நம்முடைய கவனத்தைச் செலுத்துகிறோம். அதன் காரணமாக, நம்முன் இருக்கின்ற தீர்வுகளும் மாற்று வழிகளும் நம் கண்களுக்குத் தெரிவதில்லை.

இது ஒரு பெரும் பாறாங்கல்லை நகர்த்த முயற்சிப்பதைப் போன்றது. நீங்கள் என்னதான் முயன்றாலும் நீங்கள் அதில் வெற்றியடையப் போவதில்லை. மாறாக, நீங்கள் களைப்படைவீர்கள், ஊக்கமிழப்பீர்கள். நகர்த்த முடியாத ஒன்றின்மீது எதற்காக ஆற்றலை வீணாக்க வேண்டும்? குறிப்பாக, மாற்றங்களை விளைவிப்பதற்கு அந்த ஆற்றலைப் பயன்படுத்திக் கொள்கின்ற வாய்ப்பு இருக்கின்றபோது நாம் ஏன் இப்படிச் செய்ய வேண்டும்?

சில நேரங்களில் செயல்நடவடிக்கையில் ஈடுபடுவதற்கான வாய்ப்பு குறைவாக இருக்கக்கூடும் என்பது உண்மைதான். நீங்கள் விரும்பாத இரண்டு விஷயங்களில் ஒன்றைத் தேர்ந்தெடுக்க வேண்டிய கட்டாயம்கூட உங்களுக்கு ஏற்பட்டிருக்கலாம். அப்படிப்பட்டச் சூழலில்கூட, தேர்ந்தெடுப்பதற்கு உங்களுக்கு ஒரு வாய்ப்பு இருக்கிறது. பெரும்பாலான சமயங்களில், நீங்கள் மட்டுமே உங்களுடைய கட்டுப்பாட்டில் இருப்பீர்கள். ஆனால் அதுவே ஏராளம்! எடுத்துக்காட்டாக, நீங்கள் உங்களுடைய காரில் பயணம் செய்து கொண்டிருக்கின்றபோது உங்களுக்கு ஒரு சிறு விபத்து ஏற்பட்டுவிட்டது என்று வைத்துக் கொள்வோம். அதற்கு உங்கள் கார்மீது மோதியிருந்த காரின் ஓட்டுநரின் அஜாக்கிரதையே முழுப் பொறுப்பு. ஏனெனில், அவர் தன்னுடைய அலைபேசியில் எதையோ தட்டச்சு செய்து கொண்டே தன்னுடைய காரை ஓட்டிக் கொண்டிருந்தார். ஆனால், அதை அவர் மறுப்பதோடு, உங்களைப் பார்த்துக் கத்தவும் செய்கிறார்.

இப்படிப்பட்டச் சூழ்நிலையில், பயத்தால் அல்லது கோபத்தால் ஆட்கொள்ளப்படுவது இயற்கையே.

ஆனால், அது குறித்து மனக்கலக்கம் அடைவதன் மூலம் உங்களால் எதையும் சாதிக்க முடியாது. கிரேக்க ஸ்டோயிக் தத்துவத்தைப் பின்பற்றி, உங்களால் மாற்ற முடியாத விஷயங்களை ஒரு நயமான விதத்தில் ஏற்றுக் கொள்ளுங்கள். வாகனக் காப்பீடு பற்றிய விபரங்களைப் பெற்றுக் கொண்டு, அங்கிருந்து விரைவாக நடையைக் கட்டுவதிலும், உங்களுடைய காரைப் பழுது பார்ப்பதற்கு ஆகவேண்டியவேலைகளைப்பார்ப்பதிலும்உங்களுடைய ஆற்றலைச் செலவிடுங்கள். உங்கள்மீது தன்னுடைய காரை இடித்தவர்மீதுதான் தவறா? ஆமாம். அந்த நபர் உங்களுக்குஎரிச்சலூட்டுகின்றவிதமாகவும்,மனஅழுத்தம் உண்டாக்குகின்ற விதமாகவும் நடந்து கொள்கிறாரா? இருக்கலாம். ஆனால், அந்த மனஅழுத்தத்தை நீங்கள் தேர்ந்தெடுக்க வேண்டியதில்லை. இப்படிப்பட்ட நபர்கள் வீசுகின்ற தூண்டிலில் சிக்கிக் கொள்ளாமல் இருக்கவும், அவர்கள் அள்ளி வீசுகின்ற அவமானங்களை அலட்சியம் செய்யவும், நடைமுறைக்கு உகந்த முறையில் நடந்து கொள்ளவும் உங்களால் முடியும்.

புராதன ஸ்டோயிக்குகள் இக்கொள்கையை நன்றாகப் புரிந்து வைத்திருந்தனர். "நம்முடைய கட்டுப்பாட்டுக்கு வெளியே இருக்கின்ற விஷயங்களை நாம் எவ்வளவு அதிகமாக மதிக்கிறோமோ, அவ்வளவு குறைவாக அவற்றின்மீது நம்முடைய கட்டுப்பாடு இருக்கும் என்பதை நினைவில் வைத்துக் கொள்ளுங்கள்," என்ற எபிக்டெட்டஸின் கூற்று இதை மெய்ப்பிக்கிறது. புறக் காரணிகள்மீது நமக்கு அவ்வளவாகக் கட்டுப்பாடு கிடையாது, நம் மனத்தின்மீதுதான் நமக்கு அதிகக் கட்டுப்பாடு இருக்கிறது. அதனால், நமக்குக் கட்டுப்பாடுகள் எதுவும் இல்லாத புறச் சூழல்கள்மீது நாம் தொடர்ந்து நம்முடைய கவனத்தைக் குவித்து வந்தால், நாம் அதிகாரமற்றவர்களாக உணர்வோம். அது நமக்குப் பதற்றத்தை உருவாக்கும்.

உங்களால் கட்டுப்படுத்த முடிகின்ற விஷயங்கள்மீது மட்டும் கவனம் செலுத்துகின்ற ஸ்டோயிக் கொள்கைகள், பதற்றக் கோளாறால் அவதிப்பட்டுக் கொண்டிருப்பவர்களுக்குக் குறிப்பிடத்தக்க அளவுக்குப்

பலனளிப்பதாக, அலெக்சான்டர் மேக்லெல்லன் என்ற ஆய்வாளரின் தலைமையில் செயல்பட்ட ஒரு குழு கண்டுபிடித்துள்ளது. அப்பரிசோதனையில் கலந்து கொண்ட நபர்கள் இரண்டு குழுக்களாகப் பிரிக்கப்பட்டனர். ஒரு குழு ஸ்டோயிக் கொள்கைகளைப் பின்பற்றியது. மற்றொன்று அவற்றைப் பின்பற்றவில்லை. பின்பற்றியிருந்த குழுவின் பதற்றத்தின் அளவு சுமார் 13 சதவீதம் குறைந்திருந்தது கண்டுபிடிக்கப்பட்டது. அந்த ஆய்வாளர்கள் தங்களுடைய பரிசோதனைக்காகத் தேர்ந்தெடுத்திருந்த பயிற்சிகள் இப்புத்தகத்தில் இடம் பெற்றுள்ள அதே பயிற்சிகள் என்பது சுவாரசியமான தகவல்.

மனப்போக்கு 2: உங்களால் செய்ய முடிகின்ற விஷயங்களில் மட்டும் கவனத்தைக் குவியுங்கள்

பதற்றம் பொதுவாகத் தெளிவற்றதாகவும் அரூபமானதாகவும் அகவயமானதாகவும் இருக்கும். பயங்கள், நடக்கவிருக்கின்ற சாத்தியக்கூறுகள் பற்றிய எதிர்பார்ப்புகள், அப்படி நடந்துவிட்டால் என்ன ஆகுமோ என்ற யோசனைகள், பழைய நினைவுகள், ஊகங்கள் ஆகியவற்றை உள்ளடக்கியது அது. இப்படி நீங்கள் உங்களுடைய மண்டைக்குள் குடித்தனம் நடத்திக் கொண்டிருந்தால், நீங்கள் அதிகாரமற்றவராக உணர்வீர்கள். சில நேரங்களில் நாம் நடவடிக்கைகளில் இறங்க பயப்படுவதாலும், நம்மால் செயலில் இறங்க முடியாது என்று நம்புவதாலும், நம்மால் செயலில் இறங்க முடியும் என்பதை ஒப்புக் கொள்ளாமல் இருப்பதாலும், நாம் அளவுக்கதிகமான சிந்தனையில் இறங்குகிறோம்.

பதற்றத்திலிருந்து உங்களை விடுவிக்கின்ற ஆற்றல் செயல்நடவடிக்கைகளுக்கு உண்டு. நீங்கள் உங்களுடைய கவனத்தைச் செயல்நடவடிக்கையில் குவிக்காமல் இருந்தாலோ அல்லது பதற்றமடைந்து கொண்டிருந்தாலோ, உங்களைப் பயனற்றவராக உணரச் செய்கின்ற, உங்களுக்கு விரக்தி ஏற்படுத்துகின்ற காரியங்களில் நீங்கள் உங்களுடைய ஆற்றலை வீணடித்துக்

கொண்டிருக்கிறீர்கள் என்று அர்த்தம்.

ஒருவர் சொந்தமாக ஒரு மதுவிடுதியைத் திறக்க முடிவு செய்கிறார் என்று வைத்துக் கொள்வோம். ஆனால், மதுபானங்களை விற்பனை செய்வதற்கான உரிமத்தைப் பெறுவது மிகக் கடினம் என்பதை அவர் தெரிந்து கொள்கின்றபோது, அவர் கடும் விரக்தி அடைகிறார். இதனால், அவருடைய மொத்தத் திட்டமும் தவிடுபொடியாகிறது. அவர் தன்னுடைய மொத்தக் கவனத்தையும், தன்னால் எதுவும் செய்ய முடியாது என்பதில் குவிக்கிறார். அது நியாயமில்லை என்று குதிக்கிறார். இது அவருக்குப் பதற்றத்தை உருவாக்குகிறது.

ஆனால், அவர் தன்னுடைய கண்ணோட்டத்தை மாற்றிக் கொண்டால், "சரி, இதை என்னால் செய்ய முடியவில்லை என்றால், என்னால் வேறு எதைச் செய்ய முடியும்?" என்ற கேள்வியை அவரால் எழுப்ப முடியும். "மதுவிடுதிக்குப் பதிலாக ஓர் உணவகத்தைத் திறந்தால் என்ன?" என்று அது அவரை யோசிக்க வைக்கும்.

எல்லாம் கச்சிதமாக இருக்கின்ற ஓர் உலகில், நம்மால் நம் மூளையைப் பயன்படுத்திப் பிரச்சனைகளுக்குத் தீர்வு காண முடியும், அல்லது ஒரு விநோதமான புதிய சூழ்நிலையின் ஊடாக ஒரு புதுமையான வழியைக் கண்டுபிடிக்க முடியும். சிந்திப்பது செயல்நடவடிக்கைக்கு இட்டுச் செல்கின்ற பட்சத்தில், அது ஓர் அருமையான திறன் என்று கூறலாம். சிந்தனையற்றச் செயல்நடவடிக்கை முட்டாள்தனமானது. அதே நேரத்தில், செயல்நடவடிக்கையற்றச் சிந்தனை வெறுமனே பதற்றத்தைத்தான் தோற்றுவிக்கும்.

சரியான மனப்போக்கால் இன்னல்களையும் தடைகளையும் படைப்பாற்றல்மிக்கத் தீர்வுகளுக்கான வாய்ப்புகளாக மாற்ற முடியும். பதற்றத்தையும் கவலையையும், திட்டமிடுதல் மற்றும் ஊக்குவிப்புக்காக மடைமாற்றிவிட முடியும். மிகச் சிறந்த கண்டுபிடிப்பாளர்களில் பலருக்கு, அவர்களுடைய முந்தைய திட்டங்கள் தோல்வியில் முடிந்த காரணத்தினாலேயே அற்புதமான யோசனைகள் கிடைத்தன. ஆனால், உங்கள் தோல்வி

சுட்டிக்காட்டுகின்ற சாத்தியக்கூறுகளில் கவனத்தைக் குவிக்காமல், அத்தோல்வியின்மீது மட்டுமே உங்கள் கவனத்தைக் குவித்தால், நீங்கள் கடும் பதற்றத்தை மட்டுமே எதிர்கொள்வீர்கள்.

மனப்போக்கு 3: உங்களிடம் இருக்கின்ற விஷயங்களில் மட்டும் கவனத்தைக் குவியுங்கள்

தன்னம்பிக்கையும் மனநிறைவும் தீர்வுகளுக்கான சாத்தியக்கூறுகளில் கவனத்தைக் குவிக்கின்ற கண்ணோட்டத்திலிருந்து வருகிறது. ஆனால் பதற்றமோ, ஒரு சூழ்நிலையிலுள்ள தவறான அம்சங்களின்மீது கவனத்தைக் குவிக்கின்ற கண்ணோட்டத்திலிருந்து பிறக்கிறது. ஒன்று நேர்மறையானது, மற்றொன்று எதிர்மறையானது.

உங்களிடம் இருக்கின்ற விஷயங்களில் உங்களுடைய கவனத்தைக் குவிப்பது, ஒரு சூழ்நிலையை எடைபோடுவதில் ஒரு நேர்மறையான, ஆரோக்கியமான பார்வையை அளிக்கிறது. உங்களிடம் என்ன வளங்கள் இருக்கின்றன? எவை சரியாக வேலை செய்து கொண்டிருக்கின்றன? உங்களிடமிருக்கின்ற எந்த விஷயங்கள் குறித்து நீங்கள் நன்றியுடையவராக இருக்கிறீர்கள்? இந்தக் கண்ணோட்டத்தை நீங்கள் இறுகப் பற்றிக் கொண்டிருந்தால், உங்களால் தீர்வுகளையும் புதிய வாய்ப்புகளையும் எளிதில் கண்டறிய முடியும். உங்களிடம் இல்லாத விஷயங்களில் நீங்கள் உங்களுடைய கவனத்தைக் குவித்தால், பற்றாக்குறையும் தவறானவையும்தான் உங்களுடைய பார்வையில் படும்.

ஒருவர் தன்னுடைய குழந்தைக்காக ஒரு பிறந்தநாள் கொண்டாட்டத்தை ஏற்பாடு செய்கிறார் என்று வைத்துக் கொள்வோம். அதற்கு அவர் ஏராளமானோரை அழைத்திருக்கிறார். அதனால் அது அவருக்குப் பதற்றத்தை விளைவிக்கிறது. துரதிர்ஷ்டவசமாக, அந்த விருந்தின்போது, பிறந்தநாளுக்காக ஆர்டர் செய்யப்பட்டிருந்த கேக் கீழே விழுந்து முழுவதுமாக நாசமாகிவிடுகிறது. இச்சூழ்நிலையில், அதை ஏற்பாடு

செய்திருந்தவர், ஒன்று, அச்சூழல் குறித்துப் புலம்பி, தன்னுடைய துரதிர்ஷ்டம் குறித்துப் பதற்றம் கொள்ளலாம். அல்லது, அச்சூழ்நிலையைப் புத்திசாலித்தனமாக எப்படிச் சமாளிக்கலாம் என்று அவர் யோசிக்கலாம். அந்த நிகழ்ச்சிக்காக வரவழைக்கப்பட்டிருந்த சாக்லெட்டுகள், மிட்டாய்கள், பழவகைகள் போன்றவை இருக்கின்றன. அங்கிருக்கின்ற குழந்தைகளில் யார் சிறந்த திடீர் கேக்கைத் தயாரிப்பதற்கு அல்லது அதற்கு மாற்று ஒன்றைத் தயாரிப்பதற்கு யோசனை வழங்குகிறார்களோ அவர்களுக்கு ஒரு சிறப்புப் பரிசு அளிக்கப்படும் என்று அவர் அறிவிக்கலாம்.

இதோடு தொடர்புடைய ஒரு விஷயத்தை இங்குக் குறிப்பிடுவது பொருத்தமாக இருக்கும். நன்றியுணர்வுதான் அது. நன்றியுணர்வுடன் இருத்தல் என்பது இப்போது உங்களுடைய வாழ்வில் இடம்பெற்றுள்ள அனைத்துச் சிறந்த விஷயங்களையும் மெச்சுவதும் அவற்றை இரசித்து அனுபவிப்பதுமாகும். 2016 இல் வோங் மற்றும் அவருடைய குழுவினர் நடத்திய ஓர் ஆய்வு, 'நன்றிக் குறிப்பேடு' எழுதுகின்ற பழக்கம் மன ஆரோக்கியத்தை வெகுவாக மேம்படுத்துவதாகக் கண்டறிந்தது. இந்த ஆய்வுக்காக, உளவியல் சிகிச்சை பெற்றுக் கொண்டிருந்த நோயாளிகள் மூன்று குழுக்களாகப் பிரிக்கப்பட்டனர். முதல் குழுவினர், ஒரு குறிப்பேட்டில், பிறருக்கு நன்றி தெரிவிக்கின்ற வாசகங்களை எழுதினர். இரண்டாவது குழுவினர், வெறுமனே தங்களுடைய எண்ணங்களையும் உணர்வுகளையும் ஒரு குறிப்பேட்டில் பதிவு செய்தனர். மூன்றாவது குழுவினர், எதையும் எதிலும் எழுதவில்லை. நீங்கள் ஊகித்துள்ளபடி, இதில் நன்றிக் குறிப்பேட்டில் எழுதிய குழுவினரின் ஆரோக்கியத்தில் நல்ல மேம்பாடு ஏற்பட்டிருந்தது கண்டுபிடிக்கப்பட்டது.

உங்கள் வாழ்வின் இக்கட்டத்தில், பிரச்சனையாக இல்லாத விஷயங்கள்மீதும் உங்கள் மனத்தின் கவனத்தை நீங்கள் திருப்ப வேண்டும். நம்முடைய நிலை எந்த அளவுக்கு ஆசிர்வதிக்கப்பட்ட ஒன்றாக இருக்கிறது என்பது குறித்தப் பிரக்ஞை, நம் வாழ்க்கையில் எழும் சவால்களைச் சந்திக்க நமக்கு வெகுவாக உதவும்.

மனப்போக்கு 4: நிகழ்கணத்தின்மீது மட்டுமே கவனத்தைக் குவியுங்கள்

பதற்றம் எப்போதும் நிகழ்கணத்தில் இருப்பதில்லை. அது கடந்தகாலத்தில் வட்டமிட்டுக் கொண்டிருக்கும். ஏற்கனவே நடந்து முடிந்துவிட்டுள்ள விஷயங்கள் குறித்து அது கவலைப்பட்டுக் கொண்டிருக்கும். அதாவது, நம்முடைய கட்டுப்பாட்டில் இல்லாத விஷயங்கள்மீது அது தன் கவனத்தைக் குவித்திருக்கும் அல்லது எதிர்காலத்தில் மிதந்து கொண்டிருக்கும். மனஅழுத்தம் ஏற்படுத்தக்கூடிய ஆயிரக்கணக்கான சாத்தியக்கூறுகள் குறித்து அது கற்பனை செய்து கொண்டிருக்கும். ஆனால், பிரக்ஞையும் செயல்நடவடிக்கைகளும் நிகழ்கணத்தில்தான் இருக்கும். இப்போது, இக்கணத்தில் என்ன நடந்து கொண்டிருக்கிறதோ அதில் நீங்கள் உங்களுடைய கவனத்தைக் குவித்தால், அளவுக்கதிகமான சிந்தனைக்கான வாய்ப்புகளை உங்களால் வெகுவாகக் குறைக்க முடியும். உங்களுக்கு உண்மையிலேயே உதவக்கூடிய வாய்ப்பிருக்கின்ற ஒரே இடம் அதுதான். எந்தவொரு தீர்வும், எந்தவொரு மகிழ்ச்சியும், எந்தவொரு முன்னோக்கும், எந்தவொரு உதவிகரமான செயல்நடவடிக்கையும் நடப்பதற்கு வாய்ப்பிருக்கக்கூடிய ஒரே இடம் நிகழ்கணம் மட்டும்தான். அதனால், அங்கேதான் நீங்கள் உங்களுடைய பார்வையை நிலைநிறுத்த வேண்டும்.

இப்படிக் கற்பனை செய்யலாம். ஒருவர் பல ஆண்டுகளாகத் தீவிர மனநோயால் பாதிக்கப்பட்டுள்ளார். அவர் பல ஆண்டுகால சிகிச்சை மற்றும் தனிப்பட்ட மேம்பாட்டிற்குப் பிறகு ஒருவரைச் சந்திக்கிறார். அவர்களுக்கிடையே காதல் மலர்கிறது.

அந்த நபர் தன்னுடைய வாழ்வில் மலர்ந்துள்ள புதிய உறவில் கவனம் செலுத்தாமல், மோசமாக முடிந்திருந்த ஒரு பழைய காதல் குறித்தப் பின்வருத்தத்தில் தன் கவனத்தைக் குவிக்கிறார். அது தன்னுடைய புதிய உறவைப் பாதித்துவிடுமோ என்று அவர் அஞ்சுகிறார். அதனால், தன்னை ஓர் உடைந்து போன மனிதராக, பழகுவதற்குச் சிக்கலான ஒருவராக அவர் தன் மனத்தில் கற்பனை செய்து

கொள்கிறார். விரைவிலேயே மற்றவர்களும் தன்னுடைய இந்த அவல நிலையைக் கண்டுபிடித்துவிடுவார்கள் என்று அவர் கவலைப்படுகிறார்.

ஆனால், இதில் அவர் ஒரே ஒரு விஷயத்தை மட்டும் கவனிக்கத் தவறிவிடுகிறார். இப்போது, இந்த நிகழ்கணத்தில் விஷயங்கள் அற்புதமாகச் சென்று கொண்டிருக்கின்றன என்ற உண்மைதான் அது. தங்கள் முன் இருக்கின்ற நிகழ்கணத்தைத் தவறவிட்டுவிட்டு, எப்போதோ தொலைந்து போன கடந்தகாலக் கணங்களுக்காக எண்ணற்றோர் ஒப்பாரி வைத்துக் கொண்டிருக்கின்றனர். வராமலேயே போகக்கூடிய வருங்காலச் சாத்தியக்கூறுகளுக்காக அவர்கள் தங்களுடைய ஆற்றலையும் நேரத்தையும் வீணடித்துக் கொண்டிருக்கும்போது, உண்மையான கணங்கள் அவர்களுடைய கண்முன்னே அவர்களிடமிருந்து நழுவிக் கொண்டிருக்கின்றன.

மனப்போக்கு 5: உங்களுக்குத் தேவையானதில் மட்டும் கவனத்தைக் குவியுங்கள்

உங்களுக்கு விருப்பமானதில் கவனத்தைக் குவிக்காமல், உங்களுக்குத் தேவையானதில் மட்டும் கவனத்தைக் குவிப்பது, உங்களுக்கு உண்மையிலேயே மிகவும் முக்கியமானதாகப் படுகின்ற விஷயங்களுக்கு முன்னுரிமை அளிக்க உங்களுக்கு உதவும். எப்போதுமே நமக்கு முக்கியமாகப் படுகின்ற விஷயங்களில் கவனத்தைக் குவிப்பது அந்த அளவுக்கு நமக்கு மனஅழுத்தத்தைத் தோற்றுவிக்காது. எடுத்துக்காட்டாக, ஒருவர் ஒரு புதிய பகுதிக்குக் குடியேறத் திட்டமிட்டுள்ளார் என்று வைத்துக் கொள்வோம். அந்தப் பகுதியில் தன்னுடைய வாழ்க்கைமுறைக்கு ஏற்ற ஒரு வீடு கிடைக்க வேண்டுமே என்று அவர் பெரும் கவலை கொள்கிறார். அதனால் சின்னச் சின்ன விஷயங்கள் குறித்து அவர் அளவுக்கதிகமாகச் சிந்திக்கிறார். அவருடைய எண்ணங்கள் இப்படிச் செல்கின்றன: “முதலில் பார்த்த வீட்டிலுள்ள தோட்டம் நன்றாக இருக்கிறது, ஆனால் அதன் விலை அதிகமாக

இருக்கிறது. இரண்டாவது பார்த்த வீடு, கடைகளுக்கு அருகில் இருக்கிறது. மூன்றாவது வீடு. இருப்பதிலேயே மலிவானதாக இருந்தாலும், அதில் தோட்டம் எதுவும் இல்லை. ஆனால், எனக்குத் தோட்டம் எதற்கு? ஆனால், அந்த வீட்டின் தரை சிறப்பாக இருக்கிறது."

தேர்ந்தெடுப்பதற்கு எல்லையற்றச் சாத்தியக்கூறுகளைக் கொண்டிருப்பது புத்திசாலித்தனமான விஷயம் என்பதுபோலத் தோன்றலாம். ஆனால், அது உங்களை முடக்கிப் போட்டுவிடும். ஒரு விஷயத்தைத் தொடர்ச்சியாக மெருகேற்றிக் கொண்டேயிருக்க முயற்சிப்பது, நம்முடைய அடிப்படைக் கொள்கைகளிலிருந்து நம்மை வெகுதூரம் அழைத்துச் சென்றுவிடும், முக்கியத்துவமற்ற விஷயங்கள்மீது நம்முடைய கவனத்தைச் சிதறடித்துவிடும். நாம் சற்று முன் பார்த்த எடுத்துக்காட்டில், அந்த நபர், ஒரு புதிய வீட்டில் தனக்கு முக்கியமாகத் தேவைப்படக்கூடிய மூன்று விஷயங்களைப் பட்டியலிடலாம். எடுத்துக்காட்டாக, வீட்டின் விலை, வீட்டில் ஒரு தோட்டம், மூன்று குளியலறைகள் இருப்பது ஆகியவை அந்த மூன்றும் என்று நாம் வைத்துக் கொள்ளலாம். தன்னுடைய தேர்ந்தெடுப்புகளைக் குறுக்கிக் கொள்ள இது அவருக்கு உதவும்.

தேவைகளில் கவனத்தைக் குவிக்கின்றபோது, மாற்றங்கள், சவால்கள் அல்லது ஏமாற்றங்களிலிருந்து எளிதில் மீண்டெழுவது சாத்தியப்படும். ஒரு விஷயம் நமக்குத் தேவையில்லை, ஆனால் அது நாம் விரும்புகின்ற ஒன்று என்ற புரிதல் ஏற்படுகின்றபோது, அது நமக்குக் கிடைக்காமல் போகும்போது, அதை எளிதாக உதறித் தள்ளிவிட்டு நம்மால் எளிதாக மேலே செல்ல முடியும்.

தங்களுக்கு உண்மையிலேயே என்ன வேண்டும் என்பதை ஊகிப்பதிலும், தங்களை எது மகிழ்ச்சிப்படுத்தும் என்று தீர்மானிப்பதிலும் மக்கள் பொதுவாகவே திறமையற்று இருக்கின்றனர். உங்களுடைய அடிப்படைத் தேவைகளில் நீங்கள் உங்களுடைய கவனத்தைக் குவிக்கின்றபோது, உங்களுடைய உண்மையான கொள்கைகள் என்ன என்பது குறித்துச் சிந்திக்க

வேண்டிய கட்டாயம் உங்களுக்கு ஏற்படுகிறது. ஆனால், உங்களுடைய விருப்பங்கள் மற்றும் ஆசைகள் குறித்து நீங்கள் சிந்திக்கின்றபோது, அது அந்த அளவு தெளிவாக இருக்காது. நாம் வேண்டும் என்று விரும்பிய ஒரு பொருள் நமக்குக் கிடைத்தப் பிறகு, அதை நாம் உண்மையிலேயே விரும்பியிருக்கவில்லை என்று உணர்ந்த அனுபவம் நம்மில் பலருக்குக் கண்டிப்பாக ஏற்பட்டிருக்கும்.

நமக்கு என்ன வேண்டும் என்பது குறித்த நம்முடைய சிந்தனை, பிறர் நமக்காக விரும்புகின்ற விஷயங்கள், கலாச்சார மற்றும் சமூக எதிர்பார்ப்புகள், விளம்பரங்கள் போன்றவற்றால் நாம் குழப்பமடைகிறோம். உண்மையான தேவைகளை நாம் நேரடியாகவும் உணர்வோம். ஆனால், நமக்கு ஒரு பொருள் ஏன் தேவை என்பதை நாம் நியாயப்படுத்த முயன்றால், அது நிஜமாகவே நமக்குத் தேவையான ஒன்றாக இருக்க வேண்டிய அவசியமில்லை.

சிலருக்கு, உறவுகள் மற்றும் சமூக நிகழ்வுகள் அதிகமான மனஅழுத்தத்தைத் தோற்றுவிக்கும். நீங்கள் அப்படிப்பட்டவராக இருந்தால், உங்களுடைய தேவைகளில் கவனத்தைக் குவிப்பது விஷயங்களை எளிதாக்க உதவும். மார்ஷல் ரோசன்பர்க் முன்வைக்கின்ற வன்முறையற்றக் கருத்துப் பரிமாற்ற மாதிரி, உறவுகளில் புரிந்துணர்வு, நெருக்கம், பச்சாதாபம் போன்றவற்றை முன்வைக்கிறது. சமூக உறவாடல்களில் தேவைகளில் கவனத்தைக் குவிப்பது அதில் ஒன்று. உங்களுடைய சொந்தத் தேவைகள் குறித்துத் தெளிவாகத் தெரியப்படுத்துவதும், பிறருடைய தேவைகளைக் கேட்டறிந்து கொள்வதும் பதற்றத்தைக் குறைக்க உதவும்.

எடுத்துக்காட்டாக, நீங்கள் தனியாக இருக்க விரும்புகின்ற ஒரு நாளில் திடீரென்று ஒருவர் சொல்லாமல் கொள்ளாமல் உங்கள் வீட்டுக்கு வந்துவிடுகிறார் என்று வைத்துக் கொள்வோம். அந்த நபருடைய திடீர் விஜயம் காரணமாக உங்களுக்கு ஏற்பட்டுள்ள அசௌகரியம் குறித்துப் பொருமிக் கொண்டு அவர்மீது எரிச்சலை வெளிக்காட்டுவது அல்லது தலையெழுத்தே என்று அவருடைய வருகையை ஏற்றுக் கொண்டு பின்னர் வருந்துவது போன்றவற்றில் ஈடுபடாமல்,

ஒவ்வொருவருக்கும் ஒவ்வொரு தேவையிருக்கும் என்ற யோசனையைக் கவனத்தில் எடுத்துக் கொள்வது நல்லது. அந்த நபரிடம், "ஹலோ, நீங்கள் இன்று என்னுடன் நேரத்தைச் செலவழிக்க விரும்புகிறீர்கள் என்பதை நான் அறிவேன். துரதிர்ஷ்டவசமாக, இன்று நான் அதற்கான மனநிலையில் இல்லை. நான் தனியாக இருக்க விரும்புகிறேன். அடுத்த வார இறுதியில் நாம் சந்திக்கலாமா? அது உங்களுக்கு சௌகரியப்படுமா?" என்று கேட்கலாம். தேவைகளில் கவனத்தைக் குவிப்பதன் மூலம் மன அழுத்தத்திற்கான பல காரணிகளை உங்களால் தவிர்த்துவிட முடியும்.

இப்போது நாம் பார்த்திருந்த ஐந்து மனப்போக்குகளும் ஒரே அம்சத்தின் வெவ்வேறு வடிவங்கள்தாம் என்பதை உங்களால் பார்க்க முடியும். அளவுக்கதிகமாகச் சிந்திக்காத நபர்கள், வளைந்து கொடுக்கும் தன்மை, கவனக்குவிப்பு, மீண்டெழுதல், பலனளிக்கின்ற செயல்நடவடிக்கைகள் ஆகியவற்றை உள்ளடக்கிய ஒரு மனப்போக்கை சுவீகரித்துக் கொண்டுள்ளனர். எந்தவொரு சூழ்நிலையிலும், அதில் நீங்கள் தேர்ந்தெடுப்பதற்கு உங்களுக்கு இருக்கின்ற வாய்ப்புகள், உங்களுடைய வளங்கள், செயல்நடவடிக்கையில் இறங்குவதற்கான உங்களுடைய ஆற்றல் வளம் போன்ற அதிலுள்ள சிறந்த அம்சங்களில் உங்களுடைய கவனத்தைக் குவியுங்கள்.

எதிர்ச்செயல்பாட்டின் மூலம் உணர்ச்சிகளைக் கட்டுப்படுத்துதல்

மேலே குறிப்பிடப்பட்டுள்ள மனப்போக்குகள், நம்முடைய எண்ணங்கள், நம்முடைய கண்ணோட்டம், நம்முடைய நடத்தை, இறுதியில் நம்முடைய உலகம் ஆகியவற்றை வடிவமைக்கின்றன.

இந்த மனப்போக்குகளுக்குத் தீனி போடுவது, நேர்மறைத்தன்மை, வளைந்து கொடுக்கின்ற போக்கு, நம்பிக்கை, நன்றியுணர்வு, ஆர்வம், பொறுமை, சுயமரியாதை போன்றவற்றை நீங்கள் வலிந்து சுவீகரித்துக்

கொள்வதோடு தொடர்புடையது. மொத்தத்தில் அது உணர்ச்சிகளோடு தொடர்புடையது. நம்மால் நம்முடைய உணர்ச்சிகளை நம்முடைய கட்டுக்குள் வைத்துக் கொள்ள முடிகின்றபோது, நமக்குச் சிறப்பாகப் பலனளிக்கின்ற உணர்ச்சிசார் மனநிலையை நம் வசப்படுத்திக் கொள்ள முடியும். நம்மீதான ஆதிக்கம் என்பது நம்முடைய உடல், மனம், இதயம் மற்றும் உணர்வுகள்மீதான ஆதிக்கமாகும்.

நாம் முன்பு பார்த்திருந்த உணர்ச்சிசார் நடத்தை சிகிச்சை மற்றும் நிகழ்கணலயிப்பு நடவடிக்கைகள், நம்முடைய உணர்ச்சிகளை எந்தவிதமான எடைபோடுதல்களுமின்றி ஏற்றுக் கொள்வதைப் பற்றியவையாகும். உணர்ச்சிகளைக் கட்டுப்படுத்துவது அவற்றை ஏற்றுக் கொள்வதிலிருந்து துவங்குகிறது. உணர்ச்சிகளை நம்மைவிட்டு அகற்றுவதன் மூலம் அவற்றை நம்மால் வசப்படுத்த முடியாது. அவற்றோடு நன்றாகப் பரிச்சயம் செய்து கொள்வதன் மூலம் மட்டுமே அவற்றை நம் வசப்படுத்த முடியும்.

இதற்குப் பல உத்திகள் இருக்கின்றன. அவற்றில் மிகவும் வெற்றிகரமாகப் பயன்படுத்தப்பட்டு வருகின்ற ஓர் உத்தி 'எதிர்ச்செயல்பாட்டின் மூலம் உணர்ச்சிகளைக் கட்டுப்படுத்துதல்' என்று அழைக்கப்படுகிறது. அதாவது, உங்களுடைய உணர்ச்சி என்ன சொல்கிறதோ அதற்கு நேரெதிரானதைச் செய்தல் அது. அதற்காக, நீங்கள் உங்களுடைய உணர்ச்சிகளை மறுக்க வேண்டும் என்றோ அல்லது அவற்றை எதிர்த்துச் செயல்பட வேண்டும் என்றோ நான் கூற வரவில்லை. மாறாக, இதில், நாம் பதற்றமடைகின்றபோது, பயம், பேரச்சம், அசௌகரியம், அவமான உணர்வு போன்ற, நாம் எதிர்கொள்கின்ற உணர்வுகளில் நாம் நன்றாக நனைய வேண்டும். அவற்றைப் பிடித்துத் தொங்கிக் கொண்டிருக்காமலோ அல்லது அவற்றை எதிர்க்காமலோ அவதானிக்க வேண்டும். உங்களுடைய எண்ணங்களைப் பதிவு செய்கின்ற செயல்களில் நீங்கள் ஈடுபட்டிருந்தபோது, இதுபோன்ற பயிற்சியில் நீங்கள் ஏற்கனவே ஓரளவு ஈடுபட்டிருந்தீர்கள்.

உங்களுடைய உணர்ச்சிகளைக் கட்டுப்படுத்துகின்ற செயல்திட்டம், சில தியான முறைகளில்

கடைபிடிக்கப்படுகின்ற செயல்முறைகளைப் போன்றதே. இங்கு நீங்கள் உங்களுடைய உணர்வுகள் அப்படியே மேலெழும்ப அனுமதிக்கிறீர்கள். உங்களுடைய சுவாசம், உடல் மற்றும் உணர்ச்சிகளை நீங்கள் வெறுமனே அவதானிக்கிறீர்கள். இதை நீங்கள் உங்களுடைய காலை நேரத் தியானம் அல்லது மனக்காட்சிப்படைப்போடு சேர்த்துக் கொள்ளலாம். அல்லது சிக்கலான சூழ்நிலைகளை நீங்கள் எதிர்கொள்கின்றபோது தனியாகப் பயன்படுத்திக் கொள்ளலாம்.

உணர்ச்சிகளைக் கொண்டிருப்பதில் எந்தத் தவறுமில்லை. எடுத்துக்காட்டாக, பதற்றமடைகின்ற போது உங்களிடம் பய உணர்வு இருக்கும். அதை உணர்வதற்கு உங்களுக்கு எல்லா உரிமையும் உண்டு. ஆனால், உணர்ச்சிகள் நம்முடைய எண்ணங்கள் மற்றும் நடத்தையோடு தொடர்புடையவை என்பதை நாம் ஏற்கனவே பார்த்தோம். இந்த உணர்ச்சிகளை நாம் ஏற்றுக் கொள்கிறோம் என்பதற்காக, அவை நம்முடைய எண்ணங்கள் மற்றும் நடத்தையின்மீது ஏற்படுத்துகின்ற தாக்கம் குறித்து நம்மால் எதுவும் செய்ய முடியாது என்று அர்த்தமில்லை.

பதற்றத்திற்குப் பின்னாலுள்ள உணர்ச்சி பயம். நாம் கட்டுப்பாட்டை இழந்துவிடுவோம் என்ற பயம், தோற்றுவிடுவோம் என்ற பயம், இது திக்குமுக்காடலுக்கு வழி வகுக்கும் என்ற பயம், ஆபத்தை எதிர்கொள்ள வேண்டியிருக்கும் என்ற பயம் என்று அடுக்கிக் கொண்டே போகலாம். இந்த உணர்வு ஏற்றுக்கொள்ளத்தக்கது என்பதில் சந்தேகமில்லை. ஆனால், அதற்காக அது உண்மையாக இருக்க வேண்டிய அவசியமில்லை. கண்டிப்பாக அது உங்களுக்கு உதவிகரமாக இருக்கப் போவதில்லை. நாம் பயத்தின் அடிப்படையில் நடவடிக்கைகள் எடுத்தால், மேலும் அதிகமான பயத்தையே உருவாக்குவோம். ஆனால், பயத்தை அவதானித்து, அதை உணர்ந்துவிட்டு, பின் முற்றிலும் வேறுவிதமான நடவடிக்கை ஒன்றில் இறங்குவதை நம்மால் தேர்ந்தெடுக்க முடியும். இங்கேதான் ‘எதிர்ச்செயல்பாட்டின் மூலம் உணர்ச்சிகளைக் கட்டுப்படுத்துதல்’ உத்தி நம் உதவிக்கு வருகிறது.

நாம் பதற்றமடைகின்றபோது, நம்முடைய பய உணர்ச்சி நம்மிடம் பல்வேறு விதமான நடத்தைகளைத் தூண்டக்கூடும். சில நபர்களை அல்லது சில சூழ்நிலைகளைத் தவிர்த்தல், நியாயமான ஆபத்துகளை எதிர்கொள்ளத் தவறுதல், உலகம் குறித்த ஆர்வத்தைக் கைவிடுதல், அளவுக்கதிகமாக சந்தேகப்படுதல், நம்மையும் நம்முடைய திறமைகளையும் குறைத்து மதிப்பிடுதல், நம்முடைய இலக்குகள் மற்றும் கனவுகளின் பிரம்மாண்டத்தைக் குறைத்துக் கொள்ளுதல், கடினமான சூழ்நிலைகளை மறுதலித்தல், தோல்வி குறித்த பயத்தின் காரணமாக நல்வாய்ப்புகளைத் தவறவிடுதல், நம் பிரச்சனைகளுக்குப் பிறர்மீது பழிபோடுதல் போன்றவை அவற்றில் அடங்கும்.

அவற்றுக்கான சில எடுத்துக்காட்டுகள்:

- "இந்த உலகம் பாதுகாப்பானதல்ல."
- "உங்களால் யாரையும் நம்ப முடியாது."
- "அது சரிப்பட்டு வராது. அதை முயற்சி செய்வது வெட்டி வேலை."
- "இதில் இறங்காதீர்கள். அது ஆபத்தானது."
- "புதிதாக எதையும் முயலாதீர்கள். தீங்கான ஒன்று கண்டிப்பாக நிகழும்."

நம்முடைய உணர்ச்சிகளை ஊக்குவிக்காமலேயே அவற்றிடம் நாம் பரிவு கொள்ளலாம். வேறு வார்த்தைகளில் கூற வேண்டுமென்றால், நாம் பயணிக்கின்ற காரில் ஏறிக் கொள்ள உணர்ச்சிகளுக்கு அனுமதியுண்டு. ஆனால், ஓட்டுநர் இருக்கையில் அமர்ந்து கொண்டு, நம்முடைய வாழ்க்கை எங்கே செல்ல வேண்டும் என்று தீர்மானிக்கின்ற உரிமை அதற்குக் கிடையாது!

பயத்திற்கும் பதற்றத்திற்கும் எதிரானவை எவை? இந்த உணர்ச்சிகளை நாம் தலைகீழாக ஆக்கினால் என்ன நடக்கும்?

தன்னம்பிக்கையும் ஆசுவாசமும்தான் இவற்றுக்கு

எதிரானவை. நாம் புதிய சூழ்நிலைகளை ஆர்வத்துடனும் சுவாரசியத்துடனும் நோக்குவோம். புதிய விஷயங்களை முயன்று பார்க்கத் தயங்க மாட்டோம். ஆபத்துகளை எதிர்கொள்ள அஞ்ச மாட்டோம். நம்மை நாம் நம்புவதால், பிறர்மீது நம்பிக்கை வைக்கத் தயங்க மாட்டோம். வாழ்க்கை நம்மீது வீசியெறிகின்ற சோதனைகளைக் கண்டு அயர மாட்டோம். சவால்கள் நம்மை ஊக்குவிக்கவும் நமக்கு உத்வேகமளிக்கவும் அனுமதிப்போம். "நான் இப்புதிய விஷயத்தை முயற்சி செய்தால் என்ன?" "இது எப்படிச் செல்லும் என்று தெரியாது. ஆனால் எனக்கு நம்பிக்கை இருக்கிறது," என்ற ரீதியில் உங்களுடைய சிந்தனை செல்லும்.

உணர்ச்சிசார் நடத்தை சிகிச்சையில் நாம் பயன்படுத்திய அட்டவணை எப்படி நம்முடைய ஆரோக்கியமற்ற எண்ணங்களை அடையாளம் காணவும், சிறப்பான மாற்றுகளைப் பற்றி யோசிக்கவும் நமக்கு உதவியதோ, அதுபோலவே, 'எதிர்ச்செயல்பாட்டின் மூலம் உணர்ச்சிகளைக் கட்டுப்படுத்துதல்' உத்தி நம்முடைய எண்ணங்களுக்குப் பின்னாலுள்ள மூல உணர்ச்சிகளை அடையாளம் காணவும், அதன் மூலம் சிறப்பான மாற்றுகளைப் பற்றி யோசிக்கவும் நமக்கு உதவும். 'எதிர்ச்செயல்பாட்டின் மூலம் உணர்ச்சிகளைக் கட்டுப்படுத்துதல்' உத்தியின் செயல்முறை இப்படி அமைந்திருக்கும்:

1. நீங்கள் அனுபவித்துக் கொண்டிருக்கின்ற உணர்ச்சியை அடையாளம் காணுங்கள். ஆனால், அதை எடைபோடாதீர்கள், அதற்கு விளக்கமளிக்க முயலாதீர்கள்.
2. இந்த உணர்ச்சி தோற்றுவிக்கின்ற எண்ணங்கள் மற்றும் ஊக்குவிக்கின்ற நடத்தைகளை அவதானியுங்கள். இந்த எண்ணங்களும் நடத்தைகளும் உங்களுக்குப் பிடித்திருக்கிறதா? அவை உங்களை உங்களுடைய இலக்குக்கு அருகே அழைத்துச் செல்கின்றனவா? அவை உங்களுடைய கொள்கைகளோடு

ஒத்திசைவாக இருக்கின்றனவா? அவை உங்களுக்கு அதிகாரமளிக்கின்றனவா அல்லது உங்களுக்கு எதிராகச் செயல்பட்டுக் கொண்டிருக்கின்றனவா?

3. உங்கள் உணர்ச்சி உங்களுக்கு எதிராகச் செயல்பட்டுக் கொண்டிருந்தால், அதற்கு எதிரான உணர்ச்சியை அடையாளம் காணுங்கள். அந்த உணர்ச்சியை வளர்த்துக் கொள்வதன் மூலம், நீங்கள் உங்களுடைய உணர்ச்சி மனநிலைக்கு ஒரு சமநிலையைக் கொண்டு வருகிறீர்கள், அதை ஆரோக்கியமானதொரு திசையை நோக்கி நகர்த்துகிறீர்கள்.

4. ஒரு குறிப்பிட்ட நேரத்திற்கு (அது ஐந்து நிமிடங்களாக இருக்கலாம் அல்லது ஒரு முழு நாளாக இருக்கலாம்), நீங்கள் அடையாளம் கண்டுள்ள எதிர் உணர்ச்சி மனநிலையில் நீங்கள் இருக்கப் போவதாக உறுதி பூணுங்கள். அதில் உங்களுக்கு கவனச்சிதறல் ஏற்பட்டால், நீங்கள் எதற்காக இந்த நடவடிக்கையில் இறங்கியிருக்கிறீர்கள் என்பதை நினைவுபடுத்திக் கொள்ளுங்கள். எதிர்மறை உணர்ச்சிகளால் தூண்டப்படுகின்ற எண்ணங்கள் மற்றும் நடத்தைகளின் விளைவுகளுக்கு நீங்கள் கொடுக்க வேண்டியிருக்கின்ற விலையை, நீங்கள் நல்ல மனநிலையில் இருக்கும்போது அதற்கு நீங்கள் கொடுக்க வேண்டியிருக்கின்ற விலையோடு ஒப்பிட்டுப் பாருங்கள்.

5. இந்த உத்தியின் விளைவை அவதானியுங்கள். நீங்கள் வேண்டுமென்றே வேறு மாதிரியாக உணர்வதைத் தேர்ந்தெடுக்கின்றபோது, உங்களுடைய எண்ணங்கள் மற்றும் நடத்தைகள் எப்படி மாறுகின்றன என்பதைப் பாருங்கள். அடுத்த முறை நீங்கள் ஓர் எதிர்மறை உணர்ச்சியை

> அனுபவிக்கின்றபோது, இதன் விளைவுகளை நினைவுபடுத்திக் கொள்ளுங்கள்.

உங்களுடைய உணர்ச்சிகளை மறுதலிப்பதோ அல்லது அவற்றின் குரல்வளையை நெரிப்பதோ இந்த உத்தியின் நோக்கமல்ல. இது அதற்கு நேரெதிரானது. உணர்ச்சிகளை நம் கட்டுக்குள் கொண்டுவருவதைப் பற்றியது இது.

நாம் முன்பு பார்த்திருந்த விபத்து எடுத்துக்காட்டில், உங்கள்மீது தவறு இல்லாதிருந்தும், உங்கள்மீது காரை மோதிய நபர் முரட்டுத்தனமாக நடந்து கொண்டிருந்ததாக நாம் பார்த்தோம், இல்லையா? அப்போது இயல்பாகவே உங்களிடம்கோபமும்சீற்றமும்தோன்றியிருக்கும். ஆனால் உங்களிடம் சாதுரியம் இருந்தால், நீங்கள் உங்களுடைய உணர்ச்சிகளைக் கட்டுப்படுத்திக் கொண்டு, என்ன நடந்து கொண்டிருக்கிறது, அதை எப்படி மாற்றலாம் என்று யோசிப்பீர்கள். கடும் கோபத்தால் உந்தப்படுகின்ற எண்ணங்கள் மற்றும் நடத்தைகள் உங்கள் இருவருக்குமே பயனளிக்காது என்பதை நீங்கள் கண்டுகொள்ளும்போது, வலிய அதற்கு நேரெதிரான உணர்ச்சிகளை நீங்கள் தேர்ந்தெடுப்பீர்கள்.

உங்களிடம் கோபமாக நடந்து கொள்கின்ற ஓட்டுநரிடம் நீங்கள் பதிலுக்குக் கோபத்துடன் கத்துவதற்குப் பதிலாக, அடுத்தப் பத்து நிமிடங்களுக்கு, நீங்கள் பொறுமையைக் கடைபிடிப்பீர்கள், கோபப்பட மாட்டீர்கள், கத்த மாட்டீர்கள், அந்த நபர்மீது குற்றம் சாட்ட மாட்டீர்கள் ஆகிய தீர்மானங்களை நீங்கள் வலிந்து எடுப்பீர்கள். அதன் விளைவாக நீங்கள் மென்மையாகப் பேசுவீர்கள். சூழ்நிலையின் சூட்டைக் குறைக்கத் தேவையான நடவடிக்கைகளை எடுப்பீர்கள். இதை நீங்கள் வெறும் பத்து நிமிடங்கள் மட்டும் செய்தால் போதும். அது ஒன்றும் அவ்வளவு கடினமானதல்ல.

அந்தப் பத்து நிமிடங்கள் கழித்து, அப்பிரச்சனை சுமூகமாக முடிந்துள்ள நிலையில், உங்களால் சில விஷயங்களை அவதானிக்க முடியும்: இப்போது உங்களிடம் கோபம் இல்லை என்பதை அறிந்து நீங்கள் வியப்படைவீர்கள். பின்வருத்தம் கொள்ளத்தக்க

எதையும் நீங்கள் பேசியிருக்கவில்லை என்பதை நீங்கள் உணர்வீர்கள். உங்களிடம் ஓர் உண்மையான அமைதி சூழ்ந்திருப்பதை நீங்கள் அறிவீர்கள். நியாயமற்ற முறையில் நீங்கள் நடத்தப்பட்டிருந்தது குறித்து நீண்டநேரம் பொருமிக் கொண்டிருக்காமல், அதிலிருந்து எளிதாக மீண்டுவிடுவீர்கள்.

இவை அனைத்தையும், நீங்கள் கோபமும் மனஅழுத்தமும் அடைந்தீர்கள் என்ற உண்மையை மறுதலிக்காமல்தான் சாதித்திருந்தீர்கள். இந்த உத்தி, இப்படிப்பட்ட உணர்வுகள் இருப்பதை ஒப்புக் கொள்கிறது. ஆனால், அதற்காக அந்த உணர்ச்சிகள் ஒவ்வொன்றையும் நாம் கொஞ்சித் தாலாட்டிக் கொண்டிருக்க வேண்டிய அவசியமில்லை என்பதையும், அவை நம்மீது ஆதிக்கம் செலுத்த அனுமதிக்க வேண்டிய தேவையில்லை என்பதையும் இது எடுத்துரைக்கிறது. இது நமக்கு அதிகாரமளிக்கின்ற ஓர் எண்ணம், சரிதானே?

அசைபோடுதல்

இந்த வார்த்தையை நாம் இப்புத்தகத்தில் இதற்கு முன்பு பல இடங்களில் பயன்படுத்தியுள்ளபோதிலும், அதைத் தெளிவாக விவரிக்கவில்லை.

இந்த வார்த்தைக்கு ஒரு நீண்ட வரலாறு இருக்கிறது. இலத்தீன் மொழியில் இதற்குப் 'பற்களால் கடித்து மெல்லுதல்' என்று பொருள். அதனால் நாம் இதைப் பொதுவாகக் கால்நடைகளின் உணவுப் பழக்கத்தை விவரிப்பதற்குப் பயன்படுத்துகிறோம். நாம் அவ்வப்போது சில விஷயங்களை நினைத்துப் பார்ப்பதற்கு இதைப் பயன்படுத்துவது பொருத்தமானதுதான். ஒரு மாடு, பாதி ஜீரணிக்கப்பட்ட உணவை மீண்டும் வாய்க்குள் கொண்டுவந்து அதை மீண்டும் தன் பற்களால் அரைக்கிறது. நாமும் நம்முடைய பழைய ஞாபகங்களையும் யோசனைகளையும் மீண்டும் மீண்டும் அரைத்துக் கொண்டிருக்கிறோம். அசைபோடுவது மாட்டுக்கு வேண்டுமானால் ஆரோக்கியமானதாக இருக்கலாம். ஆனால், இப்படி எண்ணங்களை அசைபோடுவது

மனிதர்களுக்கு ஆரோக்கியமானது என்று கூற முடியாது.

எடுத்துக்காட்டாக, நீங்கள் நேசிக்கின்ற ஒரு நபருடன் உங்களுக்கு ஒரு கருத்து முரண்பாடு ஏற்பட்டுள்ளது என்று வைத்துக் கொள்வோம். அது நடந்து முடிந்த பிறகு அதை நீங்கள் உங்கள் மனத்தில் அசைபோடுகிறீர்கள். அந்தக் காட்சியை உங்கள் மனத்தில் விலாவாரியாக மீண்டும் மீண்டும் ஓடவிடுகிறீர்கள். அதைப் பல கோணங்களில் அலசுகிறீர்கள். அடிப்படையில் அசைபோடுதல் என்பது அளவுக்கதிகமாகச் சிந்தித்தலாகும்.

அசைபோடுதல் பயனற்றது. பெரும்பாலான சமயங்களில் அது எதிர்மறையான பழைய நினைவுகளைக் கிளறிவிட்டு இன்னும் அதிகமான சிந்தனைச் சுற்றுக்குள் நம்மைச் சிக்க வைக்கிறது. அதில் நீங்கள் அதிக நேரம் ஈடுபட ஈடுபட, பிரச்சனைக்குத் தீர்வு காண்பதற்கான உங்களுடைய திறன் மேலும் மேலும் மழுங்குகிறது, உங்களுடைய பதற்றம் மேன்மேலும் கூடுகிறது. இதை வேறு விதமாகக் கூறுவதென்றால், ஒரு மோசமான கதையை உங்களுக்கு நீங்களே கூறிக் கொண்டிருப்பதை உங்களால் நிறுத்த முடியவில்லை.

நீங்கள் இப்படி அளவுக்கதிகமாக அசைபோடுபவராக இருந்தால், அதை நிறுத்துவதற்கு, எது அதைத் தூண்டுகிறது என்பதை முதலில் நீங்கள் பார்க்க வேண்டும். எடுத்துக்காட்டாக, அது, நீங்கள் உங்களுடைய வீட்டுக்குத் திரும்பிச் சென்று உங்களுடைய பழைய அறையைப் பார்ப்பதாக இருக்கலாம். அல்லது அது ஒரு பாட்டாகவோ, ஓர் உணவுப் பதார்த்தமாகவோ அல்லது பிறரால் எடைபோடப்படுகின்ற ஓர் அனுபவமாகவோ இருக்கலாம். அது எதுவாக இருந்தாலும், அதன் விளைவு என்ன என்பதை நீங்கள் தெரிந்து கொண்டாக வேண்டும். அதைப் பொறுத்து நீங்கள் அதன்மீது நடவடிக்கை எடுக்கலாம். அடுத்து, உங்களுடைய அசைபோடுதல் எந்த வடிவத்தை எடுக்கிறது என்று நீங்கள் பார்க்க வேண்டும். அதன் காரணமாக நீங்கள் பின்வருத்தத்தில் மூழ்குகிறீர்களா? அது உங்களுக்கு மனக்கசப்பை அல்லது துன்பத்தைக் கொடுக்கிறதா? அதற்காக நீங்கள் பிறர்மீது பழி போடுகிறீர்களா அல்லது குற்றவுணர்வில் உங்களை

மூழ்கடித்துக் கொள்கிறீர்களா?

உங்களுக்கு நீங்களே சொல்லிக் கொண்டிருக்கின்ற கதை குறித்தப் பிரக்ஞையோடு இருக்கின்ற அதே சமயத்தில், அதிலிருந்து நீங்கள் விலகியும் இருக்க வேண்டும் என்பதை நீங்கள் புரிந்து கொள்ள வேண்டும். அதாவது, அதனோடு உங்களை அடையாளப்படுத்திக் கொள்ளாமலும், அதை எதிர்க்காமலும், அதை வெறுமனே அவதானித்துக் கொண்டிருக்க வேண்டும்.

பெயரிடுதல் விலகி இருப்பதற்கு உதவும். உங்களுடைய கதைக்கு ஒரு பெயரைக் கொடுங்கள். அப்போது அதே போன்ற இன்னோர் எண்ணம் தோன்றும்போது, நீங்கள், "ஓ, இந்தச் சரித்திரக் கதை ஓடத் தொடங்கிவிட்டது," என்று நினைத்துக் கொள்ளலாம். அது, நீங்கள் அதிலிருந்து விலகி நின்று பார்க்க உதவும். அடுத்து, "நான் பயனற்றவன்," என்று கூறுவதற்குப் பதிலாக, "இப்போது நான் பயனற்றவனாக உணர்கிறேன்," என்று கூறுங்கள். "எனக்குக் கிடைத்த நல்வாய்ப்பை நான் இழந்துவிட்டேன்," என்று கூறுவதற்குப் பதிலாக, "எனக்கு மனவேதனை ஏற்படுத்துகின்ற ஒரு ஞாபகத்தை இப்போது நான் நினைவுபடுத்திக் கொண்டிருக்கிறேன்," என்று கூறுங்கள். அதற்கு ஒரு வேலியிட்டுக் கொள்ளுங்கள். அது தற்காலிகமானது என்பதைப் புரிந்து கொள்ளுங்கள். நம்மை நாமே வதைத்துக் கொள்வதில் எந்த அளவுக்கு உண்மை இருக்கிறது என்பதையும், எந்த அளவுக்கு அது நமக்கு நாமே கூறிக் கொள்கின்ற கதை என்பதையும் தெளிவுபடுத்திக் கொள்ளுங்கள்.

அதில் உங்களால் சிறிதளவு நகைச்சுவையைச் சேர்த்துக் கொள்ள முடிந்தால் இன்னும் நன்றாக இருக்கும். உங்களை சோகத்தில் சிக்க வைக்கின்ற எண்ணங்கள் படையெடுத்து வருகின்றபோது, "வந்துவிட்டான் இந்த அழுமூஞ்சிக்காரன்," என்று உங்களை நீங்களே கிண்டலடித்துக் கொள்ளலாம். நகைச்சுவை உங்களை அதிலிருந்து விலக்கிக் கொள்ள உதவும். அப்போது, அதிலுள்ள அபத்தம் உங்களுக்குத் தெளிவாகும்.

இதோ மற்றோர் உத்தி: "இப்போது நான் மேற்கொண்டிருப்பது என்னுடைய பிரச்சனையைத்

தீர்ப்பதற்கான முயற்சியா அல்லது அசைபோடுதலா?” என்று உங்களை நீங்களே கேட்டுக் கொள்ளுங்கள். அதற்கு நேர்மையாக பதிலளியுங்கள். துவக்கத்தில் அது உங்களுக்குப் பயனுள்ளதாக இருக்கக்கூடும். ஆனால், நீங்கள் ஆழமாக அசைபோடுதலில் இறங்குகின்றபோது, தொடர்ச்சியான ஊகங்கள், அலசல்கள் மற்றும் கவலைப்படுதல்களில் நீங்கள் மூழ்கிவிடுவீர்கள்.

உங்களுடைய பதில், “ஆமாம், நான் அசைபோட்டுக் கொண்டிருக்கிறேன்,” என்பதாக இருந்தால், அக்கணத்தில் உங்களால் ஈடுபட முடிகின்ற ஒரு சிறு நடவடிக்கையில் ஈடுபடுங்கள். எடுத்துக்காட்டாக, உங்களுடைய நண்பர் ஒருவருடன் ஏற்பட்டக் கருத்து முரண்பாட்டின்போது, யோசிக்காமல் நீங்கள் விரும்பத்தகாத விதத்தில் நடந்து கொண்டீர்கள் என்று வைத்துக் கொள்வோம். அது குறித்து நீங்கள் மோசமாக உணர்வதால், அதையே நினைத்து நீங்கள் அசைபோட்டுக் கொண்டிருக்கிறீர்கள்.

இங்கு நீங்கள் உங்களுடைய நண்பரை அவமதித்துவிட்டீர்கள் என்பது பிரச்சனை. அதற்காக அவரிடம் மன்னிப்புக் கேட்டுக் கொள்வது அதற்கான தீர்வுகளில் ஒன்று. அந்த நடவடிக்கையில் இறங்குங்கள். அது குறித்து யோசிப்பதாக இருந்தால், அது அதை மேம்படுத்துவதாக இருக்க வேண்டும்.

உங்களுடைய ஆற்றலை நீங்கள் அச்சூழலை மேம்படுத்துவதற்கு அல்லது நிலைமையைச் சீராக்குவதற்குச் செலவிட்டால், உங்களுடைய எண்ணச் சுழலுக்குள்ளிருந்து வெளியேறி, இந்த உலகோடு மீண்டும் ஆரோக்கியமான விதத்தில் கைகுலுக்குவதற்கு அது உதவும்.

அடுத்து, உங்களுடைய கவனத்தைத் திசை திருப்புகின்ற வேறு ஏதாவது நடவடிக்கையில் நீங்கள் இறங்கலாம். நின்ற இடத்திலேயே நின்று கொண்டு முப்பது முறை குதிக்கலாம். அல்லது எழுத்துகளின் அகரவரிசையைத் தலைகீழாகச் சொல்லிப் பார்க்கலாம். இந்த வாரம் வாங்க வேண்டிய பொருட்களின் பட்டியல் ஒன்றைத் தயாரிக்கலாம். உங்களுடைய மேசையை ஒழுங்குபடுத்தலாம். ஒரு பாட்டுப் பாடலாம். நீங்கள்

என்ன செய்கிறீர்கள் என்பது இங்கு முக்கியமல்ல. உங்களுடைய அசைபோடுகின்ற சுழற்சியை நீங்கள் முறிக்கிறீர்கள் என்பதுதான் இங்கு முக்கியம்.

உங்களால் எதையும் யோசிக்க முடியவில்லை என்றால் உங்களின் ஐம்புலன்களில் ஒன்றில் உங்களுடைய கவனத்தைக் குவியுங்கள். அல்லது யோகா, ஓடுதல் போன்ற உடல்ரீதியான நடவடிக்கை ஒன்றில் இறங்குங்கள். அசைபோடுதலிலிருந்து உங்களுடைய கவனத்தைச் சிதறடியுங்கள். பொதுவாக நாம் கவனச்சிதறலை எதிர்மறையாகத்தான் பார்ப்போம். ஆனால், இந்த இடத்தில் அது பயனுள்ளதாக இருக்கும்.

சுருக்கமாக

- இந்நூலில் பதற்றத்தைக் குறைக்கப் பல உத்திகள் பரிந்துரைக்கப்பட்டிருந்ததை நீங்கள் பார்த்திருப்பீர்கள். உங்களுடைய மனப்போக்கு மற்றும் கண்ணோட்டத்தில் அடிப்படையான மாற்றங்களைக் கொண்டுவருவதுதான் அவற்றின் நோக்கமாகும். இந்த அத்தியாயத்தில், நீங்கள் சுவீகரித்துக் கொள்ள வேண்டிய ஐந்து மனப்போக்குகள் கொடுக்கப்பட்டுள்ளன.
- அதில் முதலாவது, உங்களால் கட்டுப்படுத்த முடிகின்ற விஷயங்களில் மட்டும் கவனத்தைக் குவிக்கின்ற மனப்போக்கு. ஒரு விஷயத்தை உங்களால் கட்டுப்படுத்த முடியும் என்றால் அதில் ஈடுபடுங்கள். முடியாதென்றால், அதைப் பற்றிக் கவலைப்பட்டுக் கொண்டிருப்பதில் எந்தப் பயனும் இல்லை. இறுதியில் உங்களால் அது குறித்து எதுவும் செய்ய முடியாது என்பதால், அதை அப்படியே ஏற்றுக் கொண்டு மேலே செல்வதுதான் சிறந்த வழி. இரண்டாவது, உங்களால் செய்ய முடிகின்ற விஷயங்களில் மட்டும் கவனத்தைக்

குவிக்கின்ற மனப்போக்கு. இது முதலாவதைப் போன்றதுதான் என்றாலும், ஒரு குறிப்பிட்டச் சூழ்நிலையில் உங்களால் எத்தகைய செயல்நடவடிக்கைகளில் இறங்க முடியும் என்று பார்த்து அவற்றில் மட்டும் இறங்குவது இது.

- மூன்றாவது, உங்களிடம் இருக்கின்ற விஷயங்களில் மட்டும் கவனத்தைக் குவிக்கின்ற மனப்போக்கு. பெரும்பாலான நேரங்களில் நம்மிடமிருக்கின்ற நல்ல விஷயங்களை நாம் மெச்சுவதில்லை. மாறாக, நம்மிடம் இல்லாதவற்றின்மீது மட்டுமே நாம் அளவுக்கதிகமாக கவனத்தைக் குவிக்கிறோம். நம்முடைய வாழ்வில் இடம் பெற்றுள்ள சிறந்த விஷயங்களில் கவனத்தைக் குவிப்பதன் மூலம் இதை நீங்கள் சரி செய்யலாம். நான்காவது, நிகழ்கணத்தின்மீது மட்டுமே கவனத்தைக் குவிக்கின்ற மனப்போக்கு. கடந்தகாலத்திலோ அல்லது வருங்காலத்திலோ கவனத்தைக் குவிப்பது உங்களிடம் அளவுக்கதிகமான சிந்தனையைத் தோற்றுவித்து, உங்களிடம் பதற்றத்தை உருவாக்கும். ஐந்தாவது, உங்களுக்குத் தேவையானதில் மட்டும் கவனத்தைக் குவிக்கின்ற மனப்போக்கு. ஏனெனில், நீங்கள் விரும்புகின்ற பொருட்களுக்கு எல்லையே இருக்காது. இந்த மனப்போக்கு உங்களிடம் இருந்தால், உங்களுக்கு அத்தியாவசியமாகத் தேவைப்படுகின்ற விஷயங்களின்மீது மட்டுமே நீங்கள் உங்களுடைய கவனத்தைக் குவிப்பீர்கள்.
- அசைபோடுதல் பயனற்றது, பதற்றத்தை உருவாக்கக்கூடியது. பிரக்ஞையுடனும், அதிலிருந்து விலகி நின்று பார்ப்பதன் மூலமும் இதை உங்களால் கையாள முடியும். உங்களுடைய எண்ணங்களுக்குப் பெயரிடுதல்,

அவற்றைக் கதையாகக் கருதுதல், நீங்கள் செய்து கொண்டிருப்பது பிரச்சனைக்குத் தீர்வு காண்கின்ற செயலா என்று உங்களையே கேட்டுக் கொள்ளுதல் போன்றவை அசைபோடுதலைக் கையாள்வதற்கான பிற உத்திகளாகும்.

தொகுப்புரை

அத்தியாயம் 1: அதிகமாகச் சிந்தித்தல் என்பது அதிகமாகச் சிந்திப்பதைப் பற்றியது அல்ல

- அளவுக்கதிகமாகச் சிந்தித்தல் என்றால் என்ன? நீங்கள் ஒரு விஷயத்தைப் பற்றி, உங்களுடைய மன ஆரோக்கியத்தைக் கெடுக்கின்ற அளவுக்கும், நீங்கள் விரும்பினாலும் உங்களால் நிறுத்த முடியாத அளவுக்கும், அலசுதல், எடைபோடுதல், அசைபோடுதல், கவலையடைதல் போன்றவற்றில் அதீதமாக ஈடுபடுவதுதான் அளவுக்கதிகமாகச் சிந்தித்தலாகும்.

- அளவுக்கதிகமாகச் சிந்தித்தல் இரண்டு மூலாதாரங்களைக் கொண்டுள்ளது. அவற்றில் ஒன்று நாம்தான். துரதிர்ஷ்டவசமாக, நம்மில் சிலர், மரபியல்ரீதியாக மற்றவர்களைவிட அதிகப் பதற்றம் அடைகின்ற விதத்தில் வடிவமைக்கப்பட்டிருக்கிறோம். ஒரு பிரச்சனையைப் பற்றி அதிகமாகச் சிந்திப்பதன் மூலம் அதற்கான தீர்வை நம்மால் அடைய முடியும் என்று நாம் நம்புவதால் அது நமக்கு ஒரு பழக்கமாக ஆகிவிடுகிறது. அளவுக்கதிகமாகச் சிந்தித்தல் ஒருபோதும் முடிவுக்கு வராது என்பதால் நமக்குப் பிரச்சனைக்கான தீர்வு கிடைக்காது என்றாலும், நாம் ஓரளவுக்கு அத்திசையில் முன்னேறியிருக்கிறோம் என்று நம்மை நாமே தேற்றிக் கொள்வோம். அதன் காரணமாக,

மீள முடியாத விதத்தில் நாம் அந்தச் சுழற்சி வட்டத்திற்குள் சிக்கிக் கொள்வோம்.

- அளவுக்கதிகமாகச் சிந்தித்தலுக்கான மற்றொரு மூலாதாரம் நம்முடைய சுற்றுச்சூழல். இது இரண்டு அம்சங்களைக் கொண்டுள்ளது. முதலாவது, நாம் அதிகமான நேரத்தைச் செலவிடுகின்ற நம்முடைய வீடு, அலுவலகம் போன்ற இடங்கள். அந்த இடங்களின் அமைப்பு நம்முடைய பதற்றத்தின்மீது தாக்கம் ஏற்படுத்தவல்லவை. அவ்விடங்கள் இரைச்சலாகவும், போதிய வெளிச்சமின்றியும், ஒழுங்கற்றும் இருந்தால் அவற்றால் நம்முடைய பதற்றத்தை அதிகரிக்க முடியும். இரண்டாவது, நம்முடைய சமூகச் சூழல். எடுத்துக்காட்டாக, நம்முடைய சமூகச் சூழலில், இனப் பாகுபாடு, பாலினப் பாகுபாடு போன்றவற்றை நாம் எதிர்கொள்கின்றபோது நம்முடைய பதற்றம் அதிகரிக்கிறது.

- அளவுக்கதிகமாகச் சிந்தித்தல் பல எதிர்மறையான விளைவுகளை ஏற்படுத்துகிறது. அவை நீண்டகால நோக்கில், உடல்ரீதியான, உளரீதியான, மற்றும் சமூகரீதியான பாதிப்புகளை ஏற்படுத்தவல்லவை. இதயப் படபடப்பு, தலைசுற்றல், அதீதக் களைப்பு, எரிச்சல், தலைவலி, நரம்புத்தளர்ச்சி, தசை இறுக்கம் போன்றவை அவற்றில் அடங்கும்.

அத்தியாயம் 2: மனஅழுத்தத்திலிருந்து விடுதலை பெறுவதற்கான சூத்திரம்

- அளவுக்கதிகமாகச் சிந்திப்பது என்றால் என்ன என்பதை இப்போது நாம் அடையாளம் கண்டு கொண்டுவிட்டதால்,

அடுத்து, அதைத் தடுப்பது எப்படி என்பதை நாம் கண்டறிய வேண்டும். பதற்றம் கொண்டிருக்கின்ற ஒரு மனத்தை அமைதிப்படுத்துவதற்கு உங்களால் பல விஷயங்களைச் செய்ய முடியும்.

- முதலில், தவிர்த்தல், மாற்றியமைத்தல், ஏற்றுக் கொள்ளுதல், தகவமைத்தல் ஆகிய நான்கு அம்சங்கள் அடங்கிய ஓர் உத்தியை நீங்கள் முயற்சி செய்யலாம். உங்களால் கட்டுப்படுத்த முடியாத விஷயங்களிலிருந்து ஒதுங்கிக் கொள்வதுதான் தவிர்த்தல். விஷயங்களை நம்மால் தவிர்க்க முடியாத முடியாத நிலை ஏற்படுகின்றபோது, நம்முடைய சூழலை மாற்றக் கற்றுக் கொள்ள வேண்டும். மாற்ற முடியாதபோது அதை ஏற்றுக் கொள்ள வேண்டும். இந்த மூன்றுமே சரிப்பட்டு வரவில்லை என்றால், அதற்கேற்ப நம்மைத் தகவமைத்துக் கொண்டு, நம்முடைய மனஅழுத்தத்தின் தாக்கத்தைக் குறைத்துக் கொள்வதற்கான வழிகளை நாம் கற்றுக் கொள்ள வேண்டும்.

- மற்றொரு பிரபலமான உத்தி நாட்குறிப்பு எழுதுதல். நாம் அளவுக்கதிகமாகச் சிந்திக்கின்றபோது, ஆயிரக்கணக்கான எண்ணங்கள் நம் மனத்திற்குள் சுற்றிக் கொண்டிருக்கும். அதனால் நாம் திக்குமுக்காடிப் போவோம். அவற்றை நாம் ஒரு நாட்குறிப்பில் எழுதி வைத்து அவற்றை அலசி ஆராய்கின்றபோது, அவற்றின் வீரியம் வெகுவாகக் குறைந்துவிடுகிறது. இந்தப் பழக்கத்தை வளர்த்துக் கொள்ள, நீங்கள் ஒரு சிறு குறிப்பேட்டை எப்போதும் உங்களுடன் வைத்துக் கொண்டு, பதற்றமான எண்ணங்கள் உங்களைச் சூழும்போது அவற்றை அதில் குறித்துக் கொள்ள வேண்டும்.

- இன்னோர் உத்திக்கு 5-4-3-2-1 உத்தி என்று பெயர். பேரச்சத் தாக்குதல்களை எதிர்கொள்ள இது வெகுவாக உதவும். இதில் நீங்கள் உங்களுடைய ஐந்து புலனுணர்வுகளையும் பயன்படுத்துவீர்கள். பதற்றம் உங்களைச் சூழும்போது, உங்களைச் சுற்றியிருக்கின்ற சூழலில் உங்களால் பார்க்க முடிகின்ற ஐந்து பொருட்களைப் பாருங்கள்; உங்களால் தொட்டுணர முடிகின்ற நான்கு விஷயங்களைத் தொட்டுணருங்கள்; உங்களால் முகர முடிகின்ற மூன்று விஷயங்களை முகர்ந்து பாருங்கள்; உங்களால் கேட்க முடிகின்ற இரண்டு சத்தங்களைக் கேளுங்கள்; உங்களால் சுவைக்க முடிகின்ற ஒரு விஷயத்தை ருசி பாருங்கள். நீங்கள் உங்களுடைய புலனுணர்வுகளில் மூழ்கியிருக்கின்றபோது, உங்களுடைய மூளையால் அளவுக்கதிகமான சிந்தனையில் இறங்க முடியாது.

அத்தியாயம் 3: உங்களுடைய நேரத்தையும் பிற உள்ளீடுகளையும் நிர்வகித்தல்

- மோசமான நேர நிர்வாகம் நம்முடைய பதற்றத்தின் மூலாதாரங்களில் ஒன்றாகும். நம்மை மோசமாக உணரச் செய்கின்ற விஷயங்களுக்கு முன்னுரிமை அளிப்பதையும், நாம் இரசித்துச் செய்கின்ற விஷயங்களுக்குக் குறைவான நேரம் ஒதுக்குவதையும் நாம் அடிக்கடிச் செய்து வருகிறோம். அதனால், திட்டமிட்ட முறையில் ஓய்வெடுப்பதற்கும், நம்மை ஆசுவாசப்படுத்திக் கொள்வதற்கும் நாம் போதுமான நேரம் ஒதுக்கிக் கொள்ள வேண்டும். அது நம்முடைய பதற்றத்தின் அளவைக் கணிசமாகக் குறைக்கும். செய்து முடிக்கப்பட வேண்டிய வேலைகளின்

பட்டியலைத் தயாரித்தல், செய்து முடிக்கப்பட வேண்டிய வேலைகளை அவற்றின் முன்னுரிமைகளின்படி பட்டியலில் வரிசைப்படுத்துதல், பெரிய இலக்குகளைச் சின்னஞ்சிறு இலக்குகளாகக் கூறுபோட்டுக் கொள்ளுதல் போன்றவற்றை நீங்கள் முயற்சித்துப் பார்க்கலாம்.

- நம்முடைய நேரத்தை நிர்வகிப்பதற்குப் பல உத்திகள் இருக்கின்றன. ஆலனின் உள்ளீட்டுச் செயலாக்க உத்தியும் அவற்றில் ஒன்று. புறத்தூண்டுதல்கள்தாம் இங்கு உள்ளீடுகளாகும். அவற்றுக்கு நாம் எவ்வாறு எதிர்வினையாற்றுகிறோம் என்பதை நாம் ஆராய வேண்டும். தொலைபேசி அழைப்புகள், மின்னஞ்சல்கள் போன்றவை இவற்றில் அடக்கம். இவற்றுக்கு நாம் எவ்வாறு எதிர்வினையாற்ற வேண்டும் என்பதையும், எந்தத் தூண்டுதல்களுக்கு நாம் முன்னுரிமை அளிக்க வேண்டும் என்பதையும் நாம் முன்கூட்டியே திட்டமிட்டுக் கொள்ள வேண்டும்.

- மற்றோர் உத்தி, ஐந்து அம்ச இலக்குகள் உத்தி. இதன்படி, இலக்குகள் திட்டவட்டமானவையாக, அளவிடத்தக்கவையாக, அடையப்படக்கூடியவையாக, பொருத்தமானவையாக, காலக்கெடுவுடன்கூடியவையாக இருக்க வேண்டும். உங்களுடைய இலக்குகளைத் தெள்ளத் தெளிவாக விபரமாக எழுதி வைத்துக் கொள்ளுங்கள். அந்த இலக்குகளை நீங்கள் அடைந்துவிட்டீர்கள் என்பதைக் கண்டுபிடிப்பதற்குத் தேவையான அளவீடுகளையும் நீங்கள் தீர்மானித்துக் கொள்ள வேண்டும். இலக்குகள் நீங்கள்

அடைவதற்குச் சாத்தியமுள்ளவையாக இருக்க வேண்டும். உங்களுடைய கொள்கைகளோடு அவை பொருந்திப் போகின்றனவா என்று நீங்கள் பார்க்க வேண்டும். கடைசியாக, உங்களுடைய இலக்குகள் ஒவ்வொன்றுக்கும் ஒரு காலக்கெடுவை நிர்ணயித்துக் கொள்ளுங்கள்.

அத்தியாயம் 4: ஜென் மனநிலையை உடனடியாக அடைவது எப்படி

- *சில நேரங்களில், உங்களுடைய பதற்றம் ஓர் உச்சகட்டத்தை அடைந்து, உங்களுடைய கட்டுப்பாட்டை மீறிச் சென்று கொண்டிருப்பது போன்ற உணர்வு உங்களுக்கு ஏற்படலாம். அப்படிப்பட்ட சமயங்களில், உங்களுடைய பதற்றத்தின் அளவைக் குறைக்க ஏற்கனவே நடைமுறையில் பரிசோதிக்கப்பட்டு நிரூபணமான சில உத்திகளை நீங்கள் முயற்சி செய்து பார்க்கலாம்.*
- *அதில் முதலாவது சுயஜனிப்பு ஆசுவாச உத்தி. ஆறு வெவ்வேறு விதமான பயிற்சிகளின் மூலம் உங்களால் உங்களுடைய உணர்ச்சிகள் மற்றும் எண்ணங்களை உங்களுடைய கட்டுப்பாட்டின் கீழ் கொண்டுவர முடியும். இந்த உத்தியைப் பயன்படுத்துவதற்கு, நீங்கள் முதலில் ஒரு சௌகரியமான இடத்தைத் தேர்ந்தெடுத்து அதில் அமர்ந்து கொள்ளுங்கள் அல்லது படுத்துக் கொள்ளுங்கள். அடுத்து மெதுவாகவும் சீராகவும் சுவாசித்துக் கொண்டே, "நான் இப்போது முற்றிலும் அமைதியாக இருக்கிறேன்," என்று கூறுங்கள். அந்த உணர்வை உடலெங்கும் உணருங்கள். இதில் வல்லமை பெறுவதற்குச் சிறிது காலம்*

பிடிக்கும் என்றாலும், இது எளிமையானது, எந்த நேரத்திலும், எந்த இடத்திலும் செய்யப்படக்கூடியது என்பது இதிலுள்ள அனுகூலம்.

- இரண்டாவது, மனக்காட்சிப்படைப்பு ஆசுவாச உத்தி. இதிலும் நீங்கள் ஒரு சௌகரியமான இடத்தைத் தேர்ந்தெடுத்து அதில் அமர்ந்து கொள்ளுங்கள். உங்களுடைய ஐம்புலன்களைப் பயன்படுத்த முடிகின்ற ஓர் இடத்தைக் கற்பனை செய்து கொள்ளுங்கள். அடிப்படையில் அது உங்களுக்கு ஆசுவாசமளிக்கின்ற ஒன்றாக இருக்க வேண்டும், அவ்வளவுதான். உங்களுடைய கற்பனையை முழுமையாகப் பயன்படுத்தி அதை விலாவாரியாக உங்கள் மனத்தில் காட்சிப்படுத்திக் கொள்ளுங்கள்.

- மூன்றாவது, தசையிளக்க ஆசுவாச உத்தி. இந்த உத்தி, உடல்ரீதியாக ஆசுவாசமடைவது உளரீதியான ஆசுவாசத்திற்கு வழிவகுக்கும் என்ற கோட்பாட்டை அடிப்படையாகக் கொண்டது. அதனால் இந்த உத்தியின் நோக்கம் தசைகளை இளக்குவதாகும். இதிலும் முதலில் நீங்கள் ஒரு சௌகரியமான நிலையில் அமர்ந்து கொள்ள வேண்டும். பின்னர் உங்கள் உடலிலுள்ள ஒவ்வோர் அங்கத்தின் தசையையும் முதலில் இறுக்கமடையச் செய்து, பின்னர் இளக்கமடையச் செய்ய வேண்டும். இதில் நீங்கள் கால்களில் தொடங்கி உங்கள் தலையை நோக்கிப் படிப்படியாக முன்னேறலாம். அல்லது அதைத் தலைகீழாகச் செய்யலாம்.

- இறுதியாக, கவலைப்படுவதைத் தள்ளிப்போடுதல் என்ற உத்தி ஒன்று உள்ளது. பதற்ற உணர்வுக்குள் சிக்கிக்

கொண்டு அதிலிருந்து வெளியே வர முடியாமல் தவிப்பவர்களுக்கு இது ஒரு வரப்பிரசாதமாக இருக்கும். கவலை உங்களைச் சூழ்ந்து கொள்கின்றபோது, நீங்கள் கவலைப்படுவதற்கு வருங்காலத்தில் ஒரு நேரத்தை ஒதுக்கி அதைத் தள்ளிப்போட வேண்டும். பிறகு உங்களுடைய மனத்தை நிகழ்கணத்திற்குக் கொண்டுவர வேண்டும். நம்முடைய வாழ்விலிருந்து நம்மால் கவலையை முற்றிலுமாக ஒழித்துக்கட்ட முடியாது. ஆனால், அது எப்போது வருகிறது, அந்த உணர்வு எவ்வளவு நேரம் இருக்கிறது என்பதை நம்மால் கட்டுப்படுத்த முடியும்.

அத்தியாயம் 5: உங்களுடைய மூளையை மீள்உருவாக்கம் செய்யுங்கள்

- நமக்கு ஏராளமாகப் பதற்றத்தைத் தோற்றுவிக்கின்ற சில எதிர்மறை எண்ணச் சுழலுக்குள் மாட்டிக் கொள்கின்ற பழக்கம் நம்மில் பலருக்கு இருக்கிறது. அத்தகைய மனப்போக்குகளை அடையாளம் கண்டு, உங்களுடைய மனநிலையை மேம்படுத்துகின்ற நேர்மறையான எண்ணங்களால் அவற்றை இட்டு நிரப்புவதற்குப் புலனுணர்வுசார் நடத்தை சிகிச்சை உங்களுக்கு உதவும்.
- முதலில் நீங்கள் உங்களிடம் இருக்கின்ற பாகுபாட்டுடன்கூடிய எண்ணங்களை அடையாளம் காண வேண்டும். எல்லாவற்றையும் கருப்பு அல்லது வெள்ளையாகப் பார்க்கின்ற சிந்தனை அவற்றில் ஒன்று. எல்லாவற்றையும் நீங்கள், ஒன்று, இந்தக் கோடியில் வைத்துப் பார்ப்பீர்கள் அல்லது மறுகோடியில் வைத்துப் பார்ப்பீர்கள். உங்களைப் பொறுத்தவரை, ஒன்று அற்புதமாக

இருக்கும் அல்லது மகாமட்டமாக இருக்கும். பொதுவாக, இங்கு நீங்கள் ஒரு சூழ்நிலையிலுள்ள நேர்மறையான விஷயங்களில் கவனத்தைக் குவிக்காமல், அதிலுள்ள மோசமான அம்சத்தில் அளவுக்கதிகமாக கவனத்தைக் குவிப்பீர்கள். இப்படிப்பட்டத் திரிபுகள் பல நம்மிடம் இருக்கும். சில சமயங்களில் அவற்றில் சிலவற்றை நாம் ஒன்றாகச் சேர்த்துக் கொள்வோம்.

- அடுத்து நாம் நம்முடைய கவனத்தை, உங்களுடைய எண்ணப் போக்குகளைத் தூண்டிவிடுகின்ற சூழ்நிலைகள் அல்லது மக்கள்மீது செலுத்த வேண்டும். பின், உங்களுக்குப் பலனளிக்காத எண்ணங்களை, அவை தொடர்பான பிற விபரங்களோடு நீங்கள் பதிவு செய்து வைத்துக் கொள்ள வேண்டும். நீங்கள் ஓர் எதிர்மறை எண்ணச் சுழலுக்குள் விழப் போகிறீர்கள் என்ற எண்ணம் உங்களுக்குத் தோன்றும்போதெல்லாம், உங்களுடைய எண்ணப் போக்கை நிறுத்திவிட்டு, அதற்கு முன்னோடியாக இருந்த எண்ணம், சூழ்நிலை அல்லது நிகழ்வுகளை அடையாளம் காண வேண்டும். பின் அதற்கேற்றப் பகுத்தறிவுரீதியான எதிர்வினையாற்றல் குறித்து நீங்கள் சிந்திக்க வேண்டும்.

- நம்முடைய எண்ணச் சாய்வுகள் குறித்து நாம் அதிகம் புரிந்து கொண்டவுடன், அந்த எண்ணப் போக்குகளை மாற்றுவதற்கான வழிகளைக் கண்டுபிடிக்க வேண்டும். அதற்கான சிறந்த வழிகளில் ஒன்று நடத்தைசார் பரிசோதனைகளை மேற்கொள்ளுதல். இதில் நீங்கள் உங்களுடைய எதிர்மறை எண்ணம்

அல்லது நம்பிக்கையைத் தெளிவாகக் குறிப்பிட வேண்டும். பின் அது தவறு என்ற கருத்தாக்கத்தை நீங்கள் உருவாக்கிக் கொள்ள வேண்டும். அதைத் தொடர்ந்து, இது உண்மைதான் என்று நிரூபிப்பதற்குத் தேவையான சான்றுகள் அல்லது உங்களுடைய பழைய அனுபவங்களை நீங்கள் தேட வேண்டும். உங்களுடைய மூல நம்பிக்கை தவறானதாக இருப்பதாக நீங்கள் சந்தேகித்தால், அதற்குப் பொருத்தமான விதத்தில், உங்களுடைய எண்ணப் போக்கில் மாறுதல்களைச் செய்து கொள்ள வேண்டும்.

அத்தியாயம் 6: புதிய மனப்போக்குகளும் உணர்வுரீதியான கட்டுப்பாடுகளும்

- இந்நூலில் பதற்றத்தைக் குறைக்கப் பல உத்திகள் பரிந்துரைக்கப்பட்டிருந்ததை நீங்கள் பார்த்திருப்பீர்கள். உங்களுடைய மனப்போக்கு மற்றும் கண்ணோட்டத்தில் அடிப்படையான மாற்றங்களைக் கொண்டுவருவதுதான் அவற்றின் நோக்கமாகும். இந்த அத்தியாயத்தில், நீங்கள் சுவீகரித்துக் கொள்ள வேண்டிய ஐந்து மனப்போக்குகள் கொடுக்கப்பட்டுள்ளன.
- அதில் முதலாவது, உங்களால் கட்டுப்படுத்த முடிகின்ற விஷயங்களில் மட்டும் கவனத்தைக் குவிக்கின்ற மனப்போக்கு. ஒரு விஷயத்தை உங்களால் கட்டுப்படுத்த முடியும் என்றால் அதில் ஈடுபடுங்கள். முடியாதென்றால், அதைப் பற்றிக் கவலைப்பட்டுக் கொண்டிருப்பதில் எந்தப் பயனும் இல்லை. இறுதியில் உங்களால் அது குறித்து எதுவும் செய்ய முடியாது என்பதால், அதை அப்படியே ஏற்றுக் கொண்டு மேலே செல்வதுதான்

சிறந்த வழி. இரண்டாவது, உங்களால் செய்ய முடிகின்ற விஷயங்களில் மட்டும் கவனத்தைக் குவிக்கின்ற மனப்போக்கு. இது முதலாவதைப் போன்றதுதான் என்றாலும், ஒரு குறிப்பிட்டச் சூழ்நிலையில் உங்களால் எத்தகைய செயல்நடவடிக்கைகளில் இறங்க முடியும் என்று பார்த்து அவற்றில் மட்டும் இறங்குவது இது.

- மூன்றாவது, உங்களிடம் இருக்கின்ற விஷயங்களில் மட்டும் கவனத்தைக் குவிக்கின்ற மனப்போக்கு. பெரும்பாலான நேரங்களில் நம்மிடமிருக்கின்ற நல்ல விஷயங்களை நாம் மெச்சுவதில்லை. மாறாக, நம்மிடம் இல்லாதவற்றின்மீது மட்டுமே நாம் அளவுக்கதிகமாக கவனத்தைக் குவிக்கிறோம். நம்முடைய வாழ்வில் இடம் பெற்றுள்ள சிறந்த விஷயங்களில் கவனத்தைக் குவிப்பதன் மூலம் இதை நீங்கள் சரி செய்யலாம். நான்காவது, நிகழ்கணத்தின்மீது மட்டுமே கவனத்தைக் குவிக்கின்ற மனப்போக்கு. கடந்தகாலத்திலோ அல்லது வருங்காலத்திலோ கவனத்தைக் குவிப்பது உங்களிடம் அளவுக்கதிகமான சிந்தனையைத் தோற்றுவித்து, உங்களிடம் பதற்றத்தை உருவாக்கும். ஐந்தாவது, உங்களுக்குத் தேவையானதில் மட்டும் கவனத்தைக் குவிக்கின்ற மனப்போக்கு. ஏனெனில், நீங்கள் விரும்புகின்ற பொருட்களுக்கு எல்லையே இருக்காது. இந்த மனப்போக்கு உங்களிடம் இருந்தால், உங்களுக்கு அத்தியாவசியமாகத் தேவைப்படுகின்ற விஷயங்களின்மீது மட்டுமே நீங்கள் உங்களுடைய கவனத்தைக் குவிப்பீர்கள்.

- அசைபோடுதல் பயனற்றது, பதற்றத்தை உருவாக்கக்கூடியது. பிரக்ஞையுடனும்,

அதிலிருந்து விலகி நின்று பார்ப்பதன் மூலமும் இதை உங்களால் கையாள முடியும். உங்களுடைய எண்ணங்களுக்குப் பெயரிடுதல், அவற்றைக் கதையாகக் கருதுதல், நீங்கள் செய்து கொண்டிருப்பது பிரச்சனைக்குத் தீர்வு காண்கின்ற செயலா என்று உங்களையே கேட்டுக் கொள்ளுதல் போன்றவை அசைபோடுதலைக் கையாள்வதற்கான பிற உத்திகளாகும்.